யானைத் தாலி

(சிறுகதைகள்)

ம.காமுத்துரை

டிஸ்கவரி பப்ளிகேஷன்ஸ்

எண்: 9, பிளாட் எண்: 1080A, ரோஹிணி பிளாட்ஸ்
முனுசாமி சாலை, கே.கே.நகர் மேற்கு,
சென்னை - 600 078. பேச: 99404 46650

வெளியீட்டு எண்: 0083

யானைத் தாலி (சிறுகதைகள்)
ஆசிரியர்: ம.காமுத்துரை©

YAANAI THAALI (Short stories)
Author: **Ma.Kamuthurai**©

Printed In India

First Edition: May - 2023

ISBN: 978-93-95285-02-5

Pages: 176

Rs. 200

Publisher • *Sales Rights*

Discovery Publications	**Discovery Book Palace (P) Ltd**
No. 9, Plot,1080A, Rohini Flats, Munusamy Salai, K.K.Nagar West, Chennai - 600 078.	No. 1055-B, Munusamy Salai, K.K.Nagar West, Chennai-600 078.
Mobile: +91 99404 46650	Contact: 87545 07070

discoverybookpalace@gmail.com
WWW.DISCOVERYBOOKPALACE.COM

இந்த நூலில் பிரசுரமாகியுள்ள எந்த ஒரு பகுதியையும் பதிப்பாளரின் எழுத்துபூர்வமான முன்அனுமதி பெறாமல் எடுத்தாள்வதோ, மறுபிரசுரம் செய்வதோ, மொழியாக்கம் செய்வதோ, அச்சு மற்றும் மின்னணு ஊடகங்களில் மறுபதிப்புச் செய்வதோ, காப்புரிமைச் சட்டப்படி தடை செய்யப்பட்டுள்ளது. இந்த நூலிலிருந்து குறிப்பிட்ட பகுதிகளை மேற்கோள்காட்டி புத்தக விமர்சனம் செய்ய, ஊடகங்களுக்கு மட்டும் அனுமதி உண்டு.

உங்கள் மொபைல் போனிலிருந்து ஸ்கேன் செய்து 'டிஸ்கவரி புக் பேலஸ்' மொபைல் ஆப்பை டவுன்லோடு செய்து, புத்தகங்களை வாங்குங்கள்.

சமர்ப்பணம்

என் கண்ணம்மா
வேணிக்கு

நன்றி சொல்ல...

ஆனந்த விகடன்,
குங்குமம்,
தினமணிக்கதிர்,
செம்மலர்,
காமதேனு,
அந்திமழை,
புரவி,
நீலம் மாத இதழ்,
மற்றும்
புதிய நம்பிக்கை.

முன்னுரை

வெந்து தணியட்டும் காடு

மூன்றாண்டுகளுக்குப் பின் வெளிவருகிற சிறுகதைத் தொகுப்பு இது. இதில் இடம் பெற்றுள்ள 17 கதைகளையும் வாசிக்கிற பொழுது உலகம் எத்தனை விசித்திரமான நிறம், முகம், மனம் கொண்டுள்ளது என்பதைக் காணமுடிகிறது. அதிலும் கொடுந்தொற்றுக் காலத்தில் மனிதர்களின் மதிப்பு இத்தனை தலைகீழாய் மதிக்கப்பெறும் என எவராலும் கணிக்கவே இயலாத ஒரு இடத்திற்குச் சென்றதை உலகம் மறந்திட முடியாது. அதன் வரலாற்றுப் பதிவாக தமிழ் இலக்கியமும் தன்னுடைய தடத்தினை நன்கு பதிந்துள்ளது.

இப்படியான அசகாய சூழலில்தான் நமக்கான கதையும் கவிதையும் இப்பரந்த வெளியில் பயணப்படுகின்றன. 'உங்கள் கதைகளின் வழியாக நீங்கள் வாசகர்களுக்குத் தரும் செய்தி என்ன?' இப்படித்தான் ஒவ்வொரு எழுத்தாளனிடம் கேள்விகள் எழுப்பப்படுகின்றன. அவர்களுக்கும் தெரியும், 'செய்தியைச் சொல்ல எழுத்தாளர்கள் தண்டோராக்காரர்கள் அல்ல' என்பது.

இங்கே, இலக்கியப் படைப்பென்பது மனசின் அவசங்களை அடுத்தடுத்த மனங்களுக்குக் கடத்தும் ஒரு அபாரமான பணி. ஒரு படைப்பாளன் தான் கண்டதை, உணர்ந்ததை, தன்னில் பற்றிப் படர்ந்ததை, வானில் நெருப்பெனப் பற்ற வைக்கிறான். அதில், அவனது கலைப்பார்வையும் தத்துவ அறிவும் ஒவ்வொரு வாசகனுள்ளும் கலாபூர்வமான மென்னுணர்வை விதைத்து 'தத்தரிகிட தத்தரிகிட' என மௌனத்தாண்டவம் நிகழச் செய்கிறான். 'வெந்து தணியட்டும் காடு' இது படைப்பு மனம் அவனுக்குத் தந்த வரம். இந்த வரம் வாசகனுக்கும் கிட்டும்! வாசகன் தனது ஆதர்சப் படைப்பாளியிடம் என்ன விரும்புகிறானோ, அதன்படியே வண்ணமயக் கலைடாஸ்கோப்பாய் அவனது விருப்பம் மனோ ரஞ்சிதமாய் மணத்துக்காட்டும். அதுதான் கலைப்படைப்பின் மகத்துவம்.

இதில் நான் எந்த இடத்தில் நிற்கிறேன் என்பதை நீங்கள்தான் அறிவீர்கள். ஆனால் ஒன்று சத்தியம். எனது கதை மாந்தர்கள்

உங்களுக்கு நேற்றுவரை அந்நியமானவர்கள்; ஒரு ‘சாட்’டோடு உங்களால் நெருங்கிப் பேசியிருக்க வாய்ப்பில்லை. என்றென்றும் நீங்கள் மாடோட்டும் பெருசுவை கவனித்துப் பார்த்திருக்க மாட்டீர்கள். தூக்கில் தொங்கும் மீசைக்காரரை சாமானியப் பெண்ணொருத்தி எதிர் நின்று சமாளிப்பாள் என எதிர்பார்த்திருக்க மாட்டீர்கள். கொரோனா காலத்தில் வடிகஞ்சியை உணவாகக் கொள்ளும் சரசுவின் குடும்பத்தாரைச் சந்தித்திருக்க மாட்டீர்கள். அப்பாவி சமையல்காரர் அப்துல்லாவை மாநாட்டுக்குப் போய்வந்த முஸல்மான் என வேலைதர மறுக்க மாட்டீர்கள். கிழவிக்கு வரும் பென்சன் காசுக்காகக் குடும்பமே இப்படி சந்தி சிரிக்க சண்டை இட்டிருக்க மாட்டீர்கள். ஆனால், இவர்களும் நம்மோடுதான் வாழ்கிறார்கள். இப்படியான வாழ்க்கையிலும் சந்தோசமும், பாசமும், ஊடலும் கூடலும், உவகையும், பகைமையும் மிளிர்ந்து கொண்டுதான் இருக்கின்றன. முக்கியமாக, இவர்களும் நமது அரசுக்கு வரியும், அரசு வாங்கின கடனுக்கு வட்டியும் கட்டிக்கொண்டுதான் உள்ளனர்.

இந்த எளியவர்களை எவ்வளவு எழுதினாலும் இன்னும் தீராமலேயே இருக்கிறது. அதுதான் இன்னும் தீவிரமாய் என்னையும் எழுதச் சொல்கிறது. ஓடக்காரனாய் உங்களோடு பயணிக்கிறேன்.

இத்தொகுப்புக்கு அணிந்துரை கேட்டதும் தன்னுடைய ஆயிரம் பணிகளுக்கிடையில் மனமுவந்து எழுதிக்கொடுத்த தமிழகத்தின் பிரபல்யமான கவிஞர், திரைப்பட இயக்குநர், இனிய நண்பர் திருமிகு ரவிசுப்பிரமணியன் அவர்களுக்கு வார்த்தையில் அடங்காத நன்றிகள். மிகுந்த பரபரப்பான சூழலிலும் இத்தொகுப்பினை அழகுற வடிவமைத்து வெளிட்டிருக்கும் ‘டிஸ்கவரி பதிப்பகம்’ தோழர் மு.வேடியப்பன் அவர்களுக்கும், அண்ணன் பொன்ஸீ உள்ளிட்ட தோழர்களுக்கும் எனது அன்பு. எல்லாவற்றுக்கும் மேலாக எனக்கு முழுச் சுதந்திரம் தந்து என்னை எழுத்தாளனாக்கி அழகுபார்க்கும் எனது குடும்பத்தார் மற்றும் வாசக அன்பர்கள் அனைவருக்கும் எனது தாழ்மையான அன்பும், பாசமிகு நன்றிகளும்.

- ம.காமுத்துரை

9, தம்பா தெரு,
அல்லிநகரம்,
தேனி-625531
செல்: 91500 95266
E Mail : makamuthurai@gmail.com

அணிந்துரை

கவிஞர் ரவிசுப்பிரமணியன்
குறும்பட இயக்குநர்

அறிந்திராத பிரதேசங்களில் என்ன நடக்கிறது?

காமுத்துரையை இதுவரை நான் நேரில் கண்டதில்லை. என்றாலும் அவ்வப்போது பத்திரிகைகளில் படிக்கக்கிடைத்த சில கதைகள் அவரைக் கண்டு பேச வேண்டுமே என்ற எண்ணத்தை ஏற்படுத்தியிருந்தன. இடையிடையே ஒன்றிரண்டாகப் படித்திருந்த எனக்கு, மொத்தமாய் இந்தத் தொகுதியின் கதைகள் வாசிக்கக் கிடைத்தது ஒரு நல்ல அனுபவம்.

நாற்காலி மற்றும் ஷாமியானா வாடகைக்கு விடுபவர்கள், தேநீர் கடையில் வேலை செய்பவர்கள், சமையல்வேலை செய்பவர்கள், கூத்துக் கலைஞர்கள், தேர்தலுக்கு ஆள் பிடிப்பவர்கள் கொரோனா காலத்தில் கஷாயம் தந்த சுகாதாரப் பணியாளர்கள் என பலரும் அறிந்திராத மனிதர்கள் பற்றிய செய்திகளை இந்தக் கதைகளில் படிக்கும்போது, 'யாருமற்ற பிரதேசத்தில் என்ன நடக்கிறது?' என்ற த்வனியில் நகுலன் எழுதிய கவிதை வரியொன்று ஞாபகம் வந்தது. எதேதோ நடந்துகொண்டேதான் இருக்கிறது; அதுவே நம் வாழ்வின் சுவாரஸ்யமும் கூட.

சைக்கிள் வாடகை கேட்டதற்கு, சைக்கிள் கடை நடத்தும் முஸல்மானை 'தீவிரவாதி' என்ற ஒற்றைச் சொல்லால் வாயடைத்துப் போக வைப்பது, உதவப் போகிறவர்கள் மீது அபாண்டம் சொல்வது, கொரோனோவின் பெயராலும் கொள்ளையடிப்பது போன்ற செயல்களில் ஈடுபடும் மனம் கொண்டவர்கள் எல்லா இடங்களிலும் இருக்கத்தான் செய்கிறார்கள்.

பொதுவாக கிராமத்தில் உள்ளவர்கள் பெரும்பாலும் 'வெள்ளந்தியானவர்கள்', அப்பாவிகள், உலகம் புரியாதவர்கள் என்று பலரும் எண்ணிக்கொண்டிருக்கிறோம். நேரத்துக்குத் தக்கவாறு மாற்றிமாற்றிப் பேசுகிறவர்கள், எப்போதும் தன்னைப் பற்றிய பிரஸ்தாபங்களையே பேசுகிறவர்கள், எந்தத் தவறைச் செய்தாலும் அதை நியாயப்படுத்தி பேசும் அல்ப குணம் கொண்டவர்கள், பெற்றத் தாய்க்கான பென்ஷனை அவளுக்குத் தராமல் அதைப் பங்குபோட ஆலாய்ப் பறக்கும் பிள்ளைகள், கிராமங்களில் உழலும் சிறு வியாபாரிகளின் வியாபாரத் தந்திர நைச்சியங்கள்... இப்படி பல மனிதர்களின் வாழ்வை தன் கதைகளில் படம்பிடிக்கிறார் நூலாசிரியர் காமுத்துரை. அங்கும் எவ்வளவு கிருத்துருவம் மிக்க சில ஆட்கள் இருக்கிறார்கள்! நகரத்தின் வஞ்சனை, சூது, பொய்களுக்கு அவர்களும் எந்த விதத்திலும் சளைத்தவர்கள் இல்லை என்பதை கதை மாந்தர்கள் நமக்கு உணர்த்துகிறார்கள். அதேசமயம், காமுத்துரையின் கதைகள், கிராமத்தில் வாழ்ந்துகொண்டிருக்கும் நல்லவர்கள் மீதும் கரிசனம் கொள்ளவும் தவறவில்லை.

'மௌனத் தாண்டவம்' கதையில் அறுபது வயதைக் கடந்த, கம்யூனிச சித்தாந்தம் கொண்ட பழம் விற்கும் தோழர் ஒருவர், முதியோர் பென்ஷன் வாங்க அப்ளிகேஷன் போடக்கூட மனம் கூடாமல் மறுக்கிறார். அவரது தோழர் எத்தனை விதமாகவோ எடுத்துச்சொல்லியும், 'முடியாத வயசாளிக்குத்தானே ஓய்வூதியம், நாமதான் நல்லா இருக்கமே. தகுதியுள்ள இன்னொருத்தருக்கு அந்தப் பணம் கிடைக்கட்டுமே. அதை ஏன் நாம் வாங்க வேண்டும்?' என்று எண்ணும் அந்த எளிய மனிதனின் அறம் எத்தகையது என்று நினைக்கையில், அவர் சொல்லாத பல கதைகள் மனசுக்குள் விரிகின்றன. அப்படி சில கதைகளில், பல நல் கூறுகளோடு தன் தனித்த அடையாளத்தையும் நிறுவுகிறார் காமுத்துரை.

தமிழ்க் கதைக்களம் கண்டிராத உள்ளடக்கங்கள், கிராமத்தின் சொலவடைகள், பழமொழிகள், அவர்களது நம்பிக்கை சார்ந்த விஷயங்கள் இவற்றோடு ஒரு தேர்ச்சியான நடையையும் கொண்டிருக்கிறார் காமுத்துரை. உள்ளடக்கத்தோடு நுட்பமும் கூடிவருகையில் பிரதி வாசகனுக்கு மேலும் சில உப பிரதிகளை நல்குகிறது.

தேர்ந்த கதை மன்னர்கள் செய்து பார்க்கும் பரிட்ஷார்த்த முயற்சியையும் 'வேகாளம்' கதையில் செய்து பார்த்துள்ள

காமுத்துரையின் 'வைதேகி காத்திருக்கிறாள்' கதையில் செல்லும் உரையாடல், அவரது நுட்பமான உரையாடலுக்குப் பதச்சோறாய் இப்படிக் கேட்கிறது.

'பெத்த பிள்ளைக பக்கத்துல இருக்குதுகளே, அதுகளுக்கு முன்னாடி நம்ம ஊத்தயக் காமிச்சா, அப்பன் ஆத்தா மேல வச்சிருக்கற பிரியம் விட்டுப்போகும்னு யோசிக்கிறோம்!'

'நாம கூச்சப்படுற எடத்திலதான், அவனுக வெக்கத்த கக்கத்தில வச்சுக்கிட்டு சட்டுன்னு தாண்டி ஓடிடுவானுக. வெக்கமத்த பயலுக. இவள எந்த எடத்துல அமுக்கறதுன்னு காத்துக்கிட்டெ இருப்பானுக. அவனுகளுக்கு இடம், பொருள் எதும் முக்கியமில்லடி!'

'நெருக்கிக் கேட்டா, சொந்ததக் காசில குடிக்கல... ஓசின்னு சமாளிக்கிறான்க்கா!'

'அப்பிடித்தாண்டி ஆரம்பிக்கும். ருசிகண்ட மாடு கட்டுத்தரைல தங்குமா?'

'அப்ப, சூடு வச்சாத்தே அடங்கும்னு சொல்றீங்களா?'

'மாடுன்னாத்தே சூடு வெக்கணும்டி. மனுசனுக்குச் சூட்டக் கிளப்பி விட்டுறணும்டி இவளே! என ராதிகா கண்ணடித்தாள்.'

ஒரு சம்பவமோ, விவரணையோ, சம்பாஷணையோ எங்கு கதையாகிறது என்பது பல சமயம் படைப்பாளிக்கும் பிடிபடாத சூட்சுமம். அதுவரை வேறொன்றாக இருந்த ஒன்று படைப்புக்குள் ஆழ்ந்து கரையும் படைப்பாளியின் மனசொப்பிய இயக்கத்தில் இன்னொன்றாய் மாறி மாயம் செய்துவிடும். பிடிபடாத கணிதச் சூத்திரத்தின் விடைபோல அது சட்டென அது ஒரு கணத்தில் ஒளிர்கையில் மறுபடியும் இன்னொருமுறை அது வாசிக்கக் கோருகிறது. அது இந்தத் தொகுதியின் பல கதைகளிலும் நிகழ்ந்துள்ளன.

இதுபோன்ற கதைகளை இன்னும் நீங்கள் எழுதிக்கொண்டே இருங்கள் காமுத்துரை...

நான் வாழ்த்திக்கொண்டே இருக்கிறேன்!

அன்புடன்,

- ரவிசுப்பிரமணியன்

உள்ளே...

- ✦ கிழவியும் கிழவியாகப் போகிறவர்களும் 13
- ✦ கடிவாய் 27
- ✦ பாடலில் ஊறிய நாக்கும், ஆட்டத்தில் திளைத்த கால்களும் 41
- ✦ தப்பித்தல் 50
- ✦ மீசைக்காரர்கள் 55
- ✦ சுப விரயம் 69
- ✦ டிபன் பாக்சும், பித்தளை டாலரும் 77
- ✦ மௌனத் தாண்டவம் 87
- ✦ வைதேகி காத்திருக்கிறாள் 96
- ✦ தலைப்பில்லாக் கதைகள் 102
- ✦ வேகாளம் 108
- ✦ தக 118
- ✦ யானைத் தாலி 129
- ✦ ஜெயவேலனின் கனவு 140
- ✦ மாடோட்டி 149
- ✦ துறப்பும் பொறுப்பும் 160
- ✦ இனி எப்பம்மா தீபாவளி? 169

கிழவியும் கிழவியாகப் போகிறவர்களும்

கிழவி காணாமல் போனாள்!

பாலையா-தேவானை தம்பதியர் ஒரேமுச்சூடாய்ப் பதறிப்போயினர். 'வயசுப் பிள்ளையா... தோட்டந்தொரவுக்குப் போயிருப்பாள், பக்கத்துவீட்டுப் பால்க்காரம்மாவோடு சேர்ந்து நடைபயிற்சிக்குப் போயிருப்பாள்' எனச் சொல்ல, சேர்ந்தாப்போல நாலு எட்டு வைக்கவே 'யய்யா ஈசுவரா...' என மூச்சுக்கு முன்னூறுதரம், படச்சவனையும் பார்வதியையும் கூப்பிட்டு மூச்சுவாங்குவாள். அப்படியாப்பட்டவளை எங்கே போய்த் தேட?

பாசம், பக்தி என்பதைக்காட்டிலும் உடன்பிறந்த சகோதரர்களிடம் உள்ள பயம்தான். பாலையாவைப் பயமுறுத்தியது 'எங்கடா கிழவிய?' என உருட்டுக்கட்டையைத் தூக்கிக்கொண்டு வந்துவிடுவான்கள். மாதம் பிறந்ததும் படியளக்கும் காமதேனு. அய்யாவின் பென்சன் பணத்துக்கு முழுவாரிசு கிழவி.

இத்தனைக்கும் வீட்டுக்கு உள்ளேதான் படுக்கை போட்டு வைக்கிறாள் தேவானை. மூத்த மருமகள் விஜயாவைப்போல வெளித்திண்ணையெல்லாம் ஒதுக்கி, தள்ளி வைப்பதில்லை.

தான் வெளியேறிப் போனதுமில்லாமல் வீட்டை இப்பிடி 'பா'லென திறந்து போட்டுவிட்டுப் போயிருக்கிறாளே கிழட்டுச்சிறுக்கி. உச்சிவெய்யில் உருக்கி எடுத்தாலும் மத்தியானப் பொழுதில்கூட வெளிக்கதவைத் திறந்து வைக்கமாட்டாள் தேவானை! வேறொரு சமயமாய் இருந்தால் கிழவியை நார்நாராய்க் கிழித்துப் போட்டிருப்பாள்.

எவனாச்சும் புகுந்து சட்டிபானையைத் தூக்கிப்போனால் என்ன செய்ய? ரெண்டு துணிமணியைச் சொல்லு!

இத்தனை கொதிப்பையும் புருசனிடம் காட்ட முடியாது. ஆத்தாளைக் காணாமென விடிந்ததில் இருந்து வேலைக்குக் கூடப்போகாமல் வீதிவீதியாய் நாயிலுங்கேடாய் அலைந்து கொண்டிருக்கிறான். அக்கம்பக்கம் குடியிருக்கும் பெண்களிடத்திலேதான் சொல்லித் தேத்திக் கொள்ளவேணும். அவளுக்கென வாய்த்தவள் கூடலூரிருந்து வாக்கபட்டு வந்த மீனாதான் கொஞ்சமும் சுணங்காமல் தேவானையின் வார்த்தைகள் அத்தனையும் அப்படியே வாங்கிக்கொள்வாள்.

"வயசாயிருச்சுனா புத்தி பெரண்டு போகுமோ? ஏன்க்கா!" என மீனா கேட்டதும், தேவானையின் கண்ணில் மாலைமாலையாய்க் கண்ணீர் வடிந்தது.

"என்னப் பெத்த ஆத்தாளுக்குக்கூட இம்புட்டுச் செஞ்ச தில்ல மீனா, புருசனப் பெத்தவள, இன்னொரு தாயாத்தானடி பாத்துக்கிட்டேன். இனிப் பாரு, ஆத்தாளக் காணாம்னு வந்து எனக்கு வாச்ச மகராசெ என்னக் கூப்பாடு போடப் போறானோ... நெனக்கவே அங்கம் பதறுது! இந்தக் கெழட்டு முண்டைனால நாலுபேர் பாத்து, மூணுபேர் சிரிக்கறாப்பல ஆச்சேடி எம்பொழப்பு!"

"அண்ணே அப்பிடியெல்லா நடக்க மாட்டார்க்கா. அவருக்கு யாரு என்னான்னு தெரியாதா?" அவளைச் சமாதானம் செய்யும் நோக்கில் பேச்சைத் தொடுத்தாள் மீனா.

"அந்த மனுசெ மொகராசி அப்பிடிடி. பாத்தாத் தெரியாது எல்லாருக்குமே நாந்தான் கோவக்காரியாத் தெரிவே. ஏன்னா எதையும் மனசில வச்சிக்காம படக்குபடக்குன்னு பேசின்றேன்ல! சின்னவெ வகுத்துல இருக்கப்ப இதே மாதரிதே. இந்தக் கெழடினால வந்த ஒரு வாய்த்தகராறுல அந்த மனுசனுக்குக் கோவம் வந்து குடிக்கிற சருவச்செம்ப எடுத்து சடார்னு எறிஞ்சிட்டார்டி. அது, கன்னத்துலப் பட்டு கடவாப்பல்லு ஒடஞ்சு போயி இன்னவரைக்கும் வளரவே இல்ல தெரியுமா. அவக ஆளுகள ஒரு வாத்த கொறச்சுப் பேசிறக்குடாது. முனிமூக்குல கோவம் வந்துரும் மனுசனுக்கு!"

மீனாவுக்கும் கிழவிமேல் கோபம் வந்தது. என்ன பிரச்னையானாலும் ஒரு வார்த்தை சொல்லிவிட்டுப் போயிருக்கலாம். வீணாக புருசன் பொண்டாட்டிக்குள் பகையை

வளர்க்க வேண்டாமே. தேவானையைப் பார்க்க ரெம்பப் பாவமாய் இருந்தது. தெருவுக்குள் எப்போதும் கெம்பிரிக்கமாய்த் திரிபவள். யார் முன்னாடியும் முகம் தொங்கவிட்டுப் பார்த்ததில்லை. அப்படியாப்பட்டவள் இன்று அழுமூஞ்சியாய் நிற்பது வேதனையளித்தது.

"எதுஞ் சாப்ட்டியாக்கா?"

அதிகாலையிலிருந்தே கிழவியைத் தேடும்படலம் நடந்து கொண்டிருப்பதால் வீட்டில் எதுவும் ஆக்கிப் பொங்க வாய்ப்பில்லை. தன்வீட்டில் போய் அவளுக்கு ஒருவாய் காப்பித் தண்ணியாவது போட்டுக்கொண்டு வரலாமென நினைத்தாள் மீனா.

"என்னத்தச் சாப்புட, நேத்து ராத்திரி கெழடிக்கு வச்ச சப்பாத்தி எனக்கென்னான்னு உருளக்கெழங்கு குருமாவோட அப்பிடியே கெடக்கு. ஆத்தாளுக்கு காலம்பற சூடா இட்டிலி செய்யலேன்னா மனுசனுக்கு உச்சிமண்டைல சுர்ருன்னு கோவம் பொத்துக்கு வந்துரும். அதுக்கொசரம் அரப்படி அரிசியபோட்டு ஆட்டிவச்சு, அந்தமாவு சட்டில ஒருபக்கம் புளிச்சுப்போய் எனக்கென்னான்னு கெடக்கு. வீட்ல பாலுக்கு கொறவா, மோருக்குக் கொறவா. நாந்தே பல்லுல பச்சத் தண்ணி படாமக் கெடக்கேன்."

தேவானையின் புலம்பலிலிருந்து அவள் காப்பிகூட சாப்பிடவில்லை என்பதை உறுதிசெய்துகொண்ட மீனா, "வெறும் வகுத்தோட இருக்கக்குடாதுக்கா, அதும் காலம்பற" என்றபடி தன்வீட்டுக்குள் நுழைந்தாள்.

அந்தச்சமயம் தேவானையின் மகன் +2 வகுப்புக்குப் போவதற்காக புத்தகப்பையுடன் வெளியில் வந்தான்.

"ஏம்மா, நா என்ன மண்ணவா தின்னுட்டுப் பள்ளியொடம் போக? கொஞ்சமாச்சும் புத்தி வேணாமா! கெழவியக் காணாம்னா சோறுதண்ணீ ஆக்கக்குடாதா. வீட்ல கொஞ்சூண்டு புளிச்சதண்ணியக் கூடக் காணாம்!" என முகம் சுளிக்கப் பேசியவன், "அரிசிச் சருவத்திலருந்து அம்பது ரூவாய எடுத்துட்டுப் போறேன்... காணாம்னு தேடாத!" சட்டமாய்ச் சொல்லிவிட்டு சைக்கிளை உருட்டிக்கொண்டு கிளம்பினான்.

"அடேய்..!" மகனிடமிருந்த ரூபாயைப் பிடுங்க தேவானை வேகமாய் எழ எத்தனித்தபோது, கையில் காப்பித் தம்ளருடன் வந்தாள் மீனா.

"குமாரு இப்பதே ஸ்கூலுக்குப் போறானா?" சைக்கிளில் போய்க்கொண்டிருப்பவனை பார்த்தபடியே தேவானைக்கு காப்பியைக் கொடுத்தாள். "புள்ளைங்களுக்காச்சும் எதுவும் செஞ்சுவச்சியா, அதுகளும் பட்டினியாத்தே போகுதுகளா" பள்ளிசெல்லும் பிள்ளை வயிற்றில் பசியுடன் போக சகிக்கவில்லை மீனாவுக்கு.

கிழவி பிறந்தது உத்தமபாளையம் - அம்மாபட்டி என்றாலும், வாக்கப்பட்டது அல்லிநகரம் தெற்குத்தெரு என்பதால் 'தெக்குத்தெருவா' என்பதே கூப்பிடு பேராகிப்போனது. கிழவிக்கு ஒன்பது பிள்ளைகள். இருப்பு மூன்று மகன்கள், ஒரே ஒரு மகள். கிழவியின் பழைய வீட்டில் மூத்தவர் குடியிருக்க, வடக்குத் தெருவில் தேவானையைக் கைப்பிடித்த நடுவுலவரும், கடைக்குட்டி மேற்குத்தெருவிலும் இருக்கின்றனர், பெண்ணை வீரபாண்டியில்தான் கட்டிக் கொடுத்திருந்தார்கள். 'ஒத்த பிள்ள தூரந்தொலவட்டு வேணாம்' என அவர்களின் அய்யா முடிவெடுத்தார். அதனால, சொந்தத்திலேயே கொடுத்திருந்தார்கள். கிழவர் கண் உள்ளமட்டும் இங்கேயே கிடந்தாள் மகள். கிழவி தனியாக இருக்குமட்டும் அவ்வப்போது வந்து பெத்தாளை விசாரித்துப் போவதுண்டு.

போன வருசம் ஒரு சின்ன மனத்தாங்கலில் இருந்து மகள், அவ்வளவாக இந்தப் பக்கம் வருவதில்லை.

கிழவி, ஒருவேளை மகளைப் பார்க்கப் போயிருப்பாளோ? திடீர்ச் சந்தேகம் வந்தவளாய் கேட்டாள் மீனா. "நீ சொன்னமாதரி அங்கமட்டும் போயிருந்தானு வையி, அப்புடியே புடுச்சு வீரவாண்டி ஆத்துல தள்ளிவிட்டு, மூணா நா காரியத்தையும் மொத்தமா முடிச்சிட்டு வந்திரவேண்டியதேன்" என அங்கம் அதிர பதில் சொன்ன தேவானைக்கு அப்படியும் இருக்குமோ? என்ற ஒரு கேள்வியும் எழுந்தது.

"மாசம் என்னைக்கிப் பொறக்குதுடி? இங்கிலீசு மாசம்! இன்னிக்கா, நாளைக்கா?"

"இன்னிக்கிதே!"

மீனாவின் வாயிலிருந்து பதில் வந்த வினாடியில் படீரென எழுந்தாள் தேவானை. "ஓவ் வாய்க்கி சக்கரையத்தாண்டி போடணும். நெனச்சேன். ஆனாலும் போனவர்சம் இதே பொரட்டாசி மாசந்தே அந்த வீரவாண்டிக்காரி புருசனோட வந்து 'இனி எம் மொகத்துல நிய்யும் முழிக்காத நானும்

முழிக்கமாட்டே, நீ செத்தாலும் மண்ணுத் தள்ளக்கூட வரமாட்டே, யாரும் என்னியக் கூப்புடவும் குடாது'ன்னுட்டுப் போனா. கெழவிக்கு பெத்தபாசம் துடிச்சிருச்சு போல, உடனே புருசனைக் கண்டு வீரபாண்டி போய் கிழவியின் தலைமயிரைப் பிடித்து இழுத்துவரச் சொல்லவேண்டுமெனத் துடித்தாள்.

*

கிழவனார் உள்ளூரில் ஒரு வங்கியில் வாட்ச்மேனாக வேலைபார்த்து மண்டையைப் போட்டவர். அவர் உயிரோடு இருக்கும் மட்டும் அத்தனை பிள்ளைகளையும் கரைசேர்த்துவிட்டுத்தான் போய்ச்சேர்ந்தார். அவர் இருக்கிறவரை பொம்பளப் பிள்ளைக்கு நல்லசெல்வாக்கும் போக்குவரத்தும் இருந்தது. ஆடி, தீவாளி என்றில்லை நெனச்சாப்போதும், "விக்கல் எடுத்துச்சு, அய்யா நெனக்கிதுன்னு ஓடி வந்திட்டேன்! கெனாவுல அய்யா வந்து வாசப்படில நிண்டு பச்சத்தண்ணி குடு ஆத்தா ந்னு கேக்கறாப்பல இருந்திச்சு, பேரெ, தாத்தாகிட்ட போகணும்னு காலைலருந்து அடம்பிடிச்சு அழுதான்!" என்று ஏதாவது ஒரு காரணத்தைச் சொல்லி பிள்ளையை இடுப்பில் இடுக்கியபடி வாசலில் வந்து நிற்பாள்.

அன்றுமுழுக்க கிழவனும் கிழவியும் வாயெல்லாம் பல்லாகத் திரிவார்கள். தெரிஞ்சு அய்யாவும், தெரியாமல் ஆத்தாளும் பை நிரப்பி அனுப்புவார்கள். அதற்குமேல் மருமகன் வந்துவிட்டால் கறியென்ன, புளியென்ன, மாமனும் மருமகனும் ஒருத்தருக்குத் தெரியாமல் ஒருத்தர் குவாட்டர் பாட்டிலை வாங்கிக்கொண்டு வந்து பரிமாறிக்கொள்வார்கள்.

தனது ஊரில் கிழக்குத்தெருவில் 'கட்டக்கால்' அடிப்பதைக் கண்டுவிட்டால் வீரபாண்டிக்காரிக்கு அய்யா ஞாபகம் வந்துவிடும். அவளுக்கு அதை வல்லிசாய் செய்யவும் தெரியாது. அந்தத் தெருவிலிருந்து காமாட்சியைக் கூட்டிவந்து வறுவல் போட்டு வைப்பாள். அதை எடுத்துக்கொண்டு மாமனும் மருமகனும் ஊருக்குத் தெற்கிலிருக்கும் தேரிமந்தைக்குள் போய்விடுவார்கள்.

ரிட்டையர் ஆகிவந்த பணத்தை, ஆண்மக்களுக்குச் சமமாக பெண்ணுக்கும் பிரித்துக் கொடுத்தபோதுதான் வீட்டுக்குள் முதல் விரிசல் விழுந்தது. "இதென்னா ஊர்ல இல்லாத புது வழக்கமா இருக்கு?" என முதல் எதிர்ப்பை மூன்றாவதாய் வந்த மார்க்கயன்கோட்டைக்காரி எழுப்பினாள்.

“என்னத்த புது வழக்கத்தக் கண்டுபிடிச்சிட்டீகப்பா!” கேட்ட மருமகளைப் பார்த்துப் பேசாமல், அவளது புருசன் கடைக்குட்டியைப் பார்த்தபடி கேட்டார் கிழவனார்.

“பொம்பளப் பிள்ளைக்கித்தே வழமையா செய்யவேண்டிய நாலொரு செய்மொறையும் செஞ்சாச்சி. வந்துபோனா, தெரிஞ்சு பாதி, தெரியாம மீதின்னு தெனத்துக்கு ஒண்ணு செஞ்ச மானைக்கித்தான இருக்கம். இதுல பிஞ்சன் காசையும் பிரிச்சிக் குடுத்துட்டா. மத்தவங்களுக்கும் வாயி வகுறு இருக்குல்ல!” மூத்தமருமகள் விஜயாவும் அதனை வழிமொழிவதுபோல பேசினாள்.

“எல்லாருக்கும்தான தாராரு விசயா!” கிழவி, செருமுவது போல பதறாமல் வார்த்தைகளை எடுத்துவைத்தாள்.

“ஒங்களுக்கெல்லா ஒங்க அய்யாவீட்ல, இப்பிடித்தே கலியாண சீரு செஞ்சு, அதுக்கு மேக்கொண்டு சவரட்டண செஞ்சு அனுப்பிச்சாகளா?” தேவானை தனக்கான வாய்ப்பை சரியாகப் பயன்படுத்தினாள்.

மகன்கள் தங்களது குரலாய் மனைவிமார்களைப் பேசவிட்டதில் கிழவனாருக்கு மனங்கொள்ளாத கோவம், “ஆமாப்பா, நா அப்பிடித்தே செய்றேன். இது என் சொந்தச் சம்பாத்தியம். இத யாருக்குக் குடுக்கணுங்கற சொதந்தரம் எனக்குத்தே இருக்கு...” என்றவர், “கூடப் பொறந்தது ஒரு பிள்ளதானடா? அந்தப் பிள்ளைக்கி மூணுபேரும் இன்னிக்கி வரைக்கிம் ஒரு முக்காத்துட்டு இந்தான்னு ஈந்திருப்பீகளா. அப்பிடித் தந்திருந்தா நம்ம கண்ணுக்குப் பின்னால பெத்தமக்க, கூடப்பொறந்தத தங்கமா பாக்காட்டியும் பித்தளையாவாச்சும் வச்சுக்குவாங்கென்னு நெனைக்கலாம். எங்கண்ணு முன்னாடியே கண்டுக்க மாட்டீங்கறீக. நானும் செய்யலேனா ஆருசெய்வா. அதேன் சமமா தரேன். இதுமட்டுமில்ல. நாளைக்கி எனக்குவார பென்சன்லயும் ஒருபங்கு அந்தப் பிள்ளைக்கித் தரணும்னு எழுதி வெக்கெப் போறேன்” என நெஞ்சைப் பிடித்துக்கொண்டு பேசினார்.

“வீரவாண்டிக்காரி, அப்பனுக்குப் பன்னிக்கறிய ஆக்கிப் போட்டு சரிக்குச் சரியா பங்கப்பிரிச்சு வாங்கிக்கிட்டா!” என மருமக்கமார்கள் தூற்றலாயினர்.

*

“என்ன தேவான, கெழவி எங்குட்டுப் போனா?” மூத்தாள் விஜயா தன் இளயமகனை கைப்பிடியாய் இழுத்துக்கொண்டு வந்து நின்றாள். அவனது கையில் புத்தகப் பை தொங்கியது. பிள்ளையை பள்ளிக்கனுப்பும் வழியில் விசாரிக்க வந்திருக்கிறாள்.

“எங்க போகப்போறா பாவம்! ஒண்ணாந்தேதி இல்லியா, பணம் வந்துருக்கான்னு தவால்க்கார வீட்டுக்கு விசாரிக்கப் போயிருக்கும்... வேற? ஆத்தா குச்சு, அப்பெங் குச்சா இருக்கா, தங்கியிருந்து வர?”

எந்தப் பதட்டமுமில்லாதவள் மாதரி தன்னைக் காண்பித்துக் கொண்டது மீனாவுக்கு ஆச்சரியமாய் இருந்தது. இத்தனை நேரமும் சடங்கான பிள்ளையை தொலைத்து விட்டதுபோல கண்ணீருங் கம்மலுமாயிருந்த தேவானையின் இந்த திடீர் மாற்றம் விளங்கவில்லை. ஆனால், விஜயா, இது பசப்பு என கண்டுகொண்டாள்.

கிழவனாரின் மறைவுக்குப் பின்னால் கிழவி, தனியாகத்தான் இருந்தாள். பென்சன் அவள் பெயருக்கு மாறியதும் தனித்தவீடு பிள்ளைகளின் வரவால் மீண்டும் கலகவாசல் ஆனது. ஆளாளுக்கு தினமொரு கோரிக்கை வைத்து கிழவியிடம் காசு பிடுங்கலாயினர்.

இதில் வீரபாண்டிக்காரியும் அடங்கினாள். ஊரிலிருந்து ஆத்தாளைப் பார்க்க எப்பவும் வெறுங்கையுடன் வரமாட்டாள். என்னத்தியாச்சும் மொச்சக்காய் குழம்போ, குச்சிக் கருவாடோ ஏதோ ஒன்றை ஆக்கிக்கொண்டு வாளியில் எடுத்து வந்தால், பிள்ளைகுட்டிகளோடு அமர்ந்து பிக்னிக் வந்ததுபோல ஆத்தாளோடு சேர்ந்து சாப்பிட்டுவிட்டு காலிப்பாத்திரத்தை எடுத்துச் செல்வாள். ஆனால், பிறந்தவீட்டிலிருந்து வெறும்வாளி போக பெத்தமனசு ஏற்குமா? எதாவது அரிசி, பருப்பு, ரெண்டு பலகாரம் பட்சணம் ஒண்ணுமில்லாவிட்டால் நூறு இருநூறு பணமாவது போட்டுத்தான் அனுப்பி வைப்பாள்.

ஆகா, அலர்ட்டா இர்ரா ஆறுமுகம்னு, அண்ணந்தம்பி மூணுபேரும் சட்டுன்னு முடிவு பண்ணி, ‘அம்மாவ தனியா விடக்குடாது. ஆளுக்கொருமாசம் வீட்டுக்குக் கூட்டிப்போயி வீட்ல ஒக்காத்திவச்சு கஞ்சி ஊத்தணும்’னு பேசினபோது, அய்யாவோட ஆசப்படி மகளுக்கும் அந்தக் கொடுப்பினை தந்தாகணும்னு வீரவாண்டிலருந்து தாக்கீது வந்தது. அரமனசோட ஒத்துக்கிட்டாங்கெ.

ஆத்தா யார் வீட்ல இருக்கோ அவுக அந்த மாசத்துப் பென்சன வாங்கி அனுபவிச்சுக்க வேண்டியது! மாசம் பொறந்ததும் அடுத்த வீட்டுக்குக் கொண்டுக்குவந்து விட்டுடணும். யாரும் கொண்டுவந்து விடுறவரைக்கும் பொறுமையாயிருக்கறதில்ல. பொழுது கூவுன நிமிசத்திலேயே ஆத்தாவ அழச்சிட்டுப்போக, ஆள் வந்திடும் இல்ல ஆட்டோ வந்திடும்.

இதுக்கு முன்னேயும் ஆட்டோ வரும். கிழவி வீட்டில் இருக்கறப்ப ஒண்ணாம்தேதி பொறந்திருச்சுன்னா பேங்குக்குப் போக மூணுபேரும் ஆளுக்கொரு வண்டியோடும் வந்ததுண்டு. முன்னாடி வாரவன் சட்டுன்னு குப்பைக்கூடைய அள்ளிப் போட்டுட்டுப் போறாப்ல, கிழவி, முகம் கழுவியும் கழுவாம, சேலகட்டியும் கட்டாம கூட்டிட்டுப் போயிருவாங்கெ! கையெழுத்துப்போட்டு பணத்தவாங்குனதும் அங்கனயே விட்டுட்டு வந்த கூத்தெல்லாம் நடந்ததுண்டு.

கூத்தில் பெருங்கூத்து வீரபாண்டிக்கு கிழவி போனபோது நடந்ததுதான். பென்சன் பணத்தோடு பத்தாயிரம் ரூபாய் கடனுக்கும் சேர்த்து கிழவி கையெழுத்துப் போட்டுவிட்டாள். அதற்கடுத்த மாதம் கடனுக்கான முதல்தவணை பிடித்தம் செய்தபோதுதான் மகன்கள் மூவரும் கைகோர்த்தனர். மருமக்கமார் கிழவியைத் தூக்கிக்கொண்டு வீரபாண்டியில்போய் கலகம் செய்தனர். மகன்களுக்காக கிழவியும் "இப்பிடியொரு காரியத்த செய்யலாமாங்யா?" என முதன்முதலாக மருமகனிடம் கேள்வி கேட்டதை மகளால் பொறுத்துக்கொள்ள முடியாமல் "காரேறி வந்து இப்பிடி ஊருக்குள்ள எங்கள அசிங்கப்படுத்திட்டீல்ல... நீ எனக்கு ஆத்தாளுமில்ல, நா மகளுமில்ல. செத்தாக்கூட எனக்கு யாரும் ஆளனுப்பிச்சு விடக்குடாது!" என தானாய் ஒதுங்கிக்கொண்டாள்.

"தவால்க்கார வீட்டுக்கு எதுக்கு கெழவி போகுது? எதும் லவ் லெட்டரு வந்திருக்கான்னு கேக்கவா? தேவான பேசுனாத்தே தமாசா இருக்கும்..." மீனாவை இழுத்து வைத்து தனது பேச்சை ஒப்பித்தாள் மூத்தாள் விஜயா.

தேவானைக்கும் அது சுருக்கெனத் தைத்தது. பேங்கில் பணம் வாங்குவதற்கும் தபால்க்காரருக்கும் என்ன சம்பந்தம்? முதியோர் பென்சனுக்குதான் தபால்க்காரர் பொறுப்பு. இப்போது அதுவும்கூட ஸ்டேட் பாங்குக்கு மாறிவிட்டது. ஆனாலும் முன்வைத்த காலை பின்வாங்கக் கூடாதே!

“அதில்ல விசயாக்கா. நாலஞ்சு மாசமா பணம் வாரதில்லைல. அது சம்பந்தமா எதும் தபால் வரும்னு சொன்னாக. அதக்கேட்டு வாங்கப் போயிருப்பா!” சொல்லித் தப்பிப்பதற்குள் வேர்த்துப்போனது தேவானைக்கு.

“அதென்னமோ தேவான, ஓம்பாடு ஓம்மாமியா பாடு” என்ற விஜயா, “போடா, சித்தி வீட்டுக்குள்ள போயி எண்ணெயத் தேச்சிட்டுவா. இவன ஏச்சு பள்ளியொடம் அனுப்பங்குள்ள நமக்கு தண்ணிதவுச்சு தாவு தீந்துபோகுது” மகனிடமிருந்து புத்தகப் பையைப் பிடுங்கிக்கொண்டு வீட்டுக்குள் விரட்டிவிட்டாள். அவன், “நா எண்ணெயல்லா தேக்கெ மாட்டே” என அம்மாவின் சேலையைப் பிடித்துக்கொண்டே நின்றான்.

“பள்ளீயொடம் போறபுள்ள தலயில எண்ணெ வெக்யாமயா போவாக? போ, போய்த் தேச்சிட்டு வா...” மீனாவும் சொன்னாள்.

வீட்டுக்குள் கிழவி இருக்கிறாளா இல்லையா என வேவு பார்க்கத்தான் பிள்ளையை அனுப்புகிறாள் மூத்தாள் என்ற சந்தேகம் தேவானைக்கு. தானும்கூடப் போய்ப் பார்க்கட்டுமே என்கிற கடுப்பில் அமைதியாய் இருந்தாள். எண்ணியது போலவே மகனுடன் மல்லுக்கட்டியவாறே தானும் வீட்டினுள் நுழைந்து எண்ணெய் தேய்த்து தலைசீவி, முகத்துக்குப் பவுடரும் பூசிக்கொண்டு வந்தாள். “இவன பள்ளியொடத்துல விட்டுட்டு வாறேன்” தேவானைக்குச் சொல்வதுபோல அருகில் நின்ற மீனாவைப் பார்த்துச் சொல்லிவிட்டுக் கிளம்பினாள்.

இவளாவது இந்த அளவோடு போனாள். இனி, மார்க்கையங் கோட்டைக்காரி வந்தால் வீட்டைப் புரட்டிவிடுவாள். இன்றைக்கு கிழவி, அவள்வீட்டுக்குச் செல்லும் முறை. எப்பவும் இன்னேரமெல்லாம் வீட்டுவாசலில் அவளது புருசன் ஸ்கூட்டரைக் கொண்டுவந்து நிறுத்தியிருப்பான். ஏழு தடவை பூல்பூலென ஆரனை அமுத்தியிருப்பான். இல்லாவிட்டால் மார்க்கயன்கோட்டைக்காரியே ஆட்டோ பிடிச்சு வந்திருப்பாள். வீட்டில் மாமியாருக்கு வென்னிவெளாவி, ஆடும், கோழியும் அடுப்புல வெந்துக்கிருக்க மாதிரி அவசரப்படுத்துவாள்.

கிழவி காணாமல்போன சேதி அங்கேயும் எட்டியிருக்குமோ!?

‘இன்னைக்கி பேங்குக்கு கூட்டிப்போய் தனக்கு வரவேண்டிய போனமாத பணத்தை வசூலித்துக்கொண்டு அனுப்பலாம்’ என தேவானை நினைத்திருந்தாள். இனி சின்னவள் கூட்டிப்போனால் மொத்தமாக அவளே வசூலித்து வைத்துக்கொண்டால்?

மூத்தவளுக்கும் போன தவணை பணம் வரவில்லை. இன்று அவளும் உறங்க மாட்டாள். பிள்ளையை பள்ளியொடத்தில் விட்டுவிட்டு வந்து நிற்கப்போகிறாள். எப்படிச் சரிக்கட்ட என கணக்குப்போட்டு நிற்கும் சமயம், யாருமே எதிர்பாராவிதமாய் வீரபாண்டிக்காரி வந்து இறங்கினாள்.

அப்போதுதான் பாலையாவும் ஊரெல்லாம் கிழவியைத் தேடி அலைந்துவிட்டு களைத்துப்போய் வீடுவந்து உட்கார்ந்தான். தேவானையும் மீனா கொடுத்த காப்பிக்கு அடுத்து ஏதும் சாப்பிடாததால் படபடவென ஒருவடியாய் நெஞ்சு துடித்து கிறக்கமாக வருவதாக உணர்ந்தாள். இட்லியோ தோசையோ, கஞ்சியோ சோறோ... நேரத்துக்கு ஒரு கொய்யாப் பழத்தையாச்சும் வாங்கி வயித்துக்குள் தள்ளிக்கொண்டே இருப்பாள். இன்னைக்கி காலையிலிருந்து ஆள்மாத்தி ஆள்வந்துபோனதில் உக்கார்ந்த இடத்தை விட்டு நகர முடியவில்லை.

வருகிறவர்களெல்லாம் ஆளுக்கொரு குண்டைத் தூக்கிப்போடுகிறார்கள். அதனாலோ என்னவோ வயிறு கலக்கி அடிக்கடி கொல்லைக்குப் போனாள். அப்படி கொல்லைக்குப் போகும் சாக்கில் அடுப்படிபோய் செம்புசெம்பாய்த் தண்ணி குடித்தாலும் பசியடங்க மறுத்தது. அடுப்புள்ளிட்ட விறகாய் குபுகுபுவென எரியத்தான் செய்தது.

இனிமேலும் தாங்காது என்ற நிலையில் மதியம் ஒருமணிக்கு பள்ளிவாசலில் வாங்கு சொன்னநேரம் அடுப்பைப் பற்றவைத்தாள். வந்தவர்களிடம் பேசிக்கொண்டே வெறும் கஞ்சி போட்டு இறக்கி வைக்க, மீனா தன்வீட்டிலிருந்து முருங்கைக்கீரை வெஞ்சனம் கொண்டுவந்து வைத்தாள். வட்டி நிறையப் போட்டு வயித்தை ரெப்பிய பிறகே, உசிர் கூட்டுக்குள் வந்து சேர்ந்தது. அதன்பிறகே பாலையா வீட்டுக்குள் நுழைந்தான். கூடவே பட்டாளம்போல நாலைந்துபேர் உடன் வந்தார்கள்.

“அம்மாபிள்ள! நீ, சாப்ட்டியாம்மா. ஒண்ணும் சங்கடப்பட வேணாம். இன்னிப் பொழுது அடங்கங்குள்ள ஆத்தா வந்து சேந்துரும். பெரிய மனுசியில்லியா எங்கியாவது கேதம் பாக்க, யாரயாச்சும் விசாரிக்கப் போயிருக்கும். அம்ம பக்கத்துல எதும் கேதம் விழுந்திருக்கா, விசரிச்சுப்பாரு...” விருமாண்டியண்ணன் சளசளவென பேசியபடி சேரை எடுத்துப்போட்டு உட்கார்ந்து கொண்டார். அத்தனைபேர் வாயிலிருந்தும் சாராயநெடி அடித்தது. காலையிலிருந்து சுற்றியிருப்பர்கள் போலிருக்கிறது.

“அஞ்சாறு ஆட்டாவ அனுப்பிச்சிருக்கம் தாயி! கெழவி, எங்கன இருந்தாலும் புடிச்சுத் தூக்கீட்டு வந்துருவாங்கெ!”

எல்லாரையும் பார்க்க வைத்துக்கொண்டே கஞ்சியை உறிஞ்சி உறிஞ்சிக் குடித்தான் பாலையா. நல்லவேளை கஞ்சி காச்சியது.

அந்த நேரம்தான் வீரபாண்டிக்காரி வந்தாள்; வந்தவள் அண்ணன் கஞ்சிகுடிக்கும் அழகைப் பார்த்ததும், ஆவேசம் வந்தவளாய் அவனது நெஞ்சுச் சட்டையைப் பிடித்தாள். “எங்க ஆத்தாள எங்கடா கொண்டுக்குப் போய்ப் பொதச்சீங்க?!” என்று ஒரு பெரிய குண்டைத் தூக்கிப் போட்டாள்!

‘நாலைந்து மாசமாய் பென்சன் பணம் போடாததால் மருமக்கமார்கள் ஆத்தாளுக்கு சரிவர கஞ்சி ஊத்தாமல் அரப்பட்டினி கொறப்பட்டினியாய்ப் போட்டுக் கொன்று விட்டார்கள்’ என அண்ணன் தம்பி அத்தனைபேரையும் ஒட்டுமொத்தமாய்ப் பிடித்துப் பேசினாள். தேவானைக்கு ஆதரவாய் நின்ற மீனாகூட, வீரபாண்டிக்காரியின் பேச்சின் வெம்மையில் பின்னுக்கு நழுவினாள்.

“நா வாங்குன கடன் நாலுமாசத்தில் தீர்ந்துடும். நீங்க, மொத்தத்துக்கு ஆளவே தீத்துட்டீங்களேடா பாவியளா!” என ஒப்பாரி வைக்காத குறையாய் உலுப்பி எடுத்தாள். யாராலும் எதிர்ப்பேச்சு பேசமுடியவில்லை.

“அண்ணந்தம்பிக மேல இப்பிடி அபாண்டமா பழியப் போடாதம்மா. ராத்திரியெல்லா கெழவி இருந்திருக்கில்ல...”

கூடிநின்றவர்கள் சமாதானம் சொன்னார்கள்.

“அதத்தான கேக்கறேன். ராத்திரி இருந்த கெழவி காலைல எப்பிடி பறந்து போய்ட்டா. றெக்க மொளச்சிடுச்சா? ‘காசு வரல காசு வரல’ன்னு நொச்சுக்கொட்டி கஞ்சி ஊத்தாம, தண்ணி ஊத்தாம அவள இப்ப காணாப்பொணமா ஆக்கிட்டாங்கய்யா!”

பிலாக்கிணம் வைத்தவளிடம் யாரும் பதில் பேச முடியவில்லை.

பாலையாவும் விருமாண்டியும் காலையில் இருந்து ஆத்தாளைத் தேடிய கதையினைச் சொன்னார்கள்.

“தேடாத எடம் ஊருக்குள்ள ஒரு எடமில்ல தாயி! கடேசியா கெணறு, கம்மாயில கூடப் போய்ப் பாத்துட்டு வந்திட்டோம்.

இதுக்குமேல ஆட்டாவ வேற அனுப்பிச்சுருக்கு. இனி, என்ன செய்ய?"

"கேட்டீகளா கேட்டீகளா, கெணறு கம்மாயெல்லாம் எதுக்குய்யா போய்ப் பாக்கணும்? என்னம்மோ செஞ்சுட்டாய்ங்க. இப்பவே நா டேசனுக்குப் போகப்போறேன்..!"

விசும்பி நின்ற வீரபாண்டிக்காரியை, மார்க்கயன் கோட்டைக்காரி எதிர்கொண்டாள், "தாராளமா போ, பின்னாடியே நாங்க வாறோம். பென்சன் பணத்தில பங்குதராத கோவத்துல, கெழவி இருந்தாத்தான பணம் வருதுன்னு அவள நீயும் ஒம்புருசனும் சேந்துதே எதோ செஞ்சிட்டீக. ஏன்னா, நேத்துவரைக்கும் இங்க இருந்த கெழவி, இன்னைக்கி எப்பிடி மாயமானா, அவ காணாப்போன நிமிசத்தில உனக்கு எப்பிடி தாக்கல் வந்திச்சு?"

பிரச்சனை பெரிதாகும்போலத் தெரிய, "ஏ பாலயா, நல்லாவா இருக்கு. பல்லக்குத்தி மோந்து பாக்காதீகப்பா. ஆகற சோலியப் பாருங்க. வயசான சீவாத்தி எங்க போகப்போகுது. எதாச்சும் சடவுல கொஞ்சம் மனசு சங்கடப்பட்டு எங்குனயாச்சும் ஒக்காந்திருப்பா. அதுங்குள்ள நீங்களா எதேதோபேசி கருமாதிவரைக்கும் போய்ருவீக போல" என அய்யச்சாமி பெரிய்யா சமாதானம் சொன்னார்.

"அதான, எந்த வீட்லதே எல்லாஞ் சரியா நடக்குது. எனக்குங் கூடத்தே முதியோர் பென்சன் ஒரு வர்சமா வரல. மருமக கரிச்சுக் கொட்டுறா. என்ன செய்ய... அவ நெலம அப்பிடி! இந்தக் காசு வந்தா ஏதோ ஒரு செலவ சரிக்கட்டலாமேன்னு கணக்குப் போட்டுருப்பா" மாரியம்மா கிழவி அறுந்துபோன காதுகள் நடுங்கப் பேசினார்.

"முதியோர் பென்சன் ஊர்ல பாதிப்பேருக்கு மேல வரல. அதவிடுங்க. எங்கய்யா பேங்கு வேலக்கார்ரு... பேங்குல காசில்லாமப் போகுமா?"

"அதானா... பேங்குல வேல செஞ்ச காசயுமா அப்பிடிச் செய்வாய்ங்கெ. மேனேசரப் பாத்துக் கேட்டுவரலாம்ல?" போஸ்ட்மாஸ்டர் சின்னயன் யோசனை சொன்னார்.

"இன்னவரைக்கும் அங்கதா, மேனேசர் வீட்லதா மாமா ஒக்காந்துட்டு வாரே. கெழவி அங்கதா போயிருக்கணும்னு சந்தேகம். மேனேசரு பாவம், உள்ளூர் கிராம பேங்கே வேஸ்ட்டுனு பேசறார். ஒண்ணுமே வசூலாக மாட்டேங்கிதாம். அப்பப்ப

வார பணத்த அங்க வேலசெய்றவங்க எடுத்துக்கறாங்க போல, அவருக்கே ரெண்டுமூணுமாசம் சம்பளம் எடுக்க முடிலியாம்...” பாலையா தாங்கமுடியாத எரிச்சலுடன் பேசினான்.

பேங்க் மேனேஜரைப் பார்க்கவே பரிதாபமாக இருந்தது. “லோனக் குடுன்னு மேல சொல்லீர்றாங்கெ. சொன்ன நிமிசத்துல பெரியபெரிய ஆளுகவந்து வாங்கீட்டுப் போயிறாக. வசூலிக்கப் போனா எகத்தாளம் பேசுறாங்க. எதோ சின்னசின்ன சம்சாரிக கட்டுற காசிலதான் வண்டி ஓடுது. அவகளும் அடுத்த லோன குறிவச்சுத்தே கட்டுறாக. அது பரவால்ல...” என்றவர், “சீக்கிரமா அய்யாவோட நிலுவையத் தந்திர்ரே” என கைகூப்பி அனுப்பி வைத்தார்.

பாலையாவின் வீட்டில் சாயங்காலம் வரை பிரச்சனை நீடித்தது. இடையில் யார்யாரோ வந்து சமாதானம் சொன்னார்கள்.

வீரபாண்டிக்காரி ஒரேகாலில் நின்றாள். “ஆத்தாள கண்ணுல பாக்காம சமாதானம் ஆகமாட்டேன்” இடையில் வந்த காப்பி பலகாரத்தைக்கூட தொட மறுத்தாள். மீனா, நைசாகப் பேசி தன் வீட்டுக்கு அழைத்துச் சென்று சாப்பிட வைத்தாள்.

பாதிச்சாப்பாட்டில் கண்ணீரால் கைகழுவி எழுந்தாள். “எங்க ஆயாவ சந்தோசமா வச்சுக்கிட்டாகளா?” என மீனாவிடம் கேட்டுக்கொண்டாள்.

ஒருவாறாக, அனைவரும் ஒத்தமுடிவுக்கு வந்து, கருப்பணசாமி கோயில் பூசாரியை வரவழைத்து மைபோட்டுப் பார்ப்பது எனும்போது, நாலரை மணிக்கான வாங்கொலி பள்ளிவாசலிலிருந்து ஒலித்தது.

பாலையாவின் வீட்டில் நடுக்கூடத்தில் உட்கார்ந்து வெற்றிலையில் மைதடவி மையோட்டம் பார்த்த பூசாரி, “கிழவி கிழக்குப் பக்கம் பதுங்கி இருப்பதாக” அருள்வாக்குச் சொன்ன நேரம்... ரேசன் அரிசியைப் புடைத்து நாவியெடுத்து குருணை பிரித்துக் கொடுக்கும் வேலையை முடித்துவிட்டு, சம்பளமாய்க் கொடுத்த பணத்தை இடுங்கிய கண்களால் எண்ணிப்பார்த்துக் கொண்டிருந்தாள் கிழவி.

“ஒரு ரெண்டுநாள் கழிச்சு வா, பெரியாத்தா! ரேசன்ல அரிசி வரவும் கூப்புடுறேன்” என அரிசி ஏவாரம் பார்க்கும் மலக்காரம்மாள் சத்தமாகச் சொன்னாள்.

"வேற சோளம், கேப்பை எது இருந்தாலும் சொல்லு சரசு, வந்து மடக்குச் சொளகு போட்டு பொடச்சு சுத்தஞ் செஞ்சு தாறேன். வீட்ல சும்மாவேதான இருக்கேன்."

பிளாஸ்டிக் குடத்திலிருந்த நீரை மொண்டு, முகத்தில் தெளித்துக்கொண்டு, அப்படியே வாயில்விட்டு கடவாய் வழியே ஒழுகஒழுகக் குடித்துவிட்டு அரிசி குடோனிலிருந்து வெளியே வந்தாள் கிழவி.

- ஆனந்தவிகடன், ஆகஸ்ட் 16, 2019.

*

கழிவாய்

புதுமாப்பிள்ளை சந்திரனை நாய் கடித்துவிட்டது.

அந்தக்காலத்தில் பிள்ளையார் பால்குடித்த செய்தியைப் போல இன்று இது ஊருக்குள் வேகமாய்ப் பரவியது. கல்யாண மண்டபத்தில் வரவேற்பு மேசைக்கு பன்னீர்க்கூசாவும், சந்தனக் கும்பாவும் இன்னபிற இனிப்பு, பூ, பழ வகையறாக்களை தட்டுக்களில் எடுத்துக் கொண்டிருந்த போதுமணி அம்மாளுக்கு இச்செய்தி எட்டியதும் உதகை குளிரில் கூறுகெட்டத்தனமாய் பச்சைத் தண்ணீரில் குளித்த மாதிரி உடம்பெல்லாம் நடுக்கத்தை உண்டு பண்ணியது. 'இன்னும் சிலமணிநேரத்தில் அமராவதியின் சங்குக் கழுத்தில் சந்திரன் தாலிகட்டவேண்டுமே!'

"எங்க இருக்கான்?" நிதானமாகத்தான் கேட்டாள்.

"வீட்ல" மாடசாமி கொஞ்சம் எட்டி நின்றமானைக்கே சொன்னான். போதுமணியம்மாள் சந்திரனின் நண்பர்களை அடிக்க மாட்டாள், ஆனால் அசிங்க அசிங்கமாய் வைவாள்.

"இங்கதான இருக்கச் சொன்னே, வீட்டுக்கு எதுக்குப் போனியான்?"

பதில் வருவதற்குள் "ஏம் போது, என்னம்மோ சொல்றாங்க! அப்டியா?" என சிலம்பாயிக் கிழவி, பின்கொசுவச் சேலை சரசரக்க விசாரணைக்கு வந்தாள்.

"என்னத்த சொல்றாங்கனு இங்கனவந்து சிந்திக்கிட்டுத் திரியிற?" மூக்கின் இருபுறமும் குத்தியிருந்த ஏழுகல் மூக்குத்திகள் தெறித்துவிடும் கோபத்தோடு திரும்பினாள்.

"மாப்ளகாரனுக்கு..." கிழவியை முடிக்க விடவில்லை.

"ஆமா, மாப்ளகாரனுக்கு மாட்டுவண்டிய கட்டிக்கிட்டு மதுரைலருந்து மணக்க மணக்க மல்லியப்பூ அம்பாரம் கொண்டுக்கு வாராக. போயி வேலயப்பாப்பியா..."

“வேறொண்ணுமில்லீல்ல நல்லாருக்கான்ல” போதுமணியின் பதிலில் கிழவிக்கு சமாதானமாகவில்லை.

இதற்குமேலும் இங்கிருந்தால் ஆளுக்காள் வந்து துளைத்து விடுவார்கள். முதலில் சந்திரனைப் போய்ப் பார்க்கவேண்டும்.

“சித்த மிந்திதானடா இங்கன இருந்தான். அதுங்குள்ள எந்தக் கோட்டயப் பிடிக்க வீட்டுக்கு படையெடுத்தானாம்?” போதுமணி நெஞ்சடைக்கக் கேட்டாள். அவளது கேள்விக்கு பதில் சொல்ல அங்கே மாடசாமி இல்லை. சிலம்பாயிக்கிழவி வந்தபோதே அவன் கழண்டு கொண்டான்.

யாரிடமும் சொல்லிக்கொள்ளாமல் போதுமணியும் அவுக் அவுக்கென நாலு எட்டு வைத்து வீடுநோக்கி நடக்கலானாள்.

மண்டபத்தில் டி.எம்.எஸ்ஸும் பி.பி.சீனிவாசனும் “நல்லவன்... எனக்கு நானே நல்லவன்” என முறைவைத்துப் பாடிக்கொண்டிருந்தனர். மணமேடைப் பக்கம் இருந்த மணமகள் அறைவாசலில் பெண்வீட்டார்கள் அங்குமிங்கும் ஓடியபடி மணமகளுக்கு அலங்காரம் செய்யும் முனைப்பு தெரிந்தது. மணமேடைக்குக் கீழே பிளாஸ்டிக் சேர்களை ஒழுங்குபடுத்தும் வேலையிலிருந்த கணவர் வேலுப்பிள்ளையைக்கூட அழைக்கத் தோன்றவில்லை போதுமணிக்கு.

2

“ங்நொம்மாவுக்குத் தாக்கல் சொல்லியாச்சுப்பா” மாடசாமி பதட்டம் மாறாமலேயே பேசினான். சந்திரனின் இந்த நிலைக்கு தானே காரணம் என்கிற குற்றவுணர்ச்சி அவனை ஆட்டுவித்தது. இரவெல்லாம் மண்டபத்தில் அலங்கார வேலைப்பாடுகளிலும், தெருவெங்கும் ஃப்ளக்ஸ் தட்டிகளைச் சுமந்து சென்று பந்தக்கால்கள் ஊன்றி விளம்பரம் வைத்தும் உறக்கத்தைத் தொலைத்திருந்தார்கள். சந்திரனின் மாமா வந்து சத்தம் போட்டதனால் புதுமாப்பிள்ளை சந்திரனை மட்டும் கொஞ்சம் முன்னாடியே உறங்க அனுமதித்தனர்.

காலையில் ஜிம்முக்குப் போகவேணாமென அம்மா உத்தரவிட்டிருந்தது, ‘ஒருநாப்போல ஒருநா இருக்காது. நல்லநாள் அதுவுமா எக்சசைஸ் பண்ணுகிறபோது இரும்பாகப்பட்டது கையிலகாலில விழுந்து ரத்தக்காயம் படுறது நல்லதில்ல ஆமா!’ அதனால் ஜிம்மை தவிர்த்துவிட்டு வெளியூரிலிருந்து

வந்த நண்பர்களை அழைத்துக்கொண்டு மீருசமுத்திரம் கண்மாயை சுற்றிப்பார்க்கப் போனார்கள். முக்கியமாக நீர்நிலையில் புதுமாப்பிள்ளை முகம் காட்டக்கூடாது என்ற நிபந்தனை எப்படியோ மறந்துபோனது. கண்மாயில் நீர் வடிந்த பகுதியில் வெள்ளரித்தோட்டம் பயிரிட்டிருப்பார்கள் அதைக் காண்பிக்கலாம் என மாடசாமி சொல்லியிருந்தான். அதனடிப் படையில் ஐந்தரைக்கெல்லாம் மண்டபத்து மைக்செட்காரன்,

‘விநாயகனே வெவ்வினையை வேரறுக்க வல்லான்
விநாயகனே வேட்கைத் தணிவிப்பான்
விநாயகனே விண்ணிற்கும் மண்ணிற்கும் நாதனுமாம்...’

என்று கூவி எழுப்பிவிட, காலைக்கடன் கழிக்க கண்மாய்க்குப் பயணப்பட்டனர்.

அதிகாலைப்பொழுதில்தான் வெள்ளரித் தோட்டத்தில் காய்பறிப்பு நடக்கும்... நடந்து கொண்டிருந்தது. கடன் ‘கழித்து’ கண்மாயில் காலை அலம்பிவிட்டு ஃப்ரஸ் வெள்ளரிக்காய் வாங்க தோட்டத்துக்குள் மொத்தமாய் நுழைந்தனர். பால்பிஞ்சு வெள்ளரியாய் வாங்கி பேண்ட் பாக்கட்டில் திணித்துக்கொண்டு திரும்புகிறபோது காவலுக்குக் கிடந்த நாய் என்ன நினைத்ததோ சந்திரனின் பின்னாலேயே வந்துகொண்டிருந்த அது, யாரும் எதிர்பாராத ஒரு தருணத்தில் அவனது காலை ‘லபக்’கெனக் கடித்துவிட்டது. பின்னங்காலில் மணிக்கட்டுக்கு சற்றுமேலே கெண்டங்கால் நரம்பைக் கவ்வியதில் இருபுறமும் இரண்டிரண்டு பல்தடங்கள் விழுந்திருந்தன. அத்துடன் தோல் உரிந்து ரத்தச்சுவடும் தென்பட்டது.

அதைக்கண்டதும் விருதுநகரிலிருந்து வந்திருந்த மணிமாறன் நாயை காலால் ஓங்கி எத்தினான்... உதைத்த வேகத்தில் நாய் உதைபந்துபோல தூரமாய்ப் போய் விழுந்தது. அதே வேகத்தில் எழுந்து மறுபடியும் சந்திரன்மேல்தான் பாயப்போனது. வெள்ளரித் தோட்டக்கார அம்மாள் ஊளையிடுவதுபோல ஒருசத்தம் கொடுத்தாள். மாயம்போல் சந்திரனை விட்டுவிட்டு தோட்டக்காரம்மாளின் காலடியில் வந்து நின்றது நாய்.

“ஏம்பா, போனாலும் போகுதுன்னு ஒரு பச்சமண்ண இப்பிடி ஒதைக்கிறியே. மனுசப் பொறப்புவேற, இது வேறயா தம்பி? எல்லாமே ஒரு உசுர்தானப்பா” அருகில்வந்த தோட்டக்காரம்மாள் நாயின் உடலை ஆதூரமாய் நீவிக்கொடுத்தாள்.

“ஏம்மா, லகளயா ? கெண்டங்காலக் கடிச்சுக் கொதறியிருக்கு. பச்சமண்ணு செவப்புமண்ணுனு சொல்லிட்டுருக்க. பாருமா நாய்ப் பல்ல!” மாடசாமி ரத்தக் காயத்தைக் காண்பித்தான்.

“இது காயமில்ல ராசா! லேசா பல்லு பட்டுருக்கு அவ்வளவ்தே. வெளாட்டுப்பிள்ள தம்பி, நம்ம ராசுக்குட்டி எங்ககிட்டக்க இப்பிடித்தே ஆவ்ஆவ்னு பல்லக்காட்டிக்கிட்டு வெளாடுவான். அதுமாதிரி தம்பியக் கண்டதும் படுவா ராஸ்கோலுக்கு ஏதோ ஒரு சந்தோசம் வந்திருச்சு... ஏண்டா பக்கி, பக்கிரிக் கழுத, இப்புடியா ஏவாரம் வாங்க வாரவகள பயமுறுத்துவ! பாரு, ரெம்ப மனசு சங்கடப்படுறாங்கள்ல. ம்?” கடிந்துகொண்டு நாயை கைஓங்கி அடிப்பதுபோல பாவனை செய்தவள், அது கால்களை மடித்து பம்மக்கண்டதும் பாசமிகுதியால் குழந்தையைத் தூக்குவதுபோல் அதன் முன்னங்கால் அக்குளில் கைலாகு கொடுத்துத் தூக்கி முகத்தோடு முகம் இணைவைத்துக் கொஞ்சினாள். “நீ சொன்னபேச்சு கேக்க மாட்டேங்கிற... உன்ன வீட்ல விட்ருவேன் ஆமா.”

“என்னாங்மா வெவரம் புரியாமப் பேசறீங்க! அவெ, கலியாண மாப்ளம்மா ! பத்துமணிக்கு கலியாணம், பொண்ணு கழுத்துல அவெ தாலியக்கட்டணும்” தேனி ஈஸ்வரன் பதட்டத்துடன் குற்றம் சாட்டினான்.

சற்றே துணுக்குற்ற தோட்டக்காரம்மாள், அதனை வெளிக்காட்டாமல், “கொஞ்சமாச்சும் கூறுவேணாமாப்பா ஒரு கலியாண மாப்புளய இப்பிடியாப்பட்ட எடத்துக்கெல்லா கூட்டிக்கிட்டு வரலாமா? காத்து கருப்பு, சீரு அடிச்சிராதா எளங்கன்னு பயமறியாதுன்றது சரியாத்தே இருக்கு! இந்த நேரத்தில பைரவத் தீண்டல்கூட நல்லதுதே! ஒரு மொடக்கு தண்ணியக் குடிச்சிட்டுப் போங்க. சரியாப் போகும்” தன் கூடாரத்திலிருந்து கொண்டுவந்த பாட்டில் தண்ணீரை சந்திரனுக்குப் புகட்டினாள்.

போகும்போது “ஒரு நுமுசம்” என்று அவர்களை நிறுத்திய தோட்டக்காரம்மாள், “என்னாதே தங்க ஊசின்னாலும் ஊசி ஊசிதான, அதுபோல வீட்டு நாய்னாலும் செய்யறத செஞ் சிரணும்” என்றவள், மாடசாமியிடம் அவனது செருப்பைக் கழட்டச் சொன்னாள். அதை கையில் வாங்கி, “சே நாயே! சே நாயே!” சொல்லிக்கொண்டே சந்திரனின் காலைக் காட்டச் சொல்லி கடிவாயில் செருப்பால் அடித்தாள்.

3

“வர்சமெல்லா ஒனக்கும் நொப்பனுக்கும் இதே பொழப்பாப் போச்சு. ஒரு நல்ல நா பொல்ல நா வந்திரக் குடாது. அன்னைக்கீனு பாத்துதே என்னத்தயாச்சும் வில்லங்கத்த இழுத்திட்டு வருவீக! ஒங்களோட மல்லுக்கட்டி மல்லுக்கட்டியே எனக்கும் காலம் போயிருச்சு” என்று வீட்டுக்குள் நுழைந்ததும் தாளிக்கத் துவங்கிய போதுமணியம்மாள், “இந்நேரத்தில அங்கபோய் பேளப் போகாட்டி மண்டபத்திலதே அத்தன கக்கூஸ் வரீஸ்சையா கட்டிப் போட்ருக்கானுகல்ல. ஆயிரஆயிரமா காசும் எண்ணிக் குடுக்கறம்ல. எவனும் எங்குட்டும் போறான்! காசக் கக்கத்துல வச்சுகிட்டு காலணா கடங்கேட்டு காங்கேயம் போன கதையா இருக்கேடா ஒம்பொழப்பு. கையில கங்கணத்தக் கட்டிக்கிட்டு கண்ட எடம் சுத்தலாமா? ஈசுவரா!” அங்கலாய்த்த நேரத்தில் வேலுப்பிள்ளையும், சிலம்பாயிக் கிழவியும் வந்து சேர்ந்தனர்.

“வலிக்கிதா அப்பனு? மெத்தக் காயமா! உண்டனா (நிறைய) நெத்தம் வந்திருச்சா?” அக்கறையுடன் விசாரித்த கிழவிக்காக வேஷ்டியை விலக்கி காயத்தைக் காட்டினான் சந்திரன். கடிவாய் கொஞ்சம் வீங்கிச் சிவந்திருந்தது. செந்துருக்கப் பொட்டுப்போல ரத்தம் உறைந்திருந்தது.

“ஒண்ணு, ரெண்டு, மூணு, நாலு” என கிழவி பல்தடத்தை எண்ணிக் கொண்டிருக்க, வேலுப்பிள்ளை “சோத்தத்தான திங்கிற...” என சேகரித்துக் கொண்டுவந்த வார்த்தைகளால் சந்திரனை களமாடத் துவங்கிய சமயத்தில் போதுமணி, “ஆகவேண்டிதப் பாருங்க. சலசலனு பேசிட்டுருக்காம” என்றவள், “நீங்க மொதல்ல மண்டவத்துல போய் நில்லுங்க” என மகனை கணவனிடமிருந்து தடுத்தாட் கொண்டாள்.

“நாய் கடிச்ச வீட்ல தண்ணி வாங்கிக் குடிச்சியாடா?” பேருக்கேனும் ஒரு கேள்வி கேட்கவேண்டியிருந்தது வேலுப்பிள்ளைக்கு. செருப்படிவரை வாங்கியதை எவனும் சொல்லவில்லை.

“சரிவிடு போதுமணி, இதும் ஒரு தத்துதே. தலைக்கு வந்தது தலாணியோட போச்சுனு நெனச்சுக்க. கொஞ்சூண்டு சுண்ணாம்பு வாங்கி தடவிவிடு. கத்தாளயப் புடுங்கி ரெண்டு கல்லுஉப்ப சேத்துவச்சு இடிச்சு, ஒரு கட்டப்போட்டுவிடு. இல்லியா ஊமத்தாங் கொலைய வதக்கி வச்சுக் கட்டிவிடு ஒரு மூணுநாள், தன்னால எல்லாம் சரியாப்போகும்” சிலம்பாயிக்

கிழவி தனது வைத்திய அறிவை பிரயோகம் செய்தவேளையில் மணிமாறன் மாடசாமிக்கு ஏதோ சமிக்ஞை காட்டினான்.

"கோச்சுக்காம எல்லாரும் மண்டவத்துக்குப் போங்க. அஞ்சு நிமிசத்துல ஆஸ்பத்திரிக்கிப் போயி ஒரு ஊசியப் போட்டுட்டு வந்திர்ரம். வாடா மாப்ள" யாருடைய அனுமதிக்காகவும் காத்திராமல் சந்திரனின் கையைப் பிடித்து இழுத்துக்கொண்டு கிளம்பினான் மாடசாமி. வாசலில் தயாராய் நின்றிருந்த மூன்று பைக்குகளும் பெருத்த உருமல் சத்தத்துடன் கிளம்பின.

"என்னா போது, நெற விசேசத்த வீட்ல வச்சுகிட்டு ஆஸ்பத்திரிக்கி கீஸ்பத்திரிக்கின்னு போவுதுக பிள்ளீக?" சிலம்பாயிக் கிழவி கையறு நிலையில் திகைத்தாள்.

ஆஸ்பத்திரியில் ஊசிமட்டுமா போடுவார்கள் கடிவாயில் பெரிய கட்டுப்போட்டு அனுப்பப் போகிறார்கள். கட்டோடு மகன் மணவறை ஏறப்போகிறான்! "ஒச்சத்தோடதான ஓம்பிள்ள தாலியக்கட்டுனான்னு அழியாத பேராகிப்போகுமே!" என்ற கவலையில் கிழவியின் பேச்சு போதுமணிக்கு காதில் ஏறவில்லை.

4

உள்ளூர் மருத்துவமனைகள் அப்போதும் உறக்கம் நீங்கியிருக்கவில்லை. எந்த மனையிலும் டாக்டர்கள் இல்லை. வெள்ளுடை வேந்திகள்தான் கண்களுக்குச் சிக்கினார்கள். அந்த நர்சம்மாக்களும்கூட ஏதோ ஒருமூலையில் கிடந்தார்கள் தேடிப் பிடித்துத்தான் விசாரிக்கவேண்டி இருந்தது. எல்லா இடத்திலும் எல்லா நர்சுப்பிள்ளைகளும் ஒரேமாதிரியான பதிலைத்தான் சொன்னார்கள். 'நாய்க்கடிக்கு ஜி.ஹெச்.தான் போகணும். எந்த ஆஸ்பிட்டல்லயும் மருந்திருக்காது. மெடிக்கல்லயும் ரேராத்தான் மெடிசன் இருக்கும். அதவேணா வாங்கிட்டு வாங்க இன்ஞ்சக்சன் பண்ணிவிடுறம். பெட்டர்ச் சாய்ஸ் என்னன்னா மெடிசன் தேடி அலையிற நேரத்தில ஜி.எச். போய் அட்மிட் ஆயிடலாம்."

நன்றி சொல்லக்கூட நேரமில்லாமல் அரசு மருத்துவமனைக்கு விரைந்தன வண்டிகள்.

சந்திரனுக்கு களைப்பாக இருந்தது. காலையில் எழுந்ததிலிருந்து ஒருகாப்பிகூட சாப்பிடவில்லை. தவிரவும் இரவு அதிகமான விழிப்பில் இருந்தமையால் ஒருவிதமான கிறுகிறுப்பும் உறக்கமும் வந்து சொக்கடித்தது. வண்டியில் பின்னால்

உட்கார்ந்து பயணித்தவாக்கில் உறங்கலானான். உறக்கச்சடவில் சந்திரனின் தலை தொங்கியது கண்ட மணிமாறனுக்கு நெஞ்சம் துணுக்குற்று ஒரு பயம் வந்தது. அதனை யாரிடமும் பரப்பாமல் தன்னளவில் சரிக்கட்ட எண்ணி, வண்டியின் ஓட்டத்திலேயே உறங்கிவழிந்த சந்திரனின் முதுகில் அறைந்தான்.

அலங்க மலங்க விழித்த சந்திரன் அசிங்கமாய் மணிமாறனைத் திட்டலானான்.

“நாம என்னா மாதிரி த்ரில்லிங்ல இருக்கம். மாப்ள ஜாலியா ஒறங்கிக்கிட்டு வாரான் டா.”

“நானும் பார்த்தேன்” என மாடசாமி மணிமாறனுக்கு ஆதரவுக்குரல் கொடுத்தான். “ஒறக்கச்சடவுல கீழ விழுந்துறாதடாசாமி அதுக்கும் ஒங்க அம்மாகிட்ட வாங்கிக் கட்டிக்க முடியாது. கொஞ்சநேரத்துக்கு ஸ்டெடியா ஒக்காரு. முடியலியா, நீ வந்து வண்டிய ஓட்டு.”

புதுமாப்பிள்ளையை வேலைவாங்கக் கூடாதென்றுதான் பின்புறம் உட்கார்ந்துகொள்ள அனுமதித்திருந்தனர்.

சந்திரன் காப்பி கேட்டான். “அதுக்கெல்லாம் டைம் இல்லை” மாடசாமி நிர்தாட்சண்யமாய் மறுத்தான். உள்ளூர்க்காரன் அத்தனை பழியும் அவன்தான் சுமக்கவேண்டும்.

ஊசிபோடுகிறபோது வெறும் வயிற்றில் போடக்கூடாது என்ற தத்துவத்தை சாணார்பட்டி ராஜேந்திரனும் சொல்ல, அனைவரும் வழிக்கடையொன்றில் வண்டியை நிறுத்தினர்.

5

இன்னும் பார்த்துக்கொண்டிருந்தால் என்னாவது!

இந்தப் பார்வைக்குத் தானா பெண்ணானது?

என்று பி.சுசிலா, டி.எம்.எஸ்–சிடம் சிணுங்கிக்கொண்டிருந்தார்.

மண்டபத்தில் நடுத்தர பாடல்கள் ஒலிபரப்பாகத் துவங்கின. முகூர்த்தநேரம் நெருங்க, நாதஸ்வர இசைக்கு மாறி விடுவார்கள். காலைச் சாப்பாடுக்கு உள்ளூர் ஆட்கள் வரமாட்டார்கள் என முடிவுசெய்து மெனு தரவில்லை. என்றாலும் சமையல்காரர் சமயோசிதமாய் ஐம்பதுபேர் சாப்பிடுகிறமாதிரி பொங்கலும், இரவு மீந்த மாவில் இட்டிலியும் செய்து வைத்திருந்தார். பெண்வீட்டுக்காரர்களும், சிறு குழந்தைகளும் பசியாறிக்

கொள்ளலாம். பத்தரைக்குமேல் முகூர்த்தம் என்பதால் ஆட்களின் வருகை மந்தமாகத்தான் இருந்தது சமையல்கட்டிலிருந்து மணப்பெண்ணுக்கு உணவு எடுத்துக்கொண்டு ஒருபெண் மணமகள் அறைக்குள் நுழைந்தாள்.

அந்த சமயம் போதுமணியம்மாளும் பெண்ணின் அறைக்கு வந்தாள். "நல்லா ஒறங்கினியாம்மா" மணப்பெண்ணை விசாரித்தாள். "ம்" என முனகலில் பதிலளித்தாள் அமராவதி. அடுத்து "காப்பி வந்திச்சா" எனக்கேட்டாள். "வரல அத்த, நாங்கபோய்த்தே வாங்கிவந்தோம்" மணப்பெண்ணின் தோழிகளில் ஒருத்தி பொறுப்பாய் பதில்தர, இன்னொருத்தி, "காப்பிக்கு என்னா, காலா இருக்கு நடந்துவர" என கீச்சுக்குரலில் கிண்டலடித்ததும் மணப்பெண் உட்பட சில பெண்கள் சிரித்ததும் போதுமணிக்குக் கேட்கத்தான் செய்தது.

"சடச்சிங்காரம் வந்திருச்சு. மல்லியப்பூ பத்தாது, அத்தையம்மா !" மணப்பெண்ணின் கூந்தலுக்கு எண்ணெய் தடவிக்கொண்டிருந்த பெண்கேட்டாள். அப்போது, "வாங்க அத்தாச்சி .!" என்றபடி வெளியிலிருந்து வந்த அமராவதியின் தாயார், போதுமணியை வாய்நிறைய வரவேற்றாள்.

"மருமகளப் பாத்துட்டுப்போக வந்திருக்காங்க"

"பின்ன என்னா, ஒன்னியவா பாக்க வருவாக"

"அதொண்ணுமில்ல த்தாச்சி, மல்லியப்பூ காணுமா ?"

"போதும்போதும். அதேன், சடச்சிங்காரம் இருக்கு, கனகாம்பரம் இருக்கு, பத்தாக்கொறைக்கு ரோசாப் பூவுமிருக்கில்ல. இதுக்குமேல என்னா !" அமராவதியின் தாயார் அடக்கமாக பதிலளித்தார்.

"இங்க பூவுக்கெல்லா கொறவில்ல அத்தாச்சி. வேணுங்கறதச் சொல்லுங்க .. மல்லியப்பூ ரெண்டுபந்து போதுமா. எல்லாருக்கும் வேணுமில்ல நாலுபந்தா குடுத்துவிடுறேன். அத்தாச்சி. பொம்பளப்பிள்ளைகள மொதல்ல குளிக்கச் சொல்லுங்க. அடுத்து ஆம்பளைக வந்துடுவாக. சட்டுபுட்டுன்னு சாப்பிட்டு ரெடியாகிடுங்க"

மணவறையில் குருக்கள் அப்போதுதான் தனது உதவியாளருடன் வந்து நின்றிருந்தார். அவருக்கு ஒரு வணக்கத்தைப் போட்ட போதுமணி அவரைச் சாப்பிடச் சொன்னாள். காலை ஆகாரம் எடுப்பதில்லை என்ற குருக்கள்,

உதவியாளனைப் பார்த்து சமையல்கட்டில்போய் தனக்கு ஒருதம்ளர் பால்மட்டும் தண்ணீர் கலக்காமல் வாங்கிவரச் சொன்னார். உபரியாக எல்லாரும் தயாராகிவிட்டனரா எனவும் கேட்டுக்கொண்டார்.

மணமகன் அறையில் வேலுப்பிள்ளை, சிலம்பாயி கிழவியுடன் போதுமணியின் மகள்கள் இருவரும் அவர்களது கணவன்மாரும் கேள்விகளை ஏந்தியவண்ணம் போதுமணியின் வருகையை எதிர்கொண்டனர்.

6

அரசுமருத்துவமனையின் வாசனை முகப்பு வாயிலிலேயே குடலை உருவிப் போட்டது. உள்புறமாய் இருநூறு மீட்டர் பயணித்து வண்டிகளை நிறுத்திவிட்டு ஓ.பி. சீட்டுக்கள் தருமிடத்தைத் தேடினர். மாடசாமி மட்டும் "சீட்டு எடுத்துக்கிட்டுருங்க ந்தா வாரேன்" என மொட்டையாய் சொல்லிவிட்டு மருத்துவமனையின் ஆகிருதிக்குள் மறைந்துபோனான்.

சந்திரனை இருக்கையில் இருக்கச் செய்துவிட்டு எல்லோரும் வெளிநோயாளி பிரிவினைக் கண்டுபிடித்து சீட்டுவாங்க வரிசையில் நின்றனர். சினிமா கவுண்டர்போல 'நிக்கலில்' குழாய் வளைத்து இடுப்பு உயரத்திற்கு தடுப்புசுவர் நட்டிருந்தார்கள். இந்நேரத்திற்கே ஐம்பது பேருக்குமேல் வரிசை நீண்டிருந்தது. ஆனாலும் பத்து நிமிடத்திற்குள் முதல் சீட்டைப் பெற்றுக்கொண்டு ராஜேந்திரன் வர, அடுத்த இரண்டு நிமிடத்தில் ஈஸ்வரனும் ஒரு சீட்டை எழுதிவாங்கி வந்தான்.

"எதுக்குடா ரெண்டு சீட்டு ? நல்லவேள நீயும் ஒண்ணு வாங்காம வந்தியே" அன்பழகனைப் பார்த்து விரக்தியாய்ச் சிரித்தான் சந்திரன். "நீ ஒண்ணு வாங்கி, மாடசாமி ஒண்ணு வாங்கிட்டா வந்த எல்லாருக்கும் ஒரு ரிக்காடாகி இருக்கும்" என அன்பழகனும் சிரித்தான்.

"மாடசாமி வந்த பெறகுதே உள்ள போகணுமா ?"

"உள்ளூர்க்காரெ அவெந்தான?"

"டயமாகுது மாப்ள, மண்டபத்துல என்னா குந்தக்கேடு ஆகிக்கிட்டிருக்கோ" என கலங்கிய சந்திரன், "ஈஸ்வரன் இருக்கான்ல. வாடா உள்ளபோவம். மாடசாமி, வரவரைக்கும் வெய்ட்பண்ணச் சொன்னானா?"

”அப்படி எதுவும் சொல்லவில்லை. 'வரேன்' எனச் சொன்னான். ஒருவேளை அவனுக்கு எதும் பாத்ரூம் அவசரம் வந்து போயிருந்தால் அடச்சே!

சந்திரனை எழுப்பியதும் வலதுபக்கம் போவதா இடதுபக்கமா என குழம்பினர். அத்தனை பக்கமும் ஆட்கள் வருவதும் போவதுமாய் இருந்தார்கள். அந்த ஹாலின் மைய பாகத்தில் இருந்த ஒரு அறையில் மருந்து குப்பிகளும் ஆள்படுக்கும் மேசைக்கட்டிலும் இருந்தது. அறையின் நுழைவு வாசலில் நடுத்தர வயதுடைய நர்சுப்பெண் கைகளைக் கட்டியபடி நிச்சலனமாய் நின்றிருந்தார். அவரிடம் அன்பழகன் சீட்டைக்காட்டி எங்கேபோக என வழிகேட்க, அப்போதும் முகத்தில் எந்த பிரதிபலிப்பும் இல்லாமல் கைகாட்டி மரம்போல இடதுபக்கம் கையைக் காட்டினார்.

அத்தனை அறைகளும் பெரிதுபெரிதாய் இருந்தன. இதனால் தான் பொதுமக்கள் பெரியாஸ்பத்திரி என்கிறார்களோ அனைத்து அறைகளிலும் நோயாளிகள் வரிசைவரிசையாய் நின்றிருந்தனர். வெளி நோயாளிகள் அறையில் நல்ல கூட்டம். இத்தனை பேரையும் கடந்து எழுதிவாங்கி ஊசிபோடுமிடத்தில், காயத்திற்கு கட்டுபோடுமிடத்தில், மாத்திரை வாங்குமிடத்தில் வரிசைபோட்டு நின்னு? ஈஸ்வரனையும் அன்பழகனையும் பார்த்தான் சந்திரன்.

“இதில என்னைக்கிடா நீஞ்சி கரையேற?” ராஜேந்திரன் வாய்வார்த்தையாய் சொல்லிவிட்டான்.

சந்திரனுக்கு ஒன்றும் புரியவில்லை. நேரம் ஒன்பதரை.

“கால் வலிக்கிதா மாப்ள?” ஈஸ்வரன், சந்திரனின் தோளைப் பிடித்துக்கொண்டு நோயாளிகள் வரிசையில் நின்றான்.

7

சந்திரன் சின்னவயசாக இருந்தபோது வீட்டுக்குப் பிச்சை வாங்கவந்த குடுகுடுப்பைக்காரர், அவன் சோத்துக் கும்பாவோடு நின்ற கோலம் பார்த்து ‘இவன் ஒரு சாப்பாட்டு ராமன்’ என பட்டம் கொடுத்தார். தொடர்ந்து, ‘இவன் யாருக்கும் எதற்காகவும் கவலைப்படாத ஆத்துமா’ என்று, ஒரு கும்பா சோற்றுக்கும், நாலணா காணிக்கைக்கும் குறி சொல்லிப் போனார்.

பள்ளிக்கூடத்திலும் வாத்தியார்களிடம் நல்லபேர் வாங்கினாலும் மார்க்கெல்லாம் சொல்லிக்கொள்ளும்படி

இல்லை. தவிர, எப்போ பார்த்தாலும் ஏதாவது ஒரு இடத்தில் விழுந்து எழுவதும். கையை முறித்துக் கொண்டும், காலை உடைத்துக்கொண்டும் வருவதே வாடிக்கையாயிற்று. தேனி வரசித்திவிநாயகர் கோயில் பேட்டையிலிருக்கும் சங்கையாநாடார் எலும்புமுறிவுக்கு நல்ல வைத்தியர் அவரிடம் பற்றுவரவு வைக்குமளவு ஆகிப்போனது சந்திரனின் பாடு.

அதைவிட இன்னொரு கொடுமை தெருவிலிருக்கும் நாய்ச் சனியனெல்லாம் சந்திரனை விரட்டாத நாளில்லை. இத்தனைக்கும் நாய்க்குட்டியென்றால் அவனுக்குக் கொள்ளைப் பிரியம். வாங்கித்தின்னக் கொடுக்கிற காசில் நாய்களுக்கு பிஸ்கட்டெல்லாம் வாங்கி ஊட்டுவான்.. அப்படியும் சந்திரனை விரட்டத்தான் செய்தன. அன்னஞ்சி நாயக்கரிடம் பௌர்ணமி பூசைபோட்டுக் கேட்டபோது, சுக்கிரன் நீசம் பெற்ற சாதகர்களுக்கு இப்படித்தான் சில காரியங்கள். நடக்குமாம். 'நாமதே சூதானமா நடந்துக்கணும்' எனச் சொல்லியிருந்தார். சமீபத்தில்தான் சந்திரனின் நண்பன் சீதரன் வீட்டுநாய்களை எப்படித் தொடவேண்டும் என சின்னதாய் பாடம் எடுத்தான். “மொதல்ல நாடிக்கு அடில கைகுடுத்து தடவி, ஹேண்ட் ஷேக் கொடுத்து, பிறகு அதோட தலையத் தடவறது பிடறிய நீவறது எல்லாம் செய்யணும்.”

“கலியாண நாளையிலும் இப்பிடித்தே ஆகும்னா என்னாதேஞ் செய்யிறது. ஒனக்காச்சும் கூறு வேணாமா ம்மா” என போதுமணியம்மாளை மகள்கள் இருவரும் கட்டி ஏறினார்கள்.

“அதுக்காக நா, வயசுப்பய கூட பின்னாடியே திரிய முடியுமா? ராவெல்லா கிருமமாத்தான இருந்தான். காலைல கண்ணுமுழிச்சுப் பாக்கறப்ப இப்பிடி கடிவாயோட வாரான்னா விதின்னு சொல்லாம வேறென்னத்தச் சொல்ல!”

போதுமணி, மகள்களை ஆற்றுப்படுத்தியபோது நேரம் பத்தாகிக்கொண்டிருந்தது. வேலுப்பிள்ளை அடிக்கடி மணிக்கட்டை பார்த்துக் கொண்டிருந்தார். “ஒரு ஊசியப்போட இத்தன பொழுதா! இந்த நேரத்தில யாராச்சும் ஆஸ்பத்திரிக்குப் போவாகளா. கெழவி உனக்கெலா ஒண்ணுந் தெரியாதா” பேச்சுவாக்கில் சிலம்பாயிக் கிழவியையும் சேர்த்துக்கொண்டார்.

“எங்க நின்னு பேச விட்டாங்கெ. பேசிட்டிருக்கும்போதே மொகமூடிக் கொள்ளக்காரங்கெ போல புள்ளய அச்சுத்தூக்கா

தூக்கிட்டுப் போய்ட்டாங்களே ” என பதிலளித்த போதுமணி, திடீரென வேகமெடுத்துப் பேசினாள். “இங்கனக்குள்ள நின்டே கொடஞ்சுக்கிட்டிருக்காட்டி எங்கடா இருக்கீகன்னு போனப்போட்டு கேக்க வேண்டீதான! ஆம்பளைக்கு அதக்கூட சொல்லித்தரணுமா?”

இரண்டாம்முறை போட்டபிறகே போனை எடுத்து மாடசாமி பேசினான். “ஆஸ்பத்திரிலதாப்பா இருக்கம். வந்திருவம்.”

“அய்யர் வந்து மணவறைல ஒக்காந்துட்டார்ப்பா. சட்டு புட்டுனு வரப் பாருங்கப்பா. அசிங்கப்படுத்தீராதீக.”

“எந்த ஆஸ்பத்திரினு கேட்டீகளா?”

மறுபடி போனை எடுத்தார் வேலுப்பிள்ளை.

“எங்கனு கேட்டு, மருமகன அனுப்பிச்சுவிட்டு அவன இழுத்துவரச் சொல்லுங்க. வெளக்கமாறு வாங்கப்போனா விதியும் கூட வருது. பெருக்குமாற எடுக்கப்போனா பேயும் தொடுத்து வருதுன்ன கணக்கா ஒன்னத் தொரத்த கைய ஓங்குனா இன்னொண்ணும் தொங்கிக்கிட்டு வந்து சேருதே. ஈஸ்வரா!” போதுமணி உஸ்ஸூக் கொட்டியபோது, “அய்யரு கூப்புடுறாரு” என மணமேடையிலிருந்து அழைப்பு வந்தது, போதுமணிக்கு மறுபடியும் உடம்பில் உதறலெடுத்தது.

8

மாடசாமி தேடிப்போன ஆள் கண்ணுக்கு சிக்கவில்லை. மருத்துவமனையின் நான்குமாடியும் ஏறி இறங்கிவிட்டான். வார்டு வார்டாய் நுழைந்தும் பார்த்துவிட்டான். எங்குமே தென்படவில்லை. போனும் போகமறுத்தது. தொடர்பு எல்லைக்கு அப்பால் இருப்பதாக சொல்லிக்கொண்டே இருந்தது. ஆபரேசன் தியேட்டரில் இருக்கலாமோ? இந்த நேரத்தில் ஆபரேசன் நடத்துவார்களா?’ இப்படி கேள்வியும் பதிலுமாய் குழம்பியபடி இண்டு இடுக்கெல்லாம் சுற்றி வந்தான்.

முகூர்த்தத்துக்கு நேரம் ஆகிக்கொண்டிருக்கிறது என்கிற சிந்தனையும் வந்து போய்க்கொண்டிருந்தது. ’ஆள்’ இருந்தால் பத்து நிமிசம்தான். நேரே டாக்டரிடம் கையெழுத்து வாங்கி ஊசியைப் போட்டுவிடலாம்.

கீழேவந்தபோது வெளிநோயாளிகள் வரிசையில் கட்டக் கடேசியில் நண்பர்கள் புடை சூழ நின்றிருந்தான் சந்திரன்.

மாடசாமியைக் கண்டதும் ஆளாளுக்கு கடித்துத் துப்பினர். அந்தச் சத்தத்தில் வரிசை நிலைகுலைந்தது. நெறிப்படுத்திக் கொண்டிருந்த நபர் ஓடிவந்து "சத்தம் போடாதீங்க" என இவர்களைப் பார்த்துச் சத்தம் போட்டான்.

மாடசாமி அனைவருக்கும் தன்னிலை விளக்கம் தந்தான்.

"ஒனக்கே தெரியாட்டி யாராச்சும் வேலபாக்கற ஸ்டாப்புகிட்ட கேக்கலாம்ல."

ஈஸ்வரனது யோசனைப்படி நெறிப்படுத்திக் கொண்டிருந்த நபரிடமே 'ஸ்டாஃப் நர்ஸ் 'விஜயலட்சுமி' குறித்துக் கேட்டான் மாடசாமி. அனைவரது கண்களும் விரிந்தன. அந்த நொடியில் சந்திரனின் பிரச்சனையை மறந்தனர். மாடசாமி கமுக்கமாய் கண்சிமிட்டி 'நர்சு நம்மாளுதே' என்றான்.

நாலைந்து விஜயாக்கள் இருப்பதாகச் சொன்ன நபரிடம் சரணடைந்து சந்திரனது பிரச்சனையை விளக்கி உதவிடக் கோரினர். நூறுரூபாய்த் தாளையும் கண்ணுக்கு காட்டினர். அதிசயம் போல் நடந்தது அது. ரூபாய் நோட்டைப் பார்க்காமலேயே வரிசையிலிருந்து சந்திரனை விலக்கி டாக்டரிடம் அழைத்துப் போனான் அந்நபர்.

"நிஜமாவா?" டாக்டர் தனது வெள்ளுடையில் தீட்டுப்படாமல் அவ்வப்போது ஒதுங்கி ஒதுங்கி இருந்து கொண்டு சந்திரனை பரிசோதித்தார்.

"காலக் காமிடா!" ராஜேந்திரன், சந்திரனது காலை, டாக்டரின் பார்வைக்கு ஏதுவாய்த் திருப்பினான். அந்தத் திருகல் சந்திரனுக்கு முழங்காலில் சுள்ளென வலியைத் தந்தது.

"கலியாணம்றது நிஜமாப்பா?" டாக்டர் காயத்தைப் பார்க்காமல் சந்திரனின் முகத்தைப் பார்த்துக் கேட்டார்.

"ஆமா சார்" சந்திரன் மெலிந்த குரலில் சொன்னபோது, மாடசாமி சட்டைப் பையிலிருந்த கல்யாணப் பத்திரிகையை எடுத்துக் காட்டினான். ரெம்பவும் கசங்கி இருந்தது.

பத்திரிக்கையையும் காயத்தையும் ஒருசேரப் பார்த்தார். "பேண்ட்ட மேல தூக்கு. ம்... போதும். என்ன நாய்?"

யாருக்கும் ஜாதி தெரியவில்லை. நண்பர்கள் மாடசாமியைப் பார்த்தனர். "நாட்டு நாய்தான் சார்."

"வீட்டு நாயா வெறி நாயா?"

"தோட்டத்து நாய் சார்."

"ப்ச், நாக்கத் தொங்கவிட்டுகிட்டு, வாய்ல எச்சில்கிச்சில் வடிஞ்சதா... இட்டீஸ் ரேப்பீஸ்?"

"அப்பிடியெல்லாமில்ல சார்"

"ரைட், இப்பத்தைக்கி ஒரு டிடி இஞ்செக்சன் போட்டுக்க, ரெண்டுநாள் கழிச்சு, விசேசமெல்லா முடிஞ்சு வந்து நாய்க்கடி ஊசி போட்டுக்க."

"கட்டுப்போடணுமா சார்?"

"டெஃபனெட்டா!"

டாக்டருக்கு நன்றி சொல்லிவிட்டு, ஊசி போடுமிடம் வந்தபோது அந்த அறையில் விஜயலட்சுமி சிரிஞ்சில் மருந்தேற்றிக் கொண்டிருந்தாள்.

"விஜி!" மாடசாமி வரிசையைக் குலைத்துக்கொண்டு உள்ளே பாய்ந்தான்.

ஊசி போட்டுமுடித்ததும் "கட்டுப்போட வேணாம். டிங்சர் போதும்" என்று விஜியே நேரில் வந்து சந்திரனது காயத்தைக் கழுவி மருந்திட்டாள்.

"கல்யாண மாப்ள குளிச்சிட்டாரா?" விஜிதான் கேட்டாள்.

"போய்த்தான்..."

"வேண்டாம்... குளிக்க வேண்டாம். ஊசியப் போட்டுட்டு குளிக்கக் கூடாது!"

"குளிக்காம தாலிகட்டவா!"

கை கால், முகம் மட்டும் கழுவிவிட்டு பட்டுத்துணிகளை உடுத்திக்கொண்டு மணவறை ஏறினான், சந்திரன்.

9

"ஏங்க, தொப்புள்ளயா ஊசி போட்டாங்க?"

முதலிரவில் பால் செம்பை சந்திரனிடம் தந்துவிட்டு கொஞ்சம் தள்ளி உட்கார்ந்து, அவன் பால் குடிக்கும் 'அழகை' நோட்டம் விட்டபடி கேட்டாள் அமராவதி.

சுவற்றில் தெரிந்த, அண்ணாந்தபடி பால் குடிக்கும் அவனது நிழல், வானத்தை நோக்கி ஊளையிடும் நாயை நினைவூட்டியது!

- **தினமணிகதிர்**, 11.11.2018.

*

பாடலில் ஊறிய நாக்கும் ஆட்டத்தில் திளைத்த கால்களும்

வடமேற்குப் பருவமழையும் பொய்த்துப் போனதாகச் சொல்லப்பட்ட ஒரு வெய்யில் பொழுது வேளையில்தான், வேலை ஒன்று இருப்பதாய் வடக்குத் தெருவிலிருந்து மூப்பனுக்கு அந்த ருசு வந்தது.

அழகர் கோமாளி, ராஜபார்ட் பாலு, பிச்சைமணி உட்பட நான்குபேரையும் ஒன்று கூட்டியிருந்தார் மூப்பனார். எந்த ஊரிலிருந்து கிராக்கி (அழைப்பு) வந்துள்ளதென அறிய அனைவருக்கும் ஆவல். மூப்பன் வேறெந்தத் தகவலையும் அவர்களிடம் சொல்லவில்லை. வேலை வந்திருக்கு பேசலாமா ? என்று மட்டும்தான் சொல்லியிருந்தான். தந்திபோல் பாவித்து மூச்சிறைக்க ஓடி வந்திருந்தனர் அவர்கள். இதுவே தாமதமென மூப்பன் முணங்கிக் கொண்டிருந்தான். இத்தகைய சமயத்தில்தான் தன்னுடைய பிரலாபங்கள் குறித்தும், இன்றைய தலைமுறையின் பொறுப்பின்மை பற்றியும் அவனால் குற்றப்பத்திரிக்கை வாசிக்க முடியும். குருபக்தி, தொழில்தர்மம், நேர்மை, நாணயம் இவையெல்லாம் காற்றில் பறப்பதாக கண்டமேனிக்குத் திட்டினாலும் மௌனமாய் வாங்கிக்கொள்வார்கள். அன்றைய பொழுதுக்கு வேலை அமைந்தால் சரி. சிலநாள்ப் பாடு ஒழியுமே!

ஓசையின் சுவடுகளற்று வெறுமையாய்க் கிடந்த அந்த கூட்டுச்சாலையின் அரசமரத்தடியில் நிற்பது குறித்த விசனத்துடன் பாலு கனத்த குரலில் செருமினான். அச்செருமலின் அர்த்தம் யாவரும் அறிந்ததே! மூப்பனுக்கு அவமானமாய் இருந்தது. வேசம் கட்டியிருந்தால் இன்னேரம் ருத்ரதாண்டவம் ஆடியிருப்பான். காலில் சலங்கை இல்லாத நிலையில் குதிங்காலை தரையில்

ஆழமாய் மிதிக்கத்தான் செய்தான். நிலத்தின் புழுதி சத்தென சகதியாய் எழும்பி மூப்பனின் கெண்டங்காலைத் தொட்டு அடங்கியது.

யார டீ கள்ளி நீ

அடாத இவ்விருளில் வந்தா

பேரிடி முழக்கம் செய்து

பிணம்தனைச் சுடவு மா ஆ னாய்

கூ றடி உந்தன் பெயர்

என சுடலை காத்த அரிச்சந்திரனைப்போல ஓங்கார ஓசையுடன் பேசலானார். “சூத்த மூடிக்கிட்டு சும்மா திரிய மாட்டாமா, அய்யோ பாவம்னு ஊத்தப்பயலுகளுக்கு கொாக்கி தேடி சுத்தியலஞ்சேம் பாரு என்னிய செருப்பக்கழட்டி செமக்க அடிக்கணும்” என்பதுபோலப் பேசியவர் தனது தாய்மீதும் பிள்ளைகள்மீதும் கையடித்துச் சத்தியம் செய்தார். “இம்புட்டுனு ரேட்டுப் பேசி, ஒத்தக்காசு அட்டுவான்சு வாங்கியிருந்தா உள்ளாங்கையில சோறாக்கி ஒனக்குப் பந்தி வக்கிறேன்

கோமாளியும், பிச்சைமணியும் மூப்பனுக்கு ஆதரவளித்தனர். அதுபோல் ஒரு காரியம் என்றாவது நடந்ததுண்டா என கேள்வி கேட்டு மூப்பனைக் குளிர வைத்தனர். இதற்கு முன்னால் எப்படி இருப்பினும் இம்முறை அம்மாதரியான தவறுகள் நடைபெறவில்லை என்பதை மூப்பனின் பதட்டம் தெளிவாக்கியது.

கூத்தாட்டத் தொழிலில் கதையிலும், ‘காமிக்’கிலும் மட்டுமே கற்பனை தேங்கி விடாது. நிஜவாழ்க்கையிலுமே அது பூரான் காலகளைப்போல நீண்டுவிடுகிறது. அதிலும் கலைஞர்கள் வாழ்வில் மாயக் கரமும் ஏழெட்டு நாக்குகளும் எல்லோரிடத்தும் சுருண்டுகிடப்பதை பாம்புகள் மட்டுமே அறியத்தக்கன.

கூத்தில் மூப்பனுக்கு அரை நூறாண்டு அனுபவம் உண்டென்பது அனைவரும் அறிந்ததே. ஆறுமுக வாத்தியாரிடமும், குருசாமி ஆசானிடமும் பாலபாடம் படித்ததையும் பல ஊர் தண்ணிகுடித்து பல்லாயிரம் தெருக்களிலும், முச்சந்திகளிலும் பெண்வேடமிட்டு அல்லிராணியாகவும், பாதர்வெள்ளை மனைவி வெள்ளையம்மாளாகவும் பாட்டுப்பாடி, அழுது,புலம்பி ஒப்பாரி வைத்து இரவுகளைக் கடத்தி, புலரிப்பொழுதில் காணிக்கையாக தானியங்களும் தவசங்களுமாய் ஒவ்வொரு

வீட்டிலிருந்தும் புடை சுளகில் கொண்டுவருவர். பைநிரப்பி கூடு திரும்பிய மூப்பனுக்கு தலையில் நரை கண்ட நாளில் குலசாமி கோயிலில் முடிகாணிக்கை செலுத்திவிட்டு கால்சலங்கையினை கழட்டி உத்தரத்தில் தொங்கவிட்டு மூச்சு வாங்கிகொண்ட பொழுதிலிருந்து சலங்கையின் உடல்நோவை சகலருக்கும் எடுத்துரைப்பதே அவனுக்கு பேச்சாகிப்போனது. அக்கலையினை உலகம்பூராவும் கொண்டு சேர்த்ததிலும் மங்காத பெருமை மூப்பனுக்கு உண்டு. அப் பணியினை மெச்சியே அரசும் விருதளித்து அவருக்கு கவுரவம் செய்திருந்தது.

பாடல்களில் ஊறிய நாக்கும், ஆட்டத்தில் திளைத்த கால்களும் அவனை வீட்டில் நிலைக்கவொட்டாது தினவெடுத்து வீதிகளை அளந்து திரியச் செய்தன.

கூட்டுச்சாலையின் சந்திப்பில் கொஞ்சமாய் சரக்கு ஏத்தினாலும் நெஞ்சுக்குள் அலைந்து கொண்டிருக்கும் சந்திரமதியும், வெள்ளையம்மாளும் மளாரென வீதியில் விழுந்து புரள ஆரம்பித்து விடுகின்றனர். பாதர்வெள்ளையை , தன் கண்ணான கணவனை போரில் சாகக் கொடுக்க மனமில்லாமல் தான் கண்ட சொப்பனத்தை அவனது பாதங்களில் வைத்து அணைபோடவே இன்னும் செயல்படுகிறாள்.

அண்டங்குலுங்கக் கண்டேனய்யா

அகிலம் சரியப் பார்த்தேனய்யா

பிண்டமென்றே எனை நீ ஒதுக்காதே

தெண்டனிட்டே நான் வேண்டுகிறேன் - அய்யா

கண்களில் ஒளிமங்கி காட்சிப்புலனில் பழுதுவந்திடினும் ஆங்காரக் குரலையும் ஓங்கார தோரணையையும் கொண்டு இப்போதும் ஆட்டம் பேசவரும் கிராக்கிகளை இனம் கண்டுவிடமுடிகிறது மூப்பனால். வாடிக்கையாளர்களும் மூப்பனென்றால் தங்களின் பூர்வீகம் அறிந்தவன் என்கிற மிதப்பில் அத்தனை பொறுப்பையும் அவனிடமே விட்டுவிட முடிகிறது. “அம்ம ஊருக்குத்தக்கன செட்டாப் பாத்துப் பேசிவிடப்பா... எல்லாம் ஒன்னாளுகதான!” என பெரிய மதிப்பை ஏற்றிவிடுகிறார்கள். அந்த மிதப்பில் பல இடங்களுக்கு முன்பணம் வாங்கச் செய்தது. ஆட்டத்தில் மூப்பனுக்கு சரி பங்குதர பலபேர் யோசிக்கும் நாளையில் இப்போதெல்லாம் தன்னை மட்டும் விலை பேசிக்கொள்வான்.

“ஆட்டம் பேச ஆள்வரணும் சாமி ஒத்தக்கொட்டுன்னா சொல்லுங்க கொட்டத் தோள்ல போட்டு நா மட்டும் வந்திர்ரே.”

“ஏளாவ் ஒச்சு. ரெம்பத்தே ஏத்தம் பிடிச்சுத் திரியாத” என அழகர் கோமாளி, மூப்பனின் கோமணம் பிடித்திழுத்து பின்புறமாய்ச் சேர்த்தணைத்தார். “கெராக்கி எங்கருந்து வந்துருக்கு சொல்லுவியா ஓட்டவளையில நண்டு பிடிச்சமாதரி விழுவிழுன்னு பேசீட்டுத் திறியறவ” என மோவாயில் கடித்து முத்தமிட்டார்.

நாடியில் கசகசத்த எச்சிலை தோள்துண்டால் துடைத்துக்கொண்ட மூப்பன், ஆள்காட்டி விரல் நீட்டி அசிங்கமான வார்த்தைகளால் கோமாளியை அர்ச்சித்தார். வாயிலிருந்து அமிர்தமென வார்த்தைகளும், செஞ்சாந்துத் தூறலாய்ப் பொழிந்த வெற்றிலைச் சாறும் மூவரையும் குளிப்பாட்டியது. அதுவே மூப்பனை இயல்புக்குக் இழுத்துவரும் உத்தி என்பது வேறுயாருக்கும் தெரியாது.

“ம்? ங்கோத்தாளக் கட்டிக்குடுத்து பிள்ள பெக்கவச்ச ஊரு.”

“அண்ணெந் தம்பிய அக்குருமமா பேசாதடா மாப்ள மகனே!”

மூப்பனின் கைக் குசும்பினை யொத்த நடவடிக்கயினை அழகர் கோமாளியும் கையிலெடுத்தார். ‘‘வாய்ப்பேச்சு பேசுறப்பயே வெரல நீட்ற. நாங்க என்னா மொன்னக் கையனா” அவர் மூப்பனின் நாசித் துவாரத்தினை நோண்டினார். அதன்காரணமாய் பின்வாங்கிய மூப்பன் அதிரடியாய் பாய்ந்துவந்து மார்பில் முட்டினார். “நட்டநடு ரோட்டுல என்னா சில்லண்டித்தனம். செருப்பக்கொண்டி சாத்திப்புடுவேன் சாத்தி. யார்கிட்டக்க வெரல நீட்ற ? நா வுட்டேன்னா அண்ட சராசரத்தையும் நொழஞ்சு பாத்துரும் ஆமா!”

“வாத்தியார்ங்கற ஒரு மருவாதி வேணாம்..? படவா!”

தலைமுடியினைத் துறந்த நாளிலிருந்து தன்னை எவர் மறுத்தாலும் ஏற்காவிடினும் தானே குரு, தானே வாத்தியார். வேலை பேசவரும் கிராக்கிகளிடம் சுய அறிமுகத்தினை கொஞ் சமும் தயக்கமில்லாமல் செய்துகொண்டிருந்தார்.

“வாத்தியார்னா என்னா அத்தாச்சி?” விடாது கருப்புபோல அழகர் தொடர்ந்து உரையாடல் செய்தார். பிச்சுமணிக்கும் பாலுவுக்கும் மூப்பன் விசனப்பட்டு, வந்த வேலையை யாருக்கும்

மாற்றி விடுவாரோ என கிலி பிடித்தது. எந்த இடத்தில் பேச்சின் சங்கிலியினைத் துண்டிக்க என கண்கொத்தி நாகமாய்க் காத்திருந்தனர்.

“வாத்தியார்னா கைத்தண்டியாச்சும் தொங்கணும்ல வெரலமுட்டுக்கூட முடியக் காணாம்?”

கோமாளி வார்த்தைகளில் ஜாலம் ஏற்றிப்பேசினார்.

அரிதாரம் பூசி நாற்பதாண்டு காலத்திற்கும் மேலாய் மூப்பனுடன் இணைந்து கூத்தாடிய அழகருக்கு வாய் இன்னமும் ஓயவில்லை. அறுபதுக்குமேல் வயதானாலும் வாலிப சேட்டைக்கு வஞ்சனையில்லாமல் வார்த்தை ரூபம் கொடுப்பார், அதுவும் மூப்பனுடன் இணைந்துவிட்டால் தாளமில்லாக் கச்சேரிதான்.

மூப்பனுடன் அழகர் கோமாளி ஆட்டம் என பத்திரிக்கை அச்சடித்து விநியோகித்தால் போதும் கூத்துப்பார்க்க பந்தலில் இடமிருக்காது. ஆணும் பெண்ணும் தெருப்புழுதியில் சம்மணமிட்டு அமர்ந்துவிடுவார்கள். இவர்களது காமிக் நிகழ்ச்சியின்போது வயசுப்பிள்ளைகள் வந்து கரகாட்டம் நடத்தினாலும் செல்லுபடியாகாது. இப்போதும் ஆட்டமெல்லாம் ஓய்ந்த நாளிலும் ஊர்வாசிகள் மூப்பனையும், அழகரையும் ஒருசேரக் கண்டுவிட்டால் பண்டிகைதான். ஆளுக்காள் இருவரையும் சீண்டி மோதவிட்டு சிரித்துக் கொண்டிருப்பார்கள்.

பிச்சுமணி பாலுவைப்பார்க்க பாலு பிச்சுமணியைப் பார்த்தார். பெருசுகள் கச்சேரி ஆட, நம்மபொழப்பு நாறப்போகுது என அச்சபட்டார்கள். காலில் சலங்கை ஏறி பதினெட்டு நாளாகிப்போனது ஒரு மட்டை (சாவு) கூட அமையவில்லை. கோயில் திருவிழாக்களை நம்பிய காலம் மலையேறிப்போனது. அதுவெல்லாம் மூப்பன் தலைமுடி சிரைக்கையிலேயே சரிய ஆரம்பித்தது. இப்பொவெல்லாம் முழுக்க ஆடலும்பாடலும்தான்

புராணக்கதை படித்து சரித்திரக்கதைகள் போட்டு, குடிக்கக்கூடாது, அடுத்தவர் பொண்டு பொருள்கள் மேல் நாட்டம் கூடாது எனும் ரீதியில் சமூககதைகளை காமிக் எனும் பெயரில் நடத்திவந்துவிட்டு ரேடியோ பாடலுக்கு வாயசைக்க ஒப்பாமல் நாடிவருபவர்களுக்கு மட்டும் வேலை பார்த்து பொழுது கழிகிறது. இன்று மூப்பனுக்கு எங்கோ சுழி . அதை இழந்துவிடக்கூடாது.

"கொட்டடிக்காமயே அருள் எறங்குற சாதி ரெண்டுபேரும். அத நாளப்பின்ன வச்சிக்குவம். கெரக்கி மாறிப்போய்ட்டா மத்தியானப் பொழுதுக்கு தண்ணி தெளிக்க ஆளிருக்காது. அதனால சித்த, மூப்பன விசயத்த சொல்லவிடு அழகர் ணேய்" பாலுவின் பக்குவமான பேச்சில் இருவரும் இகவுலகு வந்தனர்.

சம்பளமெதும் சத்தியமாய்ப் பேசவில்லையென மறுமுறையும் உறுதி கூறினார். இது நம்பமுடியாத சேதிதான். மூப்பனென்றில்லை யாராயிருந்தாலும் கிராக்கி வந்தவுடன் முதலில் சம்பளத்தைப் பேசி முன்பணம் வாங்கிவிடுவர். தன்னைவிட்டு ஒரு அங்குலம் நகர்ந்தாலும் அடுத்தஆள் கொத்திக்கொள்வான். உண்மையிலேயே பேசவில்லை என்றால் கிராக்கி கொஞ்சம் கடுமையானவர் என அர்த்தப்படுத்திக் கொள்ளவேண்டும். இதுவும் நன்மைக்கே எத்தனை கூலி என்பது கண்முன் தெரிந்துவிடும்.

சொன்னதுபோலவே அனைவரையும் வடக்குத் தெருவுக்குள் அழைத்துப் போனார் மூப்பன்.

புரட்டிப்போட்ட தோசையாய் வறண்டுபோய்க் கிடந்தது தெரு. அனலாய்த் தகித்த வெய்யில், கண்ணாடிச் சில்லாய் கண்ணைக் கூசச்செய்தது. அணைபோட்ட வாய்க்காலாய் துளியும் கசிய விடாத காற்றுவெளியில் புழுக்கம் உடம்பின் ஒவ்வொரு அணுவிலும் நுழைந்து வியர்வையை விளையச் செய்தன. வீதியெங்கும் வெம்மை பாய்விரித்து வரவேற்றது.

மாணிக்க ஆசாரியின் பலசரக்குக் கடைக்கு முன் அனைவரும் வந்து நின்றனர். ஆட்டோவின் சக்கரத்தைப் போலிருந்த ஒரு மின்விசிறி மாணிக்கத்தின் வழுக்கைத் தலைக்கு காற்றினைச் செலுத்திக்கொண்டிருந்தது.

"வாப்பா, பெரியாம்பள... ரெம்பத்தே கெராக்கி ஏறிப்போச்சு ஒனக்கு?"

மாணிக்கம் ஆசாரி அவர்களோடு அளவளாவுவதற்குத் தோதுவாய் திரும்பி அமர்ந்து கொண்டார். அவர்தான் ருசுக் கொடுத்த புண்ணியவாளன். அனைவரும் ஒன்றுபோல வணங்கினர்.

மூப்பனின் ஒவ்வொரு செய்கையிலும் அர்த்தமிருக்கும் வேலைக்காரர்கள் அத்தனை பேரையும் ஒருசேர நிறுத்திப் பேசுகிறாரென்றால் எதிராளி பலம் அதிகமெனப் புரிந்து

கொண்டனர். சம்சாரிகளின் புஜபலத்தைவிட அவர்களின் வார்த்தை பலம் வலுவானது. எளிதாய் முட்டிச் சாய்த்துவிடும் காற்றைப் போல.

“எல்லாரையும் கூட்டி வந்திட்டியாக்கும்?” தனது கைபேசியில் யாரையோ அழைத்தார்.

“ஆமாங் சாமி சொன்னதுபோல ஒரு நாயணம், ரெண்டு தவுலு, ஒரு தாளம். போதும்ல?” மூப்பன் இப்போது நாதஸ்வரம் வாசிக்கக் கற்றுக்கொண்டான். அழகர் பம்பையும் பாலு தவிலும் வாசிப்பர்கள் பிச்சுமணிதான் இன்னும் ராஜபார்ட்டிலிருந்து மாறவில்லை. அவனுக்கு கையில் தாளத்தைக் கொடுத்துவிட வேண்டியதுதான்,

மாணிக்கம் கைபேசியைத் துண்டித்துவிட்டு வாசலைப் பார்த்தவாறிருந்தபடியால் மூப்பனின் பேச்சைக் கவனிக்கவில்லை.

கடைவாசலில் இரண்டு பைக்குகள் வந்து நின்றன. மூன்றுபேர் இறங்கி வந்தனர்.

“யே பாரப்பா. அம்ம ஊர் கோமாளியப் புடுச்சுக் கொண்டுவந்துட்டாக. அழகரு! எம்புட்டு நாளாச்சு? உசுரோடதான் இருக்கியா! நோளிமகனே வாரப்ப ஓம் பேச்சத்தானப்பா பேசிட்டு வந்தம். எம்புட்டுக் கூட்டத்தையும் கலையாம நிறுத்துவியேடா அய்யா. இன்னிக்கி அப்பிடி ஒரு ஆளக்காணாமே!” கட்டம் போட்ட துண்டால் தலையில் உருமா கட்டியிருந்த வயசாளி தனது ஓட்டைப்பல் தெரியப் பேசியபடி வந்தார். அருகில் வந்ததும் அழகரின் கழுத்தில் கைபோட்டு இறுக்கினார்.

‘என்னதவம் செய்தனை யசோதா’ என உருகாத குறையாய் கோமாளி உணர்ச்சி வசப்பட்டுப் போனார். உருமாக்காரரின் கரம்பட்ட கணத்தில் தன்னை ஒடுக்கிக்கொண்டார்.

“மூப்பெ மட்டும் நேத்து ஆளா? பொம்பள வேசம் போட்டு எத்தனபேர எச்சி ஒழுக வச்சான்னு தெரியுமா? என்னா பெரியாம்பள!” மாணிக்கம் தன் பங்குக்கு ஏத்தினார்.

“அதுக்குத் தாங்க அரசாங்கத்துல கலைமணி பதக்கம் குடுத்துருக்காங்க” கள்ளி ஜிப்பாவின் பக்கவாட்டுப் பைக்குள் பாலிதீன் தாளில் மடித்துவைத்திருந்த சான்றிதழின் நகலை எடுத்துக் காட்டினார். மூப்பனின் முகத்தில் அத்தனை வெறிச்சியிலும் நிலவு பூத்தது.

இவர்கள் வேலைக்கு சம்பளம் பேசி முடிக்கும் வரையிலும் மாணிக்கத்தின் கடைக்கு ஏவாரம் என கேட்டு யாரும் வரவில்லை.

“ரேட்டுப் பேசியாச்சா? உருமாக்காரர் அழகரின் பிடியை விடாமல் கேட்டார். உதட்டைப் பிதுக்கி இல்லை என தலையாட்டினார். மாணிக்கம். “என்னத்தப் பேச, எல்லா அம்ம பயக தே அஞ்சுபத்து யார் திண்டா என்னா? அட்டுவான்சக் குடுப்பா” என்றார்.

“ம் அஞ்சுபேரு, பெரியாளு! மொத்தமே ஒரு அரமணி நேர வாசிப்புத்தேன். மிஞ்சுனா ஒரு மணிநேரம். இங்கன தட்டு ஏந்தி, ந்தா அங்கன அந்த முக்குல மண்டபம் அதுவரைக்கும் வாசிச்சாப் போதும். ம்... என்ன தேதிப்பா!”

“அய்யா நாலுபேருன்னாரு. பரவால்ல. சொன்ன மாதரியே அஞ்சு பேர் வந்திர்ரம். ஒரு நயணம், ரெண்டுதவுலு ஒரு பம்ப, தாளம் ஒண்ணு. அய்யா பேர்ச் சொல்லி ஒரு பதினஞ் சாயிரம் மட்டும் தந்தாப்போதும் போக்குவரத்து எல்லாச் செலவும் எங்களுது. என்னாப்பா..?” ஏனையோரிடமும் ஒப்புதல் பெற்றார். இப்படிப் போட்டால்தான் எதோ ஆளுக்கு ஆயிரம் ரெண்டாயிரமாவது நிக்கிம்.

மாணிக்கம் வகையறா நடுங்கிப்போனது. “என்னாப்பா மொத்தத்துக்கு ஆயிரம் ஐநூறுக்குள்ள முடிக்கலாம்ன! தெகையாது போலருக்கே.”

“ஏப்பா திருவுழாவா கொண்டாடுறம். இல்ல கலியாணமா, ஏண்டா காதுகுத்துக்கு ஒரு தட்டழுப்பு. கொஞ்சூண்டு வாசிக்க இப்பிடிக் கேட்டா பேசாம ரிக்காடப் போட்டு வந்திரலாம் போல.”

“இதுக்குத்தானப்பா தெரிஞ்சாள் கிட்ட பேசக்குடாதுன்றது” ரெம்பவும் சடைத்துப் பேசினார்கள். அழகருக்கு கைவிட்டுப்போகுமோ என்றிருந்தது. இல்லாக் குறைக்கு கொறச்சுக்கூடப் பேசலாமெனத் தோன்றியது.

“சாமி, வேலன்னு வந்திட்டா மணிக்கணக்கெல்லா பாக்கமாட்டம் ஒருநாள்ப்பூராம் வாசிக்கச் சொன்னாலும் வாசிப்பம். அரமணி வாசிச்சிட்டு இன்னொரு வேலைக்கா போகமுடியும். இல்ல, எங்களுக்கு நெதமுமா வேலயத் தாரீக. நாங்களும் புள்ளகுட்டி வச்சுப் பொழைக்கணுமில்ல” பாலு பக்குவமாய் எடுத்துப் பேசினான்.

“நீ கேக்குற ரேட்டுக்கு மொத்த விசேசத்தையும் செஞ்சு முடிச்சுருவோமேப்பா என்னா அழகரு” அழகரின் பிடியை அப்போதுதான் விட்டார்.

“நாங்க கேட்டாச்சு அய்யா! கேக்கறதக் குடுக்கவா போறிக. நீங்க ஒங்க கட்டுமாளும் அஞ்சு காசுன்னுகூட கேளுங்க” அழகர் தன் கரகரத்த குரலில் பேச.

“கொஞ்சம் கீழ எறங்கி வாப்பா.”

“பன்னண்டு...”

“பத்து...”

“எட்டு...”

‘‘அதுக்கெல்லா வழியில்ல. நாஞ் சொல்றதக் கேளு கோமாளி. மொத்தத்துக்கு ரெண்டு ரூவா. ஆளுக்கு நானூறு. அஞ்சுமணிக்கு வாரீக ஆறுமணிக்கு முடிச்சுட்டுப் போயிர்றீக”

மூப்பன் பேசவில்லை.

‘‘சாரத்து மேல நிக்கிற கொத்தனாருக்கு நாள்ப்பூரா நிண்டாலும் ஐநூறுதானப்பா சம்பளம்.”

“இது வாசிப்பு சாமி...”

“அதனாலதே இம்புட்டுக்காசு!”

இறுதியாக மூவாயிரத்து ஐநூறு எனப் பேசி பேரம் படிந்தது. ஒரு வெள்ளைத்தாளில் ஒப்பந்தம் எழுதி கையெழுத்துப் போட்டார்கள். எழுத்துக் கூலியாக மாணிக்கம் ஆசாரி ஐம்பதும், பேப்பருக்கு ஒரு ரூபாயும் வாங்கிக் கொண்டார். டீச்செலவுக்கு என உருமாக்காரர் நூறு பெற்றுக்கொண்டார்.

ருசு காண்பித்ததற்காக மாணிக்கத்திற்கு தனியாக இருநூறு ரூபாய் கொடுத்துவிட்டு நால்வரும் ‘கடை’ நோக்கி நடந்தனர்.

- காமதேனு, ஜூலை, 2018.

*

தப்பித்தல்

‘‘இப்ப நா என்னா செய்யணும் அத்தா?” காத்தாயி அத்தனை பயத்துடன் மெதுவாகவே கேட்டாள்.

அடுப்பில் சோறு வெந்துகொண்டிருக்கிறது. மகள் இருக்கிறாள்தான். அதைப் பார்ப்பாளா எனத் தெரியவில்லை. அழகருக்கும், ராவுத்தருக்கும் வாய்த்தகராறு எனக் கேள்விப்பட்ட நிமிசத்தில் பதட்டத்தோடு வந்தவள், வந்ததும் முதல் வேலையாய் அழகரைக் கடத்திவிட்டாள்.

“நீ கௌம்பு!”

எட்டாக நெளிந்து கிடந்த சைக்கிளின் முன்புற சக்கரத்தை கண்களால் அளந்தபடி வாயடைத்துப் போயிருந்த ஐசக் ராவுத்தர், பதில் ஏதும் சொல்லாமல் காத்தாயி பக்கம் திரும்பினார்.

காத்தாயி புருசன் அழகர், வாடகைக்கு என எடுத்துப்போன சைக்கிளை எதன் மீதோ மோதவிட்டு இந்தக்கோலத்தில் கொண்டுவந்து சேர்த்திருந்தான்.

“அதுகிட்ட (அழகர்) எதும் கேக்காதீங்க த்தா! என்னான்னாலும் நானே தாரேன்” மீண்டும் அவளே பேசினாள்.

அழகர் போதைக்காரன் என்பது ஊரறிந்த உண்மை. காத்தாயியிடம் பேசுவதுதான் உத்தமம்கூட.

“ஐநூறு ரூவா ஆகும் மா! வீலு, டயர் டீப்பு எல்லாமே சேதாரம் ஆகிக்கிடக்கு. நா, சைக்கிள் வாடகைகூட கேக்கல” புருசன் பொண்டாட்டி இருவருமே கூலிவேலை செய்பவர்கள். ஐசக் ராவுத்தர் பாவம் பார்த்தார். “நாங் கேட்டது சேதாரமும், கூலியும் மட்டுந்தாம்மா!”

“ஒங்களுக்கென்னா, ப்ளேனும் கப்பலுமா ஓடுது? உள்ள வாடகயச் சேத்து வாங்கிக்கங்க அத்தா. நாலுநாள் கழிச்சு நானே கடையில் வந்த தந்துட்டுப் போறே. வீட்டுக்கு விருந்தாடிக வந்துருக்காக.”

தப்பித்து வந்தாள். சட்டிச் சோறு காப்பாற்றப்பட்டது.

*

“ஒருவாரம் ஆச்சு காத்தாயி?”

“ஆமாங்த்தா, மறக்கல. இப்பக்கூட வீட்ல ஒங்க பேச்சுத்தே”

“ஆரக்கேட்டு காஸ் தரேன்ன?” தண்ணிதெளிக்கப்பட்ட சேவலாய் தலையைக் குலுக்கிக் கேட்டான் அழகர்.

“செத்துப்போன ஒங்க ஆயாவயா கேக்கமுடியும். ஒடச்சா தண்டம் குடுக்க வேணாமா? வேற ஒருத்தன்னா கட்டிவச்சுருப்பான். அந்தமட்டு தப்பிச்சுகிட்ட” மேலும் ராவுத்தர் கண்ணில் படாமல் இருக்க சொல்லிக் கொடுத்தாள். ஆவுகம் வந்து தொந்தரவு பண்ணுவார். எந்த செலவைக் குறைத்து அவருக்கு கடன் அடைக்க? கண்ணில் இருட்டுக் கட்டியது.

“மொத்தமாத் தர வேணாம்மா, பாவம் நீயும் ஓடி ஆடி ஒழைக்கிற பிள்ள, சன்னஞ் சன்னமாக் குடுத்துக் கழிச்சு விடும்மா. இப்ப ஒரு இறநூறாச்சும் குடு.”

“அள்ளிக்குடுத்தாலும் கிள்ளிக்குடுத்தாலும் நாந்தான தரணும். இஷ்டம்போல வாங்கிக்கங்க அத்தா.”

“வண்டிய ரிப்பேர் பாத்து செமபண்ணி ஓட்டிவிட்டா, தெனத்துக்கு அம்பது நூறுன்னு கஞ்சிக்கு கொண்டுவரும்மா.”

“இவெனால, ஒரெடத்துல நாணயமா இருக்க முடியலத்தா. நா ஒராள், வேலபாத்து புள்ளகுட்டின்னு குடும்பத்தப் பாக்கறதா, இப்பிடி, தெண்டத்துக்கு குடுக்கறதா? குடிகாரப்பெய கிட்ட மாட்டிவிட்டு எங்காத்தா நிம்மதியாப் போய்ச் சேந்திட்டாத்தா. நா என்னங்கட்டும்.”

“வருத்தப்படதீக த்தா, நாள மக்யா நாளு, வேல முடிச்சு நேர கடைக்கு வந்து ஒங்க கணக்க முடிச்சிட்டுப் போறேன்.”

*

“நாந்தே கடைக்கு வாரேன்னு சொன்னேல்ல த்தா. அதுங்குள்ள வீடுதேடி வந்துட்டீக..”

குறுகிய சந்துக்குள் இன்னும் குறுகித்தான் நிற்கவேண்டி இருந்தது ஐசக் ராவுத்தருக்கு.

“என்னைக்கிமா? சொல்லி எத்தன நாளாச்சு?” வாடகை சைக்கிள் கடைகள் ஊருக்குள் வழக்கொழிந்து அனேக காலம் ஆயிற்று. வேறு வேலை தெரியாததால் தன்னால் விடமுடியவில்லை. அதில் இப்படியெல்லாம் வில்லங்கம்.

“இருக்கட்டும் த்தா, வெறும் ஆளா கடைக்கு வரமுடியுமா? கையில காசுவந்ததும் நானே தேடிவருவேன்ல, ஓங்க காசு பேங்குல கெடக்கமாதிரின்னு நெனச்சுக்கங்க.”

‘பேங்குல போடற அளவுக்கு வசதியில்லம்மா’ எனச் சொல்ல நினைத்தார்.

“ஓங்க தரத்துக்கும் தண்டிக்கும் நீங்கெல்லா வீட்டுக்கு வந்து நிக்கலாமா த்தா! போங்க த்தா, கடைக்குப் போங்க. காசு வரும்.”

தனது வாலை மிதித்த ஐசக் ராவுத்தரை பெருந்தன்மையோடு குரைக்காமல் முறைத்துப் பார்த்து மன்னித்து அனுப்பியது. சந்துக்குள் கிடந்த செவலை நாய் ஒன்று.

*

நெளிந்து கிடந்த சைக்கிள் சக்கரம் ஒன்றை நெஞ்சுக்கு நேராய் நிறுத்தி வைத்து கோட்டம் பார்த்துக்கொண்டிருந்தார், ராவுத்தர்.

“டெய்லி போதையிலேயே விட்டுக்கு வாரவன என்னா செய்ய அத்தா?” வெயிலுக்கு தலையில் முக்காடு போட்டிருந்தாள் காத்தாயி. முக்காட்டையும் மீறி கண்டுவிட்டார்.

அவளுக்கு பதில சொல்லும் நிலையிலில்லை ராவுத்தர். கோபம் கொந்தளித்துக் கொண்டிருந்தது.

“ஏம்மா ரோசன சொல்லத்தானா ஒன்னியக் கூப்புட்டேன். பேச்ச மாத்தாம இப்ப காசக்குடும்மா, எனக்கும் வவுறுன்னு ஒன்னு இருக்கு.”

அதனை ஏற்றுக் கொண்டவளாய், “இந்தா வீட்டுப்போனதும் வந்து பாக்கறேன்” என்ற காத்தாயி தொடர்ந்து, “அளும்பு தாங்க முடிலேத்தா, என்ன பெத்தாரா ஓங்கள பாக்கறேன்” என்று உருகினாள்.

“தாங்க முடிலேன்னா, பாலிடாய்ல கரச்சு வாய்ல ஊத்திவிடு. போய்ச்சேரட்டும்” என்றார்.

திடுக்கிட்டவளாய், முக்காட்டினை நீக்கியவள், “ம்? எனக்கு புருசெ வேணும்ல” சொன்னபடியே நகர்ந்தாள்.

*

‘‘ஏம்மா, புருசனும் பொஞ்சாதியும் சேந்துகிட்டு நாடகமாடுறீங்ளா மாசக்கணக்கா ஆகிப்போச்சு. ஒண்ணு குடுக்கறேன்னு சொல்லு இல்ல. கிடைக்காதுன்னு சொல்லு. வெட்டியா அலக்கழிக்காத.”

“நா என்னா காசு ஒங்களுக்குத் தரணும்? இம்பிட்டுச் சடப்பு சடச்சுப் பேசறீக!” முன் நெற்றியில் விழுந்த தலைமயிரை ஒதுக்கிவிட்டபடி கேட்டாள் காத்தாயி.

“என்னா காசா? ஒவ் வீட்டுக்காரெ எனக்குத் தரவேண்டிது ஆவுகமில்லியா?”

“அந்தக் குடிகாரப் பய தரணும்னு சொல்லுங்க. என்னியச் சொல்றீக.”

“நீதானம்மா தாரேன்ன!”

“அப்பிடியா சொன்னே, அந்தாள்ட்ட கேக்காதீக, சண்ட சத்தம் வரும். பாத்து வாங்கித் தாரேன்னு சொன்னே. இங்க எம்பொழப்பே கீழ்பூழ் நு கெடக்கு. அவனயெல்லா வெளக்கமாத்தக் கொண்டி அடிச்சாலும் எம்மனசு ஆறாது. ந்தா வாரேன் பாருங்க.”

சட்டென சந்துக்குள் நுழைந்து கொண்டாள். ஒருவேளை புருசனை அடித்து இழுத்து வருவாளோ!

*

“அதே எம்பொண்டாட்டிகிட்டக்க வாங்கிட்டீகள் ல, இப்ப எங்கிட்டயும் காசு கேட்டா?” என்ற அழகர், “ராவுத்தரே எங்கிட்டவே டபுள் கேம் ஆடுறீக, நீ ! பெரிய தீவிரவாதிதே!” ஆடாமல் ஆடியபடியே கடையைக் கடந்தான் அழகர்.

தீவிரவாதியா? உண்மையிலேயே பயந்துபோனார் ஐசக் ராவுத்தர்.

*

"காத்தாயி..."

"என்னாங்க த்தா இது? போறப்ப வாரப்பயெல்லா ஒரு பொம்பளப்பிள்ளய மறிச்சு மறிச்சு கூப்பிட்டுக்கிருக்கீக?"

அவளது வேகமான பேச்சில் வாயடைத்துப்போன ராவுத்தர், "ஏம்மா எனக்கென்னா வேண்டுதலா ஒன்னிட்ட பேசணும்னு?"

"ஒங்களால அனுதெனமும் வீட்ல ஒரே கரச்சல், அந்தாள்ட்டயும் கேக்கறீக எங்கிட்டயும் பேசறீக. என்னிய விட்ருங்க எவெங்கிட்ட குடுத்தீங்களோ அவெங்கிட்டவே கேட்டுக்கங்க. நல்லதுக்குக் காலமில்ல... ம்கூம்!"

"ஏம்மா..?"

"ஒரு நல்லதுக்குப் போவம் பொல்லதுக்குப் போவம், என்னமோ நீங்கதே பேரு வச்சமாதிரி கூட்டுக்கிட்டு ச்சே! பெரிய மனுசெ இப்பிடியா நடந்துக்கறது.

சொல்லிவிட்டு விருட்டென புயலாய்க் கிளம்பினாள் காத்தாயி.

- **தினமணிக்கதிர்**, 13.09.2019.

*

மீசைக்காரர்கள்

மீசைக்காரரின் பிரேதத்தை முதன்முதலில் நான்தான் பார்க்க நேர்ந்தது. வாசலின் விட்டத்தில் தொங்கியதால் கூடுதலான அதிர்ச்சி. அத்தனை பெரிய உருவம், மரத்திலிருந்து உதிர்ந்த, பழுத்த இலைபோல காற்றில் முன்னும் பின்னுமாய் ஆடிக்கொண்டிருந்தது. அப்படியே காம்பவுண்டு இரும்புக் கதவில் மோதிக்கொண்டேன்.

பலர் சொல்வதுபோல கண்கள் பிதுங்கி, நாக்கு வெளித்தள்ளி என்ற கோரமெல்லாம் பிரேதத்தில் இல்லை. கண்ணாமூச்சி விளையாட்டுக் காட்டுவதுபோல இமைகளை மூடித்தான் தொங்கிக்கொண்டிருந்தார். அவரது இடுப்பு வேட்டி, பாதம்வரை இறக்கிவிடப்பட்டிருந்தது. அதன் நுனி அறுபட்ட பல்லியின் வாலாய் காற்றின் வேகத்திற்கேற்ப படபடத்துக் கொண்டிருந்தது. கற்றையாய் ஒதுக்கியிருந்த மீசை கம்பீரம் மாறாதிருந்தது.

மதியச் சாப்பாட்டுக்காக வீட்டுக்கு வந்திருந்தேன். மனைவி சமையலை முடித்துவிட்டு குளித்துக் கொண்டிருந்தாள். அதனால் கைகால் அலம்ப காம்பவுண்டு உள்ளிருக்கும் பொதுக் குழாய்க்கு வந்தேன். வார்டு கவுன்சிலர் உபயத்தால் எங்கள் தெருவிற்கும் ஒரு ஆழ்குழாய் தண்ணீர்த்தொட்டி கிடைத்திருந்தது எங்கள் வீதி ப வடிவில் உட்குழிந்திருந்ததால் அடுத்த தெருக்காரர்களுக்கு இக்குழாயினை அறியும் வாய்ப்பு ரெம்பவும் குறைச்சல். ஆகவே இங்கே இருக்கும் எட்டுவீட்டுக்காரர்கள் மட்டும் ஏக சுதந்திரமாய் கொண்டாடுவோம்.

குழாயடியை ஒட்டினாற்போல மீசைக்காரர் வீடு.

அதை முழுமையான வீடு எனச் சொல்லிவிட முடியாது. எட்டுக்கு பத்து அளவில் மேலே தகரம் வேய்ந்து அளவான வாசலும் கதவும் சின்ன அளவில் சன்னலும் பொருத்தி இருக்கும்

ஒரு அமைப்பை வீடெனச் சொல்லாமலும் இருக்கமுடியுமா? ஆனால், அந்த இடத்தின் விஸ்தீரணத்தில் ஆறில் ஒரு பங்கே அந்த அறை என்ற உண்மை தெரிகிறபோது மனசு ஏற்கத்தான் மறுக்கும்.

அந்த அறையில் அவர் தனியாகவே இருந்தார். மனைவி இல்லை மகன்கள் இருவர். வேலைக்காக வெளியூர் போய் அங்கேயே குடும்பமாகி விட்டனர். உள்ளூரில் ஏதாவது முக்கியமான கல்யாணம் காட்சி என்றால் அதற்கு வருகிற சாக்கில் தந்தையை விசாரித்துவிட்டுப் போவார்கள்.

மீசைக்காரர், மணியன்பிள்ளை பேக்கரி அன் டீ ஸ்டாலின் ஆஸ்தான வடை மாஸ்டர். அவரது தவளைவடைக்கு ரசிகர்கள் ஜாஸ்தி. ஒருநாள்கூட அவரை லீவெடுக்க அனுமதிக்க மாட்டார் மணியன்பிள்ளை. "ஓமக்கென்னயா லீவு, ஒன்னு நா மண்டயப் போடணும், இல்ல நீ கட்டைல போவோணும். அதுக்கெடைல ஒனக்கும் லீவு கெடையாது கடைக்கும் லீவுகெடையாது. ஆமா!" என அவரது மீசையைத் திருகிவிட்டபடியே சொல்லுவார்.

"என்னத்த வடையில பெரிய ருசியக் கண்டுட்டாக! என்னா, எல்லாரும் சேக்கற சரக்குதே, கடல மாவுல கூடுதலா நாலு தேங்காச்சில்ல சீவிப் போடுறான். சோடாப்பு சேத்து எண்ணையக் குடிக்க விடுறான் எண்ணைக்கினு ஒரு ருசி உண்டுல்ல!"

எகடாசி பேசுகிற நபர்களால் எத்தனை தேங்காயை உடைத்துப் போட்டாலும், வகைவகையாய் பருப்புகளை வறுத்துப் போட்டாலும், தாராளமாக எண்ணையைக் குடிக்கவிட்டாலும்; ஏவாரம் நடக்கவில்லை. கைப் பக்குவம், கைராசி என்றார்கள்.

காலையில் சுள்ளென விடிவதற்குள் போய் எண்ணெய்ச் சட்டிகளை கழுவி வைத்து விட்டு சாவகாசமாய் காலைக் காப்பியை கையில் பிடித்துக்கொண்டு வேலையினைத் துவங்கினாரென்றால், ரவா கேசரியில் ஆரம்பித்து உளுந்துவடை, சுசியாப்பம், ஆட்டுபோண்டா, தவளைவடை போட்டு பால்பன்னில் முடித்து மதியம் சாப்பாடு உண்டுவிட்டு அறைக்குத் திரும்புவார். அங்கே நல்லதொரு உறக்கத்தினை போட்டுவிட்டு நாலுமணிக்கு எந்திரிப்பார். குளிரக் குளித்துவிட்டு மறுபடி கடைக்குப் போனால், மிக்சர், காரசேவு, பழையபடி தவளைவடை மட்டும். தேவைக்குப் போடுவார். கடையில்

விளக்குப் பொருத்திவிட்டால் மீசைக்காரருக்கு வேலை இருக்காது கடைக்கு வெளியே வந்து அமர்ந்து எட்டுமணிவரை அரசியல், சினிமா, ஊர்பொரணி என இலக்கில்லாமல் போகும். சரியாக எட்டுமணிக்கு மணியன்பிள்ளை செலவுக்கு பணம்தருவார். வெளிக்குப் போய்விட்டு வரும்போது ஒரு குவாட்டரும் இரண்டு வயல்காட்டுப் பழங்களுமாய் வீடு திரும்புவார்.

தெருவாசிகள் யாராவது எதிர்ப்பட்டால் கொஞ்சநேரம் அளவளாவிவிட்டு அறைக்குள் போவார். வாங்கிய சரக்கை குடித்துவிட்டு வாழைப்பழத்தை கடித்து விழுங்கிவிட்டு பிளாஸ்டிக் வயர்பின்னிய கட்டிலில் சாய்ந்துவிடுவார்.

மூன்றாம் சாமத்தைப்போல இந்த மதியவேளையும் நிசப்தமானது. அதுவும் இதுபோன்ற ஒரு வீதி அபூர்வம். உதிரிப்பூ விற்பவர்கள் 'கொய்யா...ப்பழம்' என கூவுபவர்கள் வரலாம். அவர்களும் எதிர்க்குரல் வராவிட்டால் தெருமுனையிலேயே நின்று திரும்பிவிடுவார்கள்.

கைகால் அலம்பிய நீர் துணிகொண்டு துடைக்காமலேயே காய்ந்துபோனது. பின்வாக்கிலேயே நடந்து குழாயடியைத் தொட்டேன். மறுமுறை முகம் அலமபத் தோனவில்லை.

மாடிப்படி ஏறியவீட்டில் தம்பியும், கடேசி வீட்டில் சரசு சித்தியும்தான் குடியிருக்கிறார்கள் .யாரையாவது. கூப்பிட்டுச் சொன்னால் நல்லது. ஏனோ எதையுமே செய்யத் தோன்றாமல் கால்கள் வீட்டுக்குள் நுழைந்தன.

"எங்க போய் வாய் பாத்துக்கிருந்தீங்க இம்பிட்டு நேரம்? வீட்டுக்கு வந்தா ஓர் நுமுசம் நெலயா நிக்க முடியாது?" மனைவி பாட்டுப்படித்தாள்.

"நீ குளிச்சிக்கிருந்த..."

"அது எந்நேரம்? குளிச்சி முடிச்சு சிக்கெடுத்து சீவி முடிச்சிட்டேன்."

நான் எனது தம்பி வீட்டுக்குப் போயிருப்பேன் என குமைகிறாள். "நீ நெனைக்கிறாப்ல சின்னவெ வீட்டுக்கெல்லாம் போகலத்தா."

"நா, இப்பக் கேட்டனா? நீங்களா சொல்றதப் பாத்தா எங்காத்தாவ நாங் குளுதாணிக்குள்ள அமுத்தலன்னு ஒப்புச் சொன்ன மாதரில்ல இருக்கு. நீங்க சின்னவெ வீட்டுக்குப் போனா எனக்கென்ன, பெரியாள் வீட்டுக்குப் போனா எனக்கென்ன!

வீசப்போவுதா நாறப்போவுதா?" பேசிக்கொண்டே சோற்றுச் சட்டியின் மூடியைத் திறந்து வியர்வை நீரை வடித்துவிட்டாள்.

"சாப்பிடலாம்ல. ஒங்களத்தே! சோறு சாப்பிடலாம்ல?"

மீசைக்காரர் இன்னமும் கண்ணுக்குள் ஆடிக்கொண்டே இருந்தார். நிலை வாசலில் தொங்கும் நெடிய உருவம், காற்றில் படபடக்கும் அவரது வேஷ்டியின் நுனி. அது அழிந்தால்தானே சோற்றில் கைவைக்க முடியும்.

சோறு வேணாமெனச் சொல்லலாம். மனைவியோ பெரும் யுத்தம் ஒன்றுக்குத் தயாராய் நிற்கிறாள். அவளிடம் கண்டதைச் சொல்லிவிடலாமா?

ஒருகாலை நீட்டி, இன்னொருகாலை சம்மணமிட்டு உட்கார்ந்து சோறு குழம்பு, காய், ரசம் ஊறுகாய் இன்னபிற வகைகளை முன்னால் நிறுத்தி தட்டில் சோற்றைப் பரிமாறியபடி என்னைப் பார்த்தாள்.

தலைக்குளித்து முடித்த அவளின் முகம் பூரணசந்திரன் போல பொலிவு மிகுந்திருந்தது. எண்ணெய் தடவாத அவளின் கூந்தலில் இருந்து விலகிய ஒரு நீளமான முடி, தன்னுடன் நாலைந்தை இணைத்துக்கொண்டு அவளின் முகத்தில் விழுந்து பவுடர் பூசி குங்குமம் இட்ட அவளது வதனத்தில் கீறல் விழுந்த கண்ணாடியைப் போல ஒரு தோற்றத்தை அம்மயிர்க் கொத்து உருவாக்கி இருந்தது.

"பக்கத்துவீட்ல மீசைக்காரர் பொணமா தொங்குறார் நாகு!"

சொன்னால் தாங்குவாளா? நொடிப்பொழுதில் முகம் கலவர பூமியாகிவிடும். சிங்காரித்த முடிக்கற்றைகள் சிலிர்த்துப்போய் நட்டமாய் நிற்கும். முகத்தில் பொலிவு முற்றிலுமாய் மாறி வெளிறிப்போய் சவக்களை தாண்டவமாடும். ஏற்கனவே பயந்தாங்குளி .நாலைந்து நாளைக்கு யாரையும் வீட்டைவிட்டு வெளியேற விடமாட்டாள். .அவளே மனநோயாளிபோல புலம்ப ஆரம்பித்து விடுவாள். ஆனாலும் எப்படியும் தெரியத்தானே போகிறது..? தெரியும்போது தெரியட்டும்! இப்போது வேண்டாம்... சொல்வதற்கு நாக்கு எழும்பவில்லை.

"என்னா அய்யாவுக்கு யோசன பலமா இருக்கு? தம்பிவீட்ல பலமான விருந்தோ?" சோற்றைப் பிசைந்து முதல் கவளத்தை வாயில் வைத்தாள். தொங்கிய மயிர்க் கொத்து சோற்றோடு சேர்ந்து வாய்க்குள் நுழைய அதனை லாவகமாய் இடதுகையால் ஒதுக்கி காதுமடலில் கோர்த்து விட்டாள்.

நானாக ஒருதட்டை எடுத்து சாதம் போட்டுக்கொண்டேன். வயிற்றுக்குள் சோறு இறங்க மறுத்தது.

"என்னடா மகனே?" மீசைக்காரர் நெற்றியில் ஏறி நின்று பேசினார். ஒருவகையில் அவர் எனக்கு சித்தப்பா. எந்தவகையில் எனக்கேட்டால் நானும் குழம்பி நீங்களும் குழம்பவேண்டிவரும்.

தெருவில் எந்த ஒரு வீட்டு நிகழ்விலும் அவருக்கு என்று பிரதான பங்கு இருக்காது. ஆனாலும் நடைபெறும் அத்தனை விஷேசங்களிலும் முன்னனியில் வந்து நிற்பார். அந்தநாளில் கடைக்கு டிமிக்கிதான்.

"மீசய நம்பித்தே காரியத்த நடத்துறேன்" என வெறும் வாய்ச்சொல் ஒன்று போதும் உதிக்கிற சூரியனையும் உசுப்பி இழுத்துக்கொண்டு வந்து விடுவார் மீசைக்காரர்.

அப்படித்தான் மணியன்பிள்ளையின் கடைக்கு வாடிக்கையாய் கருவேப்பிலை கொத்துமல்லித்தழை கொண்டுவரும் ஒரு பெண்மணி தன் மகளுக்குச் சடங்கு வைக்க மண்டபம் பேசவேண்டுமென மீசைக்காரரிடம் பேச்சுவாக்கில் ஒருநாள் சொன்னாள்.

''ஆம்பளையில்லாத வீடு, ஓடியாடிச் செய்ய நாதி இல்லண்ணே!'

அவ்வளவுதான், வாழைமரம் வெட்டுவதிலிருந்து சமையல் ஆள் முதல்கொண்டு நானென்று நின்றுபார்த்தார். கடேசியில் எதிர்பார்த்த மொய் வரவில்லையாம். வாழைமரத்திற்கும் இலைக்கட்டுக்கும் மீசைக்காரர்தான் சொந்தக்காசில் கணக்குமுடிக்க வேண்டிவந்தது. 'என்னைக்கிருந்தாலும் ஒங்க கடனத் தீக்காம எங்கட்ட அடங்காதுண்ணே' என கருவேப்பிலைக்கார பெண்மணி வாக்குக் கொடுத்திருந்தார்..

தெருவில் ஏதோ சத்தம் கேட்டது. இரண்டாவது சோறு போட்டுக் கொள்ளாமல் கைகழுவினேன். மனைவி தண்ணீர் குடித்தபடி ஓரக்கண்ணால் பார்த்தாள்.

"என்னாச்சு?"

"ப்ச், வவுறு சரியில்ல!"

கைகழுவி தட்டை எடுத்து கழுவுதொட்டியில் போட்டுவிட்டு வாசலுக்கு வந்தேன்.. தம்பியின் வீட்டுத் திண்ணையில் அமர்ந்து இரண்டு பள்ளிச் சிறுவர்கள் கால்களைத் தொங்கலாட்டம் போட்டபடி பேசிக்கொண்டிருந்தனர். இன்னமும் சிலபேர்

வந்ததும் தங்களின் ஆட்டத்தினைத் துவக்கிவிடுவார்கள். கபடி, செதுக்குமுத்து, கால்தாண்டி இப்படி எதுவுமாக இருக்கலாம். நண்பர்களுக்காக காத்திருக்கிறார்கள் போலும்.

கொஞ்சம் பதைபதைப்பாய் இருந்தது. என்னருந்தாலும் சிறுவர்கள். திடீரென யாராவது ஒருத்தன் மீசைக்காரர் வீட்டுக்குள் நுழைந்து தொங்கிக்கொண்டிருக்கிற பிரேதத்தைப் பார்க்க நேர்ந்தால்.. அலறுவது மட்டுமா? பயத்தில் ஏதாவது நடந்துவிட்டால்.. நம்ம பிள்ளைவேறு அடுத்தவீட்டு பிள்ளை வேறா? விரட்டிவிடத் தோன்றியது. என்ன சொல்லி விரட்டுவது? இதுவரையிலும் யாரையும் அப்படி ஒருநாளும் விரட்டியது கிடையாது. யாராவது அவர்களை விரட்டினாலும், "விடுங்க பசங்க இந்தவயசில ஓடியாடி விளையாடாட்டி எப்ப விளையாடுவாங்க" என ஆதரவுக்குரல் கொடுப்பதே எனது வழக்கம். "வேலவெட்டி பாத்த அலுப்பில சித்தநேரம் கண்ணசர விடமாட்டேங்கிதுக பக்கிக. அமைதியா சத்தம் போடாம விளையாடலாம்ல" என நாகுவே, சில சமயம் எனக்கு எதிராய்ப் பேசுவாள். ஆளோடின வீதிய உசிர்கொடுத்து நிறுத்துறவனுக இந்தப்பசங்கதான். இல்லாட்டா பகல்லயே தெருவுக்கு செக்யூரிட்டி ஒராள் போடணும்" என மனைவியின் கூக்குரலை நிறுத்திய பொழுதுகள் நிறைய.

பள்ளிவிடுமுறை நாளாக இருந்தால் இந்நேரம் பள்ளிச்சிறுவர்களே மீசைக்காரரைக் குளிப்பாட்டி பாடையில் ஏற்றியிருப்பார்கள். அவர்களின் உறைவிடம் குழாயடியும் மீசைக்காரரின் குடியிருப்பும்தான்.. தெருவுக்குள் வந்தால் அவரை உறங்க விடமாட்டார்கள். அவரும் தான் உறங்கவேண்டுமென அவர்களை விரட்டவும் மாட்டார்.

*

சரசு சித்தி வெளியில் வந்தார். கையில் பெரிய எவர்சில்வர் தாம்பாளத்தட்டும் தோளில் பழையதுணியும் வைத்திருந்தார். சித்தியைக் கண்டால் பசங்களுக்கு கொஞ்சம் பயம். எந்நேரமும் பிள்ளைகளைக் கடிந்துகொண்டே இருப்பார். ..அப்படி ஒரு சுபாவம் அவருக்கு.. இப்பவும் திண்ணையில் அமர்ந்திருக்கும் பசங்களைப் பார்த்துக்கொண்டேதான் வந்தார். "என்னங்கடா இந்நேரத்துல? பள்ளியுடத்துக்குப் போகலியா?"

"இல்ல பாட்டி எங்களுக்கு மட்டும் மத்தியானத்துக்குமேல லீவு விட்டாங்க."

“உடனே இங்க வந்து ஆஜர் ஆய்ட்டீங்களாக்கும். போங்க போங்க. வெய்யில்ல வீட்ல சித்த நேரம் கண்ணசர ஒறங்கி எந்திரிச்சு வெய்யில் தாழ சாய்ங்காலமா வாங்க” விரட்ட ஆரம்பித்தார்.

“சின்னப் பிள்ளையெல்லா பகல் தூக்கம் தூங்கக் கூடாதுன்னு வீட்ல வெரட்டி விட்டாக பாட்டி.”

“ம், ஒங்கள இங்கிட்டு ஓட்டிவிட்டு ஒங்க ஆத்தாலும் அப்பனும் சாலியா ஒறக்கம் போடுறாகளாக்கும்! ஒறக்கம் பிடிக்காட்டி வீட்டுப் பாடத்த ஒக்காந்து எழுதலாம்ல. இங்கன வந்து கும்மர்ச்சம் போடாம!”

“வீட்டுப்பாடமெல்லா இன்னிக்கி ஸ்கூலயே முடிச்சிட்டோம் பாட்டி” சரிக்குச் சரியாக விகலபமில்லாமல் பேசினர். அது என்னவோ சரசு சித்திக்கு தன்னை அவமதிப்பதாய்ப்பட்டது மேலும் குரல் உயர்த்திப் பேசலானார்.

“போய்ட்டு அப்பறமா வாங்கடான்னா உத்திக்கி உத்தி பேசுறீக! ஒங்க வயசு என்னா, வாலிவம் என்னா! போங்கடா எந்திரிச்சு.”

சிறுவர்கள் இருவரும் எழுந்து என்னைக் கடந்து சென்றனர்.

தாம்பாளத்தையும் பழையதுணியையும் வெளியில் வைத்துவிட்டு உள்ளே சென்ற சரசுசித்தி வடகம் வார்ப்பதற்கான கூழுடன் மறுபடியும் வந்தார். துணியை விரித்து வடகத்தினைப் பிழிந்தார்.

எனக்கு உள்ளேயும் போகமுடியாமல் வெளியிலும் செல்லமுடியாத இக்கட்டான சூழல். வீட்டுக்குள் மனைவி பாயை விரித்து தலையணையை போடும் டமால் எனும் பேரோசை கேட்டது.. நாலு நாலரை மணிவரை தலைசாய்ப்பாள். பள்ளிவாசலில் வாங்கு சொல்லும் நேரத்தில் எழுந்து அடுத்த வேலைகளைக் கவனிப்பாள். எனக்கும் தலை சாய்க்க வேணும் போலிருந்தது.. உள்ளே சென்று அவளது பாயில் அணைத்துப் படுத்து சிறிது நேரம் ஆசுவாசப்படுத்திக் கொண்டால் படபடப்பு அடங்கலாம். பகலில் தொட்டால் சும்மாவே அலறுவாள்.

“என்னங்யா மதிய சாப்பாடு ஆச்சா?” சரசு சித்திதான் கேட்டார்.

“சாப்ட்டாச்சு சித்தி.”

“அம்மாப்பிள்ள என்னா செய்து?”

"இப்பதே படுக்கையப் போட்ருக்கா சித்தி..." என்றவன், தொடர்ந்து "சோத்து வடகமா சித்தி?" எனக்கேட்டேன்.

"ஆமாங்யா, நேத்து வெரதம்னு ஆரும் சரியா சோறு திங்கல. வீணாப் போக்காட்டி என்னான்னு தோனுச்சு. மொளகாப்பொடி, உப்பு சேத்து பிழிஞ்சிவிட்டா வெஞ்சனத்துக்கு ஆகும்ல."

"மொட்ட மாடில போட்டா நல்லாக் காஞ்சிடும்ல சித்தி" பேச்சு பேச்சாக இருந்தாலும் சித்தியின் பார்வை அவரது வீட்டுக்கு எதிர்ப்புறமிருக்கும் மீசைக்காரரின் அறைப்பக்கம் போகவேண்டும் என பிரார்த்தித்தேன்.

"மாடில காக்காச் சனியே வந்து துணியோட தூக்கிட்டுப் போய்த் தொலையிது."

"மச்சி... என்னாவாம், இன்னியாரத்துல வெய்யில் போனபெறகு வடகம் போடுற?" முதல்வீட்டு நாயகம் அத்தை கொசுவச் சேலையை இழுத்துச் சொருகியபடி சரசு சித்தியின் முன்னால் வந்து நின்றது.

இனி இருவரும் திண்ணையில் உட்கார்ந்து பேச்சில் கூடி விடுவார்கள். மீசைக்காரர் முழித்துக்கொண்டிருந்தால் சில நாட்கள் அவரும் வந்து கலந்துகொள்வார்.

எதுவும் தோன்றாமல் நானும் அப்படியே வீட்டு வாசலில் அமரலானேன். நாலுமணிக்கு கடையைத் திறக்க வேண்டும். இங்கே நடுவீட்டில் ஒரு பிணத்தைத் தொங்க விட்டுக்கொண்டு இப்படி கையாளாகாமல் இருப்பது கேவலமாய் இருந்தது.

இவர்கள் இருவரையும் பயன்படுத்தி விசயத்தைத் தெரியப்படுத்தி விடலாமா? அப்படிச் செய்தால் காரியம் சுலபமாய் இருக்கும். எப்படிச் சொல்லுவது. நீ எப்போ பார்த்தாய்? உனக்கு எப்படித் தெரியும்? ஏன் இவ்வளவு நேரம் சொல்லவில்லை? இத்தனை கேள்விகள் வரும்.

ஒருவேளை யாரும் பார்க்காமல் போனாலும் சிக்கல்தான். இரவெல்லாம் பிரேதம் ஊசலாடிக்கொண்டிருக்கும். நடுசாமத்துக்குப் பின் நடமாடும் நாய்கள் ஏதும் செய்தால்தான் பயங்கரம்.

ஊரெல்லாம்போய் ஒப்பாரி வைக்கிற கிழடுகள் எதிர்க்கத் தொங்கும் பிணத்தை பார்க்க மாட்டேங்குதுகளே!"

கடைக்குப் போவதே உசிதம் எனப்பட்டது.

வீட்டுக்குள் சென்று தலையை வாரிக்கொண்டு கிளம்பலானேன். மனைவி மல்லாக்க படுத்து வலக்கையை நெற்றியின் குறுக்கே கிடத்தியபடி உறக்கத்திலிருந்தாள். ஒருகால் குத்திட்டு நிற்க இடதுகால் சற்றுவளைத்து நீட்டி இருந்தது.

வாசலைவிட்டு இறங்கியதும் கால்செருப்பை மாட்டிக்கொண்டு மறுபடியும் சரசு சித்தி இருந்த இடம் சென்றேன். ஓரப்பார்வையில் மீசைக்காரரின் வெள்ளைவேட்டி கொடியில் காயப்போடப்பட்ட துணிபோல காற்றில் அசைந்து கொண்டிருந்தது.

பிழியப்பட்ட வடகத்தின் அருகே நீளமான கழை ஒன்றை காவலுக்கு வைத்துவிட்டு சரசுசித்தியும், நாயகம் அத்தையும் தம்பிவீட்டின் திண்ணயில் ஜோடியாய் அமர்ந்திருந்தனர். தம்பிவீட்டுக் கதவு இன்னும் திறக்கப்படாது இருந்தது. இது பின்வாசல். தம்பியின் பிள்ளைகள் பள்ளிகூடம்விட்டு வந்தபிறகுதான் அவைகள் திறக்கப்படும் அல்லது காலைமாலை என குளிர்ந்தபொழுதில் திறந்து வைத்து உட்காருவார்கள். மற்றபடி அத்தனை உபயோகமும் முன்புறம் உள்ள பிரதான வாசல்தான்.

“கடைக்குக் கௌம்பியாச்சா ங்கய்யா?”

“ஆமா சித்தி.”

“தம்பிக்கு மத்தியான உறக்கம் பழக்கமில்லியா?”

“நெனச்சா ஒறங்குவேன்த்த” நாயகம் அத்தைக்கு பதில் சொன்னவன், “இன்னிக்கி என்னமோ தண்ணிபிடிக்கக்கூட ஒர்த்தரையுங் காணோம்?” எனச் சொல்லியபடியே சுற்றிலும் பார்வையினை அலயவிடுவதுபோல மீசைக்காரர் வீட்டில் நிறுத்தினேன்.

“ஒருத்தியும் வரக்குடாதுன்னு கண்டிசன் போட்டுட்டேன்ல. வேணும்னா காலைலயும் சாயங்காலம் மட்டும்தா வரணும் கண்டநேரம் வந்து கரச்சல் குடுக்கக்குடாது. மோட்டாரப் பூட்டி சாவிய வச்சுக்கிட்டேன்ல” சரசு சித்தி.

“சல்க்காரு கொழாயப் பூட்டி சாவியக் கைல வச்சுக்கறது தைரியந்தே.”

“இல்ல நாயகம்! அதேன் தெருவுக்கு ஒரு மோட்டாரு இருக்குல்ல, அவ அவ தெருவுல நின்னுபிடிக்க வேண்டிதான, இங்க வந்தா ஒழுக்கமா பிடிக்கணும்ல ஆளில்லன்ன ஒடனே

சோப்புபோட்டு நொட்டுநொட்டுன்னு துணியத் தொவைக்க ஆரம்பிச்சிடுறாளுக ஊர்ல இருக்க ஊத்தையெல்லா நம்ம வீட்டுத் தலவாசல்ல வந்து சேருது.”

“ஆனா, இப்ப பாருங்க. இத்தம்பெரிய தெருவுல பேச்சுத் தொணைக்குக்கூட ஆருமில்லாம ஒத்தையா ஒக்காந்து இருக்கீங்கள்ல” என்றேன்.

“ரெண்டுபேரையும் பேயா தூக்கிட்டுப் போவப்போவுது. என்னா மச்சி? வேணும்னா மீசக்காரரக் கூப்புட்டுக்குவம். வெட்டியா குப்புற அடிச்சுப் படுத்துக் கெடப்பாப்ல. யே மீசக்கார்ரே... மாமா, மீச மாமா” சரசு சித்தி உட்கார்ந்த வாக்கில் சத்தம்போட்டுக் கூப்பிட ஆரம்பித்ததும்.எனக்கு குப்பென வியர்த்தது. கால்கள் வலுவிழப்பதுபோல உணர்ந்தேன்.

“ச்சும்மாதே இரு மச்சி, .பாவம். அவர்பாட்டுக்கு ஒறங்குனா ஒறங்கீட்டுப் போறாரு.”

அப்படியே ஏதும் பேசாமல் கிளம்பி கடையை நோக்கி நடக்கலானேன். கால்கள் பின்னிக் கொண்டது மாதரி நடக்கவே சிரமமாயிருந்தது. இழுத்து நடக்க முடியவில்லை. மீசைக்காரர் அழைப்பது போலவும், அவர் பின் தொடர்ந்து வருவது போலவுமான ஒரு பிரமை.

இதே வீதியில்தான் ஒருமுறை அவர் சொன்ன ஞாபகம்.“எனக்கு இனி சொந்தபந்தமெல்லா இங்கதே. யாரும் என்னத்தேடி அங்கருந்து வரவேணாம். அய்யா, புள்ள, பேரெம்பேத்தின்ன பாசமெல்லாம் போதும். காச்ச மண்டவலின்னா ஒரு சீரகத்தண்ணி வச்சுத்தர தம்பாபிள்ள தெருவுல ஆளிருக்கு. ஒருவேளை நா செத்துப் போனாலும் நீங்கள்ளாம் அரக்கப் பரக்க வரணும்ன அவசியமில்ல கைப்பிடி மண்ணள்ளிப்போட இதோ எம்மகெ இருக்கான். என்னடா மகனே! நீங்க ஒங்க சோலிதொந்தரவப் பாத்து முடிச்சு சாவகாசமா வரலாம்” என சொந்த மக்களிடம் சொன்னது இப்பவும் கனீரென ஒலித்தது.

மணியன்பிள்ளை கடையில் வேலைபார்த்துக் கொண்டிருந்தபோது ஒருநாள் எண்ணெய்ச் சட்டி தடுமாறி காலில் கவிழ்ந்து விட்டது. நல்லவேளையாய் பாதத்தில் மட்டும் எண்ணெய் சிதறி இருந்தது காலை இழுத்து ஒதுக்கிக் கொண்டார். சுதாரிக்காமல் இருந்தால் அடிவயிற்றில் கொட்டியிருக்கும். ஆஸ்பத்திரிக்கு வேண்டாமெனச்

சொல்லிவிட்டார். கைப்பக்குவம் நாம் பாத்துக்கறேன் என அறைக்கு வந்துவிட்டார்.

தெருசனங்கள் கூடிவிட்டனர். சரசு சித்தி, எனது மனைவியை துணைக்கு வைத்துக்கொண்டு சிஷ்ருஷைகள் செய்தார். மனைவியின் தலையீட்டால் நானும் போகவேண்டிவந்தது. நான் போனதால் கூச்சமற்று அவரால் வைத்தியத்தைத் தொடர முடிந்தது. குதறிப் போன புண்கள் ஓரளவு வாடிய சமயம் மீசைக்காரரின் மருமகளும் மகனும் பார்க்க வந்திருந்தனர். அன்றைக்குத்தான் அப்படி ஒரு முடிவினைச் சொன்னார். அது என்னவோ ரத்தபந்தம் போல நெஞ்சில் ரீங்காரமிட்டுக் கொண்டே இருக்கிறது. மீசைக்காரர் 'என்னடா மகனே' எனும் போதெல்லாம் அவரது அந்தப்பேச்சு மறுபடிமறுபடி புதுப்பித்துக்கொண்டே இருக்கிறது.

மணியன்பிள்ளை கடையில் போய்ச் சொல்லிவிட வேண்டியதுதான். என தீர்மானித்தேன். ஒருவேளை மீசைக்கரரின் துர்மரணத்தின் காரணம் அவர்களுக்குத் தெரியலாம். இல்லாவிட்டாலும் அவர்களது பாதுகாப்பில் இருப்பதால் மேற்கொண்டு என்ன செய்வது என அவர்கள் முடிவு செய்வார்கள். விசயத்தைச் சொன்னால் போதும் கடை ஆட்களைக்கொண்டு இறக்கி ஆகவேண்டியதைச் செய்வார்கள். ஒருவேளை போலீசுக்குப் போனாலும் அவர்கள்பாடு.

போலீஸ் என்றவுடன் மறுபடியும் மனசு பின்னுக்கு ஒளிந்தது. "மொதல்ல பாத்தது யாரு? எப்ப பாத்தீங்க? எதுக்காகப் போனீங்க? அவரா தொங்குனாரா இல்ல நீங்க தொங்கவிட்டீங்களா? கைரேகையக் குடுத்துட்டுப்போங்க எப்பக்கூப்பிட்டாலும் வரணும்!" தலை கிறுகிறுத்தது.

மணியன்பிள்ளை காபிக்கடையை நோக்கி வேகமாய் எட்டுவைத்து நடந்தேன். கண்களை மூடிக்கொண்டு நடந்தவைகளை ஒப்பித்துவிட்டு வந்து விடவேண்டும் என்ன நடந்தாலும் நடக்கட்டும். தூரத்தில் இருந்தபடியே பார்க்க அதன் பழமை மாறாத தோற்றம் மீசைக்காரரையே நினைவுபடுத்தியது. கான்கரீட் கட்டிடமென்றாலும் பார்வைக்காக முன்புறம் கிடுகுக்கூரை வேய்ந்து மூங்கில் தப்பைகளால் தட்டுக்கதவு போட்டிருந்தார் மணியன்பிள்ளை.

கடையை நெருங்கியபோது விசுக்கென்றது.

"இன்று விடுமுறை."

சிவப்பு ஸ்கெட்ச் பேனாவால் எழுதப்பட்ட காலண்டர் அட்டை மூங்கில் தட்டில் தொங்கவிடப்பட்டிருந்தது.

வேறு வழியின்றி எனது கடைக்குச் சென்றேன். கடையில் உட்கார்ந்து நிம்மதியாய் வியாபாரம் பார்க்க முடியும் எனத்தோன்றவில்லை. கடையைத் திறக்காமலேயே சிறிது நேரம் உலாத்தினேன்.

“என்ன மொதலாளி... கட லீவா?” பக்கத்துக் கடைக்காரர் கேட்டார். கண்ணில் படுவோரெல்லாம் அவருக்கு முதலாளிதான்.

“ஆமா ராமரு, ஒடம்பு சரியில்ல. அதேன் தெறக்கலாமா வேணாமான்னு நிக்கிறேன்” வயசில் இளையவன்.

“கடை என்னா மொதலாளி கடை, அத எப்பவேணா தெறக்கலாம்.ஒடம்பு முக்கியம். அதப்பாருங்க. ரெஸ்ட்டப் போடணும்னு தோணுச்சுன்னா போட்ருங்க. வாரதப் பாப்பம்.”

அங்கேயே கொஞ்சநேரம் நின்றேன். ஒவ்வொரு வினாடியும் மணிக்கணக்கில் நகர்ந்தது. ராமர் ஏதேதோ பேசிக்கொண்டிருந்தான். எதுவும் புத்தியில் ஏறவில்லை. தம்பாபிள்ளை தெருவிலேயே மையம் கொண்டிருந்தது. என்ன பொழப்பு... ச்சே! இத்தனை வயசுக்கு வாழ்ந்து என்ன பிரயோசனம்? எத்தனை பேருடன் பழகி, என்னென்ன அனுபவங்கள் அத்தனையும் அடைந்து என்ன பலன்? சின்னஞ் சிறு பிரச்சனையை எதிர்கொள்ள முடியவில்லை. அப்பா, அண்ணன், தம்பி, புருசன், முதலாளி எத்தனை பெயர்? மலட்டு ராசாவுக்கு மண்டபம் கொள்ளாத மனைவிமார்களாம்! சரசு சித்தி பேசுகிற சொலவடை காதில் ஒலித்தது.

வீதியில் யாரோ காறித் துப்பினார்கள்.

“டீ குடிக்கலாமா மொதலாளி?”

“கடைல போய் குடிக்கலாமா?”

ஒரே இடத்தில் நிற்பது நரகம் போலிருந்தது. எங்காவது இடம்பெயர்ந்து கொண்டே இருக்க வேண்டும்.

பொதுவாக கடைக்காரர்கள் பார்சல் வாங்கி பகிர்ந்து கொள்வது வாடிக்கை. ராமரின் முகத்தில் ஏமாற்றம் தெரிந்தது. சட்டென அதை மறைத்து, “எங்க வேணாலும் போலாம்வாங்க. காரியமா முக்கியம்? வீரியம்தான முக்கியம்.”

டீயைக் குடித்துவிட்டு நிமிசப் பொழுதையும் வீணடிக்காமல் மீசைக்காரரைப் போய்ப் பார்க்க வேண்டும். நல்லவேளையாய்

டீ கடையில் கூட்டமில்லை. வடையெல்லாம் வேணாமென்றேன். டீ கைக்கு வந்தது.

"என்னாய்யா, ஒங்க சித்தப்பா செத்துப் போய்ட்டாராம்ல?" என்ற கேள்வி ஒன்று பின்னாலிருந்து வர டீ தம்ளர் கைநழுவி கீழே விழுந்தது.

*

தெருவுக்குள் நுழைய அந்தி சாய்ந்திருந்தது. மஞ்சள் வெளிச்சம் மட்டும் தன் மிச்சத்தை அங்கங்கே தெருக்களில் தெளித்திருந்தது. தெருமுனையில் காலெடுத்து வைக்கும்போதே மனசில் பயம் ஒன்று ஏறி உட்கார்ந்து அடைகாத்தது. எப்போது அது அவிழும்? தெருவில் அத்தனை வீட்டிலும் வாசல்கதவுகள் விரியத்திறந்து கிடந்தன. யாரும் வீடுகளுக்குள் இல்லை. குழாயடியில் மொத்தக்கூட்டமும் நின்றிருந்தது.

யார் பார்த்தது? பிரேதத்தை யார் தைரியமாய் இறக்கியது?

இடத்தை நெருங்க நெருங்க கால்கள் வேகமெடுத்தன. எனது காலடி ஓசை கேட்டு கூட்டம் கொஞ்சம் விலகியது. பூராமும் பெண்கள், குழந்தைகள், ஆண்கள் யாருமே இல்லை.

குழாயடியில் மீசைக்காரரின் கட்டில் கிடந்தது அதன் மேல் மீசைக்காரரின் பிரேதம் கிடத்தியிருந்தது. பக்கத்தில் சரசு சித்தி மீசைக்காரரின் தலையை தாங்கிப் பிடித்துக் கொண்டிருந்தார்.

"வாங்கய்யா. சரியான நேரத்துக்கு வந்துட்ட, குளுப்பாட்ட ஆள் இல்லியேனு தேடிக்கிருந்தம். நீதே வந்து குளுப்பாட்டணும்னு இருந்துருக்கு பாரு!"

"தம்பியும் அப்ப இருந்துச்சுல்ல, நாங்க எல்லாமுந்தான நின்டு பேசிக்கிருந்தம். நீங்க கடைக்கு கௌம்புனப்பறம் நானும் போய்ட்டென்யா. அதுக்குப் பெறவு மச்சி உள்ள போய்ப் பாத்துருக்கு. அண்ணே கட்டுல்ல நீச்சு நெனவுல்லாம கெடந்துருக்காரு. எந்நேரம் உசிர் பிரிஞ்சதுன்னு தெரில" நாயகம் அத்தை சத்தமாய் வாக்குமூலம் தந்தார்.

நான் சரசு சித்தியையே பார்த்துக்கொண்டிருந்தேன். "வாங்கய்யா, பொழுது விழும் நேரம் சீக்கிரமா குளுப்பாட்டி சாமியக் கும்பிடணும்" என்றவர், என்னைத் தனியே அழைத்தார்., "பாவப்பட்ட மனுசன்யா, என்னா விதியோ தொங்கீட்டாரு. பதறுனம்னா அறுத்து கூறுபோட்ருவாங்க. அதனால

அம்மாபிள்ளயத் தொணைக்கு வச்சுக்கிட்டு எறக்கிட்டோம். ஊருவிட்டு, ஒறவுவிட்டு வந்த மனுசெ... நாமதே ஒறவு! வாரதப் பாப்பம்யா! வாங்க, பெத்த தகப்பனா நெனச்சி குளிப்பாட்டுங்க" என்றார்.

சித்தியை அப்படியே இறுகக் கட்டிக்கொண்டு கதறலானேன்.

நாகு, குழாயடியிலிருந்து தண்ணீர்க்குடம் தூக்கி வந்து என் முன்னே வைத்தாள். கைகளில் படிந்திருந்த ஈரத்தை தன் முந்தானையால் ஒற்றிக்கொண்டு என்னைப் பார்த்தாள்.

அவள் முகத்தில் மீசை ஒட்டி இருப்பதுபோலத் தெரிந்தது எனக்கு!

- ஆனந்தவிகடன், 12.03.2018.

*

சுப விரயம்

எச்சில் இலைகளின்மீது நாய்கள் இரண்டும் ஒன்றையொன்று அடித்துப் புரண்டுகொண்டிருந்தன. பந்தல் தடுப்பின் பின்னால் நடக்கும் அந்த அமளி, பந்தலின் உள்ளும் எதிரொலித்தது.

வசந்தவிழா (காதணிவிழா) வைபவம் முடிந்து மொய்ப்பணம் சாமியறைக்குள் வைத்து எண்ணப்பட்டுக்கொண்டிருந்தது, பத்து நிமிடத்துக்கொருமுறை மனோகரனின் மனைவி கௌசல்யா எனும் கௌசி சாமிபடத்துக்கு ஏதோ செய்வதுபோல அறைக்குள் போவதும் வருவதுமாய் இருந்தாள். கௌசியின் தம்பி செந்திவேலுக்கு மூக்கின்மேல் கோவம் வந்துவிட்டது. “நோட்டுல எழுதுனதத்தான எண்ணிக்கிட்டிருக்கம். யாரும் வாய்க்குள்ள போட்டு, மெண்டு முழுங்கீற மாட்டம்” என சுள்ளென சத்தம்போட, நடமாட்டத்தைக் குறைத்தாள். ஆனாலும் கவனம் முழுக்க சாமியறையிலேயே குடிகொண்டிருந்தது. இரண்டு வருசத்துக்கு ஒருதரம் இப்படியொரு விசேசம் வைத்தால்தான், ஊரில் செய்த மொய்ப்பணத்தை வசூலிக்க முடிகிறது. நாளானால் ஜனங்கள் மறந்து விடுகிறார்கள்

நாய்களின் முழக்கம் கௌசியை எரிச்சலூட்டியது. “வெளீல யாருமில்லியா, இந்தச் சனியன்கள அடிச்சுப்பத்திவிடாம என்ன பண்ணிட்டிருக்கீக” புருசனை கடித்துத் துப்ப வந்த கௌசி, அங்கே மனோகரனது போர்க்கோளம் கண்டு தன்னிலை மறந்தாள்.

பந்தலுக்கு வெளியே நின்றிருந்த லாரியில் சமையல் பாத்திரங்கள் சேர், மற்றும் டைனிங் டேபிள்கள் ஏற்றிக் கட்டப்பட்ட நிலையில் இருந்தது. சமையல் குழுவினர் ஆங்காங்கே சிதறித் திரிந்தனர். மாஸ்டர், மனோகரனிடம் ஏதோ வாது செய்துகொண்டிருந்தார். இன்னமும் சமையல் கணக்கு முடிக்கவில்லையோ? மனோகரனின் அருகில் வந்தாள் கௌசி.

“கணக்கு வாங்க மாட்டெங்கிறார் டி” மனோகரனும் சுள்ளென விழுந்தான்.

“மொதல்ல எனக்கு நா, எடுத்துவந்த பொருள ஒப்படைக்கணு ம்மா. ரெண்டாவதுதான் சம்பளம்” ஏதோ ஒன்றின் முடிச்சை இறுக்குவதுபோல பேச்சை, நறுக்கென முடித்தார் மாஸ்டர்.

கௌசிக்கு குழப்பம் அதிகரித்தது. அனேகமாய் லாரியில் மாஸ்டர் கொண்டுவந்த பொருட்கள் பூராமும் ஏற்றப்பட்டிருக்கிறது. ஷாமியானா, மைக்செட் வேறேவேறே ஆட்கள். வாழைமரம், கழட்டி வீசப்பட வேண்டிய அய்ட்டம். வேறே என்ன?

“கொண்டுவந்த பெஞ்சில அஞ்சு, ஒடஞ்சு போச்சுல்ல?!” மாஸ்டர்.

“அதுக்கு..?”

“ஒடஞ்சுபோகல, உள்ள வரும்போதே ஒடச்சுதான கொண்டுவந்தீக” மாஸ்டரை முடிக்கவிடாது முந்திக்கொண்டு பேசினான் மனோகரன்.

“சார், நாங்க கடைல ஏத்திவிடும்போது எப்பிடி சார் இருந்திச்சு... நீங்களும் வந்துதான ஏத்துனீங்க?”

பாத்திரக்கடைப் பையன் போலிருக்கிறது. இளவயசாய் இருந்தான். பாண்ட் சட்டை இன் செய்து மரியாதையான வார்த்தைகளையே பயன்படுத்தினான்.

நேற்றைக்கு இதே நேரம் மனோகரன் நேரில்போய் பொருட்களை. ஏற்றிக்கொண்டு வந்தான். சில நேரங்களில் கடையில் இழவு வீடுகளுக்குப் போகும் சரக்குகளை அனுப்பி விடுகின்றனர் அதனால் சேர்களெல்லாம் புதுசாய் பார்த்து எடுத்து வந்தான்.

கடைக்காரர் “கரெக்ட்டா எண்ணி எடுத்துக்க” என மாஸ்டருக்கு அறிவுறுத்தினார்.

வீட்டுக்கு வந்து முதலில் பாத்திரங்கள், அடுப்புகள் இறக்கிவிட்டு டைனிங் டேபிள்களைக் கட்டி இருந்த கயிறுகளை அவிழ்க்கும்போது டேபிள்கள் சரிந்ததில் அவைகளை அண்டி நின்றிருந்த சேர்கள், ஒட்டுமொத்தமாய் லாரியிலிருந்து தரைக்குத் தள்ளிவிடப்பட்டன. நல்லவேளையாய் சமையலாள் சமயோசிதமாய்க் குதித்துவிட்டான். டேபிளுக்கடியில் சிக்கியிருந்தால் அவனும் சிதறியிருப்பான். அச்சம்பவத்தில் ஐந்துசேர்கள் உடைந்து போயின.

“அது அம்ம பொறுப்பா?” ஏதுமறியா பேதையைப் போல் கேட்டாள் கௌசி.

“கடையிலிருந்து வெளியேறிட்டாலே உங்கதுதானங்க” கடைப் பையன்.

“அதெப்பிடி, வீட்டுக்குள்ள வந்த பொருளுக்குத்தான், பொறுப்பு ஏத்துக்கலாம். பெஞ்சியக் கண்லகூடப் பாக்காம தெண்டம் கட்டணும்னா, கேணத்தனமாவுல்ல இருக்கு” உடைந்த சேர்களை வீட்டுக்குள் சேர்க்காமல் பக்கத்துவீட்டு மாட்டுத் தொழுவத்தின் நிழலில் தூக்கிப் போட்டிருந்தான் மனோகரன்.

“அதான? எசகுபெசகா ஒக்காந்ததுல ஒடஞ்சுபோச்சு, இல்ல, சின்னப் பிள்ளைக ஏறி வெளாண்டு ஒடிச்சு விட்ருச்சுகன்னா சரித்தேன். இத எந்தக் கணக்குல சேக்க முடியும்?” புருசனுக்கு இணக்கமாய்ப் பேசினாலும், இதுக்கும்கூட எதாச்சும் சுளீரென விழுந்து வைப்பான் என்பதால் மனோகரனை அண்டாமல் எட்டியே நின்று பேசினாள் கௌசி.

“நானும் அண்ணனும் போய்த்தே ஏத்திட்டுவந்தம். நீங்க முடியாதுன்னா கடக்காரருக்கு நாந்தே தெண்டம் கட்டணும்க்கா” ஏழெட்டுவயது சின்னவளாய் இருந்தாலும் தொழிலுக்காக மரியாதை குடுத்துப் பேசவேண்டியிருந்தது மாஸ்டருக்கு.

“அதுக்காக, வல்லடியா நீங்க ஆயிரம் ஐநூறு கேப்பீக! குடுக்க முடியுமாண்ணே?”

“ஆயிரம் ஐநூறா..? மூவாயிரம் கேக்கறார் டி!”

கௌசிக்கு மயக்கம் வந்துவிட்டது. “மூவ்வாயிரமா?”

“புது சேர் அறநூறு சில்லரக்கா. நாங்க மொத்தமா எடுத்ததால அறநூறு ரூபா; வெறும் அஞ்சு ரூவா வாடகைக்கு வந்து, மூவாயிரத்த எழக்க முடியுமாக்கா” கடைக்கார பையன் பவ்யமாய் எடுத்துரைத்தான். கடைக்காரர் அப்படித்தான் பேசச் சொல்லியிருந்தார். கஸ்டமர்தான் நாம கும்பிடுற கடவுள்.

“ஒங்கவிட்டு விசேசத்துக்கு வந்துப்புட்டு ஊர்க்காரவக தெண்டம் குடுப்பாகளாக்கா” மாஸ்டரும் வழிமொழிய கூட்டுக்குள் சிக்கிய எலிபோல தவித்தான் மனோகரன்.

மொய்ப்பணம் எண்ணிமுடித்த குழு, அறையைத் திறந்து கொண்டு வெளியில் வந்தது. பணக்கட்டுகள் அடங்கிய பானையினை தோளில் ஏந்திவந்த செந்திவேல், பத்திரமாய் அக்காளிடம் தந்தான்.

வெளியிலிருந்த ஸ்பீக்கர்களை அவிழ்த்து முடித்த மைக்செட்காரரர்கள். பந்தலுக்குள்ளிருந்த ட்யூப் லைட்கள் ஏனைய பொருட்களை சேகரிக்க ஆரம்பித்தனர்.

“இன்னிக்கி நைட் ஒருபொழுது பந்தல்ல ஒரு லைட்டாச்சும் இருக்கட்டும்ப்பா. விசேச வீட்ட இருளடையப் போட்றாதீக” யாரோ ஒருநபர் குரல்விடுத்தபடி அவர்களோடு கலந்தார்.

அப்போது கலைந்த தலையும் கசங்கிய உடையுமாய் இரண்டு கிழவிகள் “சின்னப் பிள்ளைக்கி கொஞ்சம் சோறு குடு தாயி” நெளிந்த பாத்திரங்களோடு வாசலில் வந்து நின்று கோரசாய் குரல் விடுத்தனர்.

வீட்டுக்குள் கசகசத்த கூட்டத்திலிருந்து யாரோ ஒருபெண், இத்தனை நேரம் ஏன் வரவில்லை என்றோ, எங்கே போனாய் எனவோ குறைபட்டுக்கொண்டே ’போட்டுவிடவா கௌசி’ என வாங்கி, நெளிந்த பாத்திரங்களை நிரப்பி அனுப்பினாள். ‘வேற யாராச்சும் இருந்தா, வெளக்குப் பொறுத்தங்குள்ள வரச் சொல்லு” சாதமும் ரசமும் மீந்து கிடந்தன.

உடைந்த சேர்கள் சபைக்கு எடுத்து வரப்பட்டன.

“இப்பல்லா, கடக்காரவகளே வந்து எறக்கிப்போட்டு எண்ணி எடுத்துட்டுப் போயிர்றாக, உருப்படி தொலஞ்சு போனாத்தே வீட்டுக்காரவுக பொறுப்பு, ஒடஞ்சதுக்கெல்லா ஏத்துக்கணுங்கறது எனக்கு என்னமோ சரியாப்படல” பங்காளி ஒராள் நியாயம் பேசினான்.

“அது வேற கணக்குங்க. ஆன் காண்ட்ராக்ட்: சேருக்கு டபுள் வாடகை: நாங்களே ஆள்வச்சு ஏத்தி இறக்கிட்டுப் போயிருவம். அது ஐநூறுசேர் ஆயிரம் சேர்னு எடுத்தா அப்பிடிப் போடலாம்” கடைப்பையன் அதற்கும் விளக்கம் தந்தான்.

“ண்ணே, விசேச வீட்ல இதெல்லா சகஜம். நெட்டையோ குட்டையோ பேசி முடிச்சு அடுத்த வேலையப்பாருங்க, லோடு ஏத்தின வண்டிய ரோட்ல நிறுத்திக்கிட்டு இப்பிடி வாதாடிக்கிருந்தா நாங்க வேற சவாரி போகவேணாமா” லாரி ஓட்டுநர் பீடிப்புகையோடு வந்தார்.

“காசு நான்ல குடுக்கணும்...”

“ஆமாங்க, வாடகப் பொருள எடுத்து வந்தம்னா நாமதே பதனமா எடுத்து, பொறுப்பா கொண்டுக்குப்போய்ச் சேக்கணும்” லாரி ஓட்டுநர் மேலும் பேசினார்.

“எல்லாத்துக்கும் விசேச வீட்டுக்காரரே பூண் பிடிச்சு நிக்க முடியுமாய்யா, அவுக வீட்டுக்குவார ஜனங்களப் பாப்பாங்களா? கொண்டுவந்த பொருளு எங்கன, ஒடையிது, ஓட்ட விழுகுதுன்னு உத்துப் பாத்துகிட்டு நிப்பாகளா? அதுக்குத்தான வேலையாள்கள நியமிக்கிறது” செந்திவேல் மச்சானின் பக்கம் வந்து ஆவேசமாய்ப் பேசினான்.

“அப்பன்னா, ஒடஞ்ச பொருளுக்கு நாங்கதே சவாப்தாரியா?” சமையல் மாஸ்டர் ஆற்றாமையுடன் கேட்டார். பொருள்களை கணக்குமுடித்து அனுப்பிவிட்டால் கூலியை வாங்கி ஆட்களுக்கு சம்பளத்தை தந்துவிட்டு வீட்டில்போய் குளியல்போட்டு உறக்கத்தில் விழலாம். வேலையின் அலுப்பில் புலன்கள் அனைத்தும் உள்ளுக்குள் அழுதுபுலம்பின.

“பின்னா..? வெறும் சோறாக்க, எட்டாயிரம், பத்தாயிரம் சம்பளமு வாங்கிப்புட்டு, போத மயிர்ல பொருள எறக்கத் தெரியாம ஒடச்சு வப்பீங்க, அதுக்கும் இளிச்சவாயெ வீட்டுக்காரெந்தே தெண்டம் குடுக்கணுமாக்கும்?” சந்தடி சாக்கில் சமையல்காரரைச் சாடிய மச்சினனை பெருமிதத்தோடு பார்த்தான் மனோகரன்.

“நெனச்சேன், எளைச்சவெம் பொண்டாட்டி எல்லாருக்கும் வப்பாட்டி’ன்ன கணக்கா சத்திச்சுத்தி வந்து சமையல்க்காரெ கவடுக்குள்ளதே நொழைவீங்கன்னு தெரியும். ஒங்கவீட்ல வந்து புழுக்க வேலை செஞ்சு, கஞ்சிகாச்சி ஊத்துனதும் மட்டுமில்லாம நீங்க பட்ட கடன் ஒடனெல்லா அடச்சிவிட்டும் போகணுமாக்கும்... சொல்லுங்க, வேற எந்த தெண்டத்த ஏத்துக்கணும்?” மாஸ்டரும் நேரடியாய்க் களத்தில் இறங்கியது கண்டு அவரது உதவியாளர்களும் அருகில் வந்து நின்றனர்.

மாஸ்டரின் அந்தப்பேச்சு செந்திவேலுக்கு குவாட்டரை இழுத்ததுபோல சுர்ரென மண்டையில் ஏறியது. ஒருவார்த்தையில் குடும்பத்தைப் பூராவும் கேவலப்படுத்திட்டானே, “யே உங்காள் ஸ்டெடியா நிண்டு பொருள பிடிச்சி எறக்கியிருந்தா சேர் ஒடஞ் சிருக்காதில்லப்பா. வேலைக்கி வரும்போதே ஊத்திக்கிட்டு வந்தா வேலையும் அப்பிடித்தான இருக்கும்” நிஷ்டாந்தரமாய்ப் பழியைப் போட்டான்.

“ஆரு ஊத்திக்கிட்டு வந்தாங்க. நீங்க பாத்தீகளா? இல்ல நீங்க எதும் ஊத்திக்குடுத்தீகளா!” அன்னைக்கி சுதாரிக்காம இருந்திருந்தா டேபிளும் சேரும் விழுந்து ஆளச் சாச்சிருக்கும்.

அப்பவும் இப்பிடித்தான பேசுவீக. ஒங்களுக்கென்னா? நஷ்டம் எம்பொண்டாட்டி பிள்ளைகளுக்குத்தான" என்ற ஒரு சமையல் ஆள், தொடர்ந்து மாஸ்டரிடம் போனான். "நமக்கு இது தேவையாணே? என்ன சொன்னாலும் கேக்க மாட்டேங்கிறீங்க. பொருளக் கொணாந்து போடய்யா! சமயலப் பாக்குறம்னு சொல்லீருக்க மாட்டாம, அம்புட்டுப் பொருளையும் ஏத்தி எறக்கி. லோடுமேன் வேலையும் பாத்து! செஞ்சும் பெலனில்லீல்ல!"

சமையல் குரூப் ஒன்றுகூடுவதைக் கண்ட கௌசி, தம்பியை இழுத்துக்கொண்டு வீட்டுக்குள் போனாள்.

கடைப்பையன் முதலாளிக்குப் போன் போட்டு வரச் சொன்னான். "ஒண்ணும் அடைய மாட்டேங்கிதுண்ணே!"

இடையில் மொய்செய்வதற்கு நலைந்துபேர் வந்தனர். அவர்களை கௌசியும் செந்திவேலும் வளையமிட்டு வீட்டுக்குள் அழைத்துப் போய் உணவிட்டு மொய்ப்பணம் பெற்றனர். சமையலுக்கு வந்த பெண்கள் சலசலவென பேச ஆரம்பித்தனர். "நாங்க வீடு போயி எங்க பிள்ளகுட்டியளுக்கு கஞ்சிகாச்ச வேணாமாண்ணே!"

கௌசி மாஸ்டரைத் தனியே அழைத்து பேரம் பேசினாள். "சம்பளத்த வாங்கிட்டுப் ஆள்களக் கடத்தி விடுங்கண்ணே. காலைல வந்து சேர் பிரச்சனைய முடிச்சுக்கலாம். இன்னம் ஆள்க வந்துகிட்டிருக்காக" தனது புருசனின் வெட்டிவீராப்பு குறித்தும் தணிந்த குரலில் சொன்னாள். "நானே பேசி முடிச்சு விடுறேன்ணே... தங்கச்சிய நம்புங்க."

அந்த நேரம் அனைவரது கவனத்தையும் ஈர்க்கும் வண்ணம் 'தடதட' வென சப்தமெழுப்பியபடி பாத்திரக்கடைக்காரர் 'ராயல் என்ஃபீல்டில்' வந்து இறங்கினார். வண்டிக்குப் பொருந்தினார் போல உடல்வாகு பெற்றிருந்தார். அவரைக்கண்டதும் சிதறிக்கிடந்த சமையல் ஆட்கள் மரியாதை செய்வதுபோல் எழுந்து நின்றனர்.

"என்னா வேலமுடிஞ்சு வீட்டுக்குப் போகணுங்கிற எண்ணமில்லியா? ஏங் கவுண்டரம்மா விசேச வீட்டுச்சாப்பாடு காலக்கட்டிப் போட்ருச்சோ!" என ஒவ்வொருவராய் விரட்டியவர் கடைப்பையனைக் கண்டு பேசிவிட்டு, மாஸ்டரைக் கூப்பிட்டார். "ஒரு பங்சன் நடக்கிற எடத்தில எதுக்கு ஆளுகள நசநசன்னு நிறுத்தி வக்கிறீக, சட்டுபுட்டுன்னு அனுப்பிச்சு விடவேணாமா. அவகளுக்கும் நாளொருபேர் வந்துபோவாகள்ல."

மனோகரனும், கௌசியும் வாசலுக்கு வந்து கும்பிட்டனர். "உள்ள வாங்கண்ணே" வீட்டுக்குள் அழைத்துச் சென்றனர். உள்ளே போய் சாமிகும்பிட்டு மொட்டை எடுத்த பையனுக்கு நூறுரூபாய் சட்டைப்பையில் வைத்துவிட்டு வெளியில் வந்தார்.

"சாப்பிடுங்கண்ணே" கௌசி கெஞ்சினாள்.

"நாங்க சாப்பிடுறது பூராம் ஒங்க சாப்பாடுதான்" என்றார்

லாரி டிரைவரை அழைத்து வண்டியைக் கிளப்பச் சொன்னார். ஆண், பெண் எல்லோரும் லாரியில் ஏறிக்கொள்ள மாஸ்டரை மட்டும் அருகில் வைத்துக்கொண்டார். "பில் வாங்கிட்டியா?" கடைப்பையனை கேட்ட தொனியில் செந்திவேல் பில்பணத்தைக் கொடுத்தான். "நீ கௌம்பு, பொருள பாத்து பதனமா எறக்கச் சொல்லு" என்றவர், மனோகரனிடம் வந்தார்.

"எல்லாம் நல்லபடியா அமஞ்சதாண்ணே" கௌசியும் அருகில் வந்து நின்றாள். "என்னாங்மா, வாரவகெல்லா வந்து போய்ட்டாகளா? வரவேண்டி இருக்கா?"

"எங்கண்ணே? புதுச் செய்மொறயாத்தே வந்துருக்கு. பழசத் தேடிப்பிடிக்கணும்போல..."

"வரும், வரும்மா. வயித்துப் பிள்ளையும், வாங்கின கடனும் இல்லேன்னு போயிருமா" என்றவர், "சேர எறக்குறப்ப பாத்து பக்கத்தில நிண்டு எறக்க வேணாமா. அப்பளமா நொறுங்கிப் போயிருக்கு" என்றார்.

"எங்கண்ணே, கூடவேதே வாரே, கண்ணு முழிச்சு தெறக்கங்குள்ள மடமடன்னு சரிச்சு விட்டாங்களே!"

"வேற யாருக்கும் எந்த சேதாரமும் இல்லீல்லம்மா. ஏன்னா வேலக்காரவக, அவகளுக்கு வேல சுளுவா முடியணும். அதனால நிட்டாந்தரமா செய்வாங்க. நட்டப்படுறது நாமதான... சேருங்கப் போய்ச் சரியாப்போச்சு" சொல்லிவிட்டு உடைந்த சேர்களை எடுத்துப் பார்த்தார்.

"சரிண்ணே, காலம்பற இவர கடைக்கி அனுப்பிச்சு விடுறேன் இல்லன்னா மாஸ்டர்கூட வரட்டும். ஆள்க வந்துபோய்க் கிட்டிருக்காங்க" கௌசி முந்திக்கொண்டு பேசினாள்.

"அப்பிடியாமா, சரிமா" என்றவர், மாஸ்டரிடம்" தொகையச் சொல்லிட்டியா?" என்றார்.

"சேருக்கு ஐநூறு ரூவா சொல்லீருக்கேன்..." என்றார்.

"ஓ! பாக்கிய நீ குடுத்திரியா?"

"பழய சேர்தான அண்ணாச்சி?"

"கடைல போய் நா பழைய சேர் வாங்கமுடியாதில்ல தம்பி."

"நா எதாச்சும் எரநூறு எரநூத்தம்மப்து போடலாம்னு நெனச்சேன்."

"புது சேர் வெல அறநூத்தி அறுவத்தஞ்சு!"

அப்படியே மலைத்துப் போனவர்களை ஆசுவாசப் படுத்துவதுபோல, அடுத்த வார்த்தையினைப் பேசலானார்.

"நீங்க காசத்தேம் பாக்கறீங்க. பெரியவங்களக் கேளுங்க. ஒரு சுபகாரியம் நடக்கும்போது இந்தமாதிரி ஒரு சின்னச்சின்ன சம்பவம் நடக்குறது நல்லதும்பாக. இது ஒரு தத்து. பெரிய அளவில நடக்கவேண்டியது. இப்பிடி சின்ன பொருள் நஷ்டத்தோட நிண்டுபோச்சேன்னு சந்தோசப்படணும். இதயெல்லா விரயமாப் பாக்கக்கூடாது. சுபவிரயம்னு சொல்வாங்க. மூவாயிரம் கைவிட்டுப் போகுதுன்னா, மூணுலட்சம், மூணுகோடி வந்தா எனக்கா தரப் போறீக?"

பைக்கில் மாஸ்டரை ஏற்றிக்கொண்டு கடைக்கு வந்து சேர்ந்தார்.

"காத்தாடியப் போடுப்பா" என்ற கடைக்காரர், எதிரில் இருந்த மாஸ்டரைப் பார்த்து லேசாய்ச் சிரித்தார்.

"ஒரு காசப் பாக்க என்னவெல்லாம் பேசவேண்டியிருக்கு!"

காற்றின் சிலுசிலுப்பில் இமைகள் மூடிக்கொண்டன.

- காமதேனு, நவம்பர், 2019.

*

டிபன் பாக்சும் பித்தளை டாலரும்

தெருமுனையில் எவர்சில்வர் கேனில் வைத்து நிலவேம்பு கசாயம் விநியோகித்துக் கொண்டிருந்தார்கள், நகராட்சிப் பணியாளர்கள்.

“அண்ணே, கசாயம்?”

வீட்டுக்குப் போய்க்கொண்டிருந்த என்னைத் தடுத்தார் காக்கிச்சட்டை அணிந்திருந்த பணியாளர் ஒருவர்.

“இப்பதேங் கடைல காப்பியக் குடிச்சுட்டு வரேன்.”

“அண்ணே சொல்றமாதரி டீகடைல நிண்டா கேன், சீக்கிரம் காலியாயிரும் போல” உடனிருந்த பெண் ஊழியர்களில் இளம்பிராயமானவர் கேனை ஆட்டிப்பார்த்து சொன்னார்.

“ரகள?” கண்களை விரித்து எச்சரித்த இன்னொரு பெண் ஊழியர், “வீட்லசொல்லி தூக்குவாளில வாங்கிக்கச் சொல்லுங்க. புள்ளைகளுக்கு பெரியவங்களுக்கு நல்லதுண்ணே” என்றார்.

அப்போதுதான் கவனித்தேன். தெருவிலிருக்கும் அத்தனை வீடுகளிலிருந்தும் ஆணும் பெண்ணுமாய் ஆளுக்கொரு பாத்திரத்தில் ரம்ஜான்காலத்தில் பள்ளிவாசலில் நோன்புக்கஞ்சி வாங்கிபோவது போல கசாயத்தை வாங்கிக்கொண்டு சென்று கொண்டிருந்தனர்.

“ண்ணே, இதுல ஒரு கையெழுத்து மட்டும் போடுங்க” மூன்றாவது பெண் ஒரு நோட்டை நீட்டினார். “விநியோகக் கணக்கு” என சிரித்தபடி பேனாவைக் கையில் திணித்தார்.

“எல்லாஞ் சரித்தேம்மா. சாக்கடைய அள்ளவே ஆள் வரமாட்டாங்களா? இதுக்கு மட்டும் ஆள் இருக்கு; சாக்கட அள்ள ஆள்க்கெடைக்கலியாக்கும். இங்கபாரு பொருபொருன்னு

எப்பிடி வீச்சமெடுத்துக் கெடக்குன்னு” நாறிக்கிடந்த பகுதியைச் சுட்டிக் காட்டியபடி சரசு சித்தி கூச்சலிட்டது. நான் அமைதியாய் கையெழுத்திட்டு நகர்ந்தேன்.

“நீங்க மட்டுமா ஊரே பேசுது, என்னசெய்ய? ஆளப் போட மாட்டேங்கிறாங்கம்மா.”

பணியாளர்கள் எனது கையெழுத்தைச் சரிபார்த்து திருப்தியுடன் தலையசைத்துக் கொண்டனர். எதிர்த்தாற்போல் நாயகம் அத்தை தூக்குவாளியோடு வந்தார். “ஏம்மா இது நல்லதுங்கறெ. நேத்துக் குடிச்சதிலருந்து செமிக்காம தண்ணிதண்ணியாப் போய்ட்டுருக்கு” புகார் சொல்வதுபோல் பேசினார்.

“கசப்பு நல்லதுமா!”

“ம்! ஓசின்னா ஒண்ணுக்குப் பேஞ்சி குடுத்தாலும் வாங்கிகுவேல்ல. வாங்கிட்டுப்போ இன்னிக்கி கட்டிகட்டியாப் போவும்” சித்தியின் கூச்சலில் அத்தையும் பணியாளர்களும் நெளிந்தனர்.

வீட்டுக்குள் நுழைந்ததும் மனைவியின் அர்ச்சனை ஆரம்பமானது. “வெளீல போனா நேரா வீட்டுக்கு வரமுடியாது? வார வழியில ஒங்களுக்குமட்டும் எப்பிடிங்க கச்சேரிக்கு ஆள்ச் சிக்குறாக?”

“என்னா கச்சேரி?” மேலும் பேச்சை வளர்க்காமல் குளிக்கத் தயாரானேன்.

“போன விசியம் என்னாச்சு?” மறிப்பதுபோல கேள்வி வந்தது.

“கடைல ஆளக் காணாமே” பனியனைக் கழட்டி அழுக்கில் போட்டுவிட்டு துண்டைத் தேடினேன்.

“எங்க போய்ட்டார்? கடைல கேக்கலியா?”

“கேட்டா, எதுக்குத் தேடுறோம்னு சொல்லணும்ல.”

“வேற என்ன செய்ய? ஸ்கூலுக்குப் போயாகணுமே!”

“பத்துமணிக்கு முனியாண்டி தரேன்னு சொல்லீருக்கான்ல அதையும் பாப்பம்.”

“நாஞ் சொல்றதக் கேளுங்க. முனியாண்டி வாரான் மலையாண்டி வாரான்னு நேரத்தக் கடத்தவேணாம். அவக வந்து தருவாகன்னு உறுதி சொல்லமுடியுமா?”

என்னால் அவளுக்கு பதில் சொல்லமுடியவில்லை. கடை ஏவாரத்தில் நிற்கிற நிலுவைகளுக்கு இப்போதெல்லாம் யாரும் உத்திரவாதம் சொல்ல முடியாது. வரும், வராமல் போகாது. ஆனால், எப்போவரும்? இன்னிக்கா நாளைக்கா? பதில் கிடையாது. ஆனால் இந்த பதிலை பள்ளியில் ஃபீஸ் கட்டுமிடத்தில் சொல்லமுடியுமா?

பெரியபிள்ளைக்கு டெர்ம் ஃபீஸ்க்கான காலக்கெடு முடிந்துவிட்டது. இன்றைக்கு அபராதத்தோடு கட்டவேண்டும். மூக்கைச் சிந்தாத குறையாய் அம்மாவிடம் ஒப்பித்துவிட்டு பள்ளிக்குப் போயிருக்கிறது பிள்ளை.

"கண்டிப்பா அப்பா வந்து ஃபீஸ் கட்டீடுவார் டி" சத்தியம் செய்யாத குறையாய் மாலாவும் மகளைத் தேற்றி அனுப்பி வைத்திருக்கிறாள். மற்ற பிள்ளைகள் மத்தியில் வயசுப்பிள்ளை எழுந்து நிற்பதென்பது அவமானம்தானே?

கூடப்பிறந்தவர்களெல்லாம் பிள்ளைகளை முனிசிபல் பள்ளியில் சேர்க்க எனது பிள்ளைகள் மெட்ரிக்குலேசனில் சேர்ந்து படித்தன. ஆரம்பத்திலிருந்தே எல்லோருக்கும் பொறாமை. 'பொம்பளப் பிள்ளையை இங்கிலீஸ் படிக்கவச்சு எங்க அனுப்பப் போற? வெட்டிச் செலவு வீண்செலவு?' என கூப்பாடு போட்டனர். மாலாவுக்கும் கூட நம்ம வசதிக்கு இதெல்லாம் சரிப்படுமா என்ற யோசனை ஆரம்பத்தில் இருந்தது.

"படிப்புச் செலவை என்னிக்கும் செலவாகப் பாக்கக்கூடாது இது ஒரு முதலீடு. கண்ணுக்குத் தெரியாத கச்சாப்பொருள் அதோட விளைச்சல் பின்னாலதான் தெரியும்" என்றார். பள்ளியின் மேனேஜர். கூடப் பிறந்த தம்பியும் தமிழ்மீடியத்தைவிட இங்கிலீஸ் மீடியம் படித்த பிள்ளைகளுக்குதான் வேலை சுலபமாகக் கிடைக்கிறது என்கிற மாதிரி ஒருகருத்தைச் சொல்லி ஒத்துப்பாடினான்.

அந்த ஒரு காரணத்தாலேயே பத்துவருசம் படாதபாடெல்லாம் பட்டு, காலத்தைக் கடத்தியாயிற்று இன்னமும் ரெண்டே வருசம்.

"இப்ப என்ன செய்யப் போறீங்க?" கேள்வியோடு ஆலோசனையும் சொன்னாள் மாலா. '"நம்ம பட்டாளத்தார் கிட்ட கேட்டுப்பாருங்க.'

நல்லயோசனை, பட்டாளத்துக்காரர் படிப்பு விசயத்துக்கு இல்லை எனச் சொல்லமாட்டார். ஆனால் அவரிடம் ஏற்கனவே வாங்கிய ஒருகடன் அடைபடாமல் நிற்கிறதே.

“பழசு அடையணுமின்னா, புதுசு வந்தாத்தே தீரும்’’ புத்தம்புதிதாய் ஒரு தத்துவத்தையும் சொன்னாள், மாலா. கேட்பதற்கு நன்றாகத்தான் இருக்கிறது. ஆனால் கொடுப்பவர்கள் ஏற்கவேணுமே! “சொல்லுற விதத்தில சொன்னா சொக்கலோகமும் வாசல்ல வந்து நிக்கும்ங்க’’ வேதாந்தமெல்லாம் பேசி விரட்டினாள். நேற்று அவளே அவரைச் சந்தித்துவிட்டாளாம். மகளிர் சேமம் முடியப்போவதாகச் சொல்லியிருக்கிறாளாம். அதை வாங்கி அப்படியே பட்டாளத்துக்காரரின் பழைய புதிய கடன்களைப் பூராவும் தந்துவிடப்போவதாக அவரிடம் ‘கப்சா’ விட்டிருக்கிறாளாம். அதனை அப்படியே நானும் வழிமொழிந்து பேச கட்டளையிட்டாள்.

“அட கூறுகெட்ட மூதி, வாங்குற நமக்கே இத்தனை யோசனை இருந்தா கொடுக்கிற அவகளுக்கு அறிவு இல்லாமலா போகும்? ’எத்தன தவண பாக்கி இருக்கு? வாரம் எவ்வளவு கட்டுவீக? கரெக்ட்டா போய் அடையிதா, லேட்பண்ணி பெனால்ட்டி போட்டு கட்டுறீகளா! இதுவரைக்கும் எத்தன பெனால்ட்டி ஆகியிருக்கு. ’இதெல்லாம் அவருக்கு தேவையில்லாத கேள்விதான்! ஆனால் நுட்பமாக் கேக்கறாரே! ‘அதெல்லா ரெம்ப கரெக்ட்டா கட்றோம்’னு சொன்னாலும் வம்பு. ’பாஸ் புஸ்தகத்தக் கொண்டுவா’னு கேட்டுட்டார்னா முகத்த எங்க கொண்டுபோய் வைக்க?

இன்னிய நெலமைக்கி அவர விட்டா வேற வழியுமில்லை. தன்னிட்ட இல்லேன்னாலும் ஏதாவது ஏற்பாடு செய்து கொடுப்பார். நல்ல மனுசன்.

*

முன்போல் டிரைவர்தொழில் அத்தனை சுகமில்லை. ஒருகாலத்தில் வீட்டிலேயே நிற்க முடியாதபடிக்கு சவாரி மாறிமாறி வந்துகொண்டே இருக்கும். மாத சம்பளத்துக்காக அரிசி அரவை ஆலை முதலாளி ஒருவரிடம் வேலை பார்த்தபோது. அவருக்கே வாரத்தில் நாலைந்து நாள் அவுட்டிங் போகவேண்டிவரும். அதுவும் தானிய அறுவடைக் காலத்தில் வண்டியைக் கழுவ நேரமிருக்காது. புழுதி படிந்துபோய் கரேலெனக் கிடக்கும். இதற்காகவே முதலாளி அடுத்தவண்டி ’நிஷானை’ கருப்புநிறம் தேடி எடுத்தார். நிறம் பார்த்தா தூசுபடிகிறது? கருப்புக்கும் தடுமம் பிடிக்கத்தான் செய்தது.

அசராத வருமானம். மாத சம்பளம் தனியாய் வந்துவிட அவுட்டிங்குக்கு தனி பேட்டா கிடைக்கும். கிராமத்துவழி போவதால், தானிய தவசங்கள் மட்டுமல்லாமல் பயறுவகைகள், காய்கறிகள் எல்லாமும் சம்சாரிகள் அள்ளி விட்டார்கள். அதனை சாப்பிட்டு அழிக்க முடியவில்லை. பக்கத்து வீடுகளுக்குக் குடுத்தாலும் சீர் கொஞ்சினார்கள். அந்த சமயம்தான் வீட்டுவாசலிலேயே சாக்கு விரித்து சின்னதாய் கடை போட்டாள் மாலா. இலவசமாக வந்த பொருள்தானே விலை குறைத்து சல்லிசாய் வியாபாரம் செய்தாள். கொட்டிய நிமிசத்தில் சரக்குகள் தீர்ந்தன. ஓசி கொடுத்த இடத்திலேயே விலைகொடுத்து கூடுதலாய் வாங்கிவந்து போட, வாசலில் இருந்தகடை திண்ணைக்கு ஏறியது. கூடுதல் மறைப்பிட்டு பலசரக்கு சாமான்களும் வாங்கிவைத்து விற்பனை செய்ய 'தேவிஸ்ரீ பிரசாத் பலசரக்கு கடை' என பிள்ளைகள் தங்கள் இருவரது பெயரையும் இணைத்து சுவரில் எழுதிப்போட்டனர்.

இதற்கிடையில் காரோட்டும் பொறுமை கண்டு முதலாளியின் நண்பர்கள் உறவினர்கள் அவ்வப்போது ஓய்வு நேரத்தில் வெளி சவாரிக்கு முதலாளியின் சம்மதத்துடன் அழைத்தனர். அந்த வருமானம் தனி. இப்படி எங்கே தொட்டாலும் காசுமேல்காசு வந்து விழ, பிள்ளைகளை தமிழ்மீடியத்தில் சேர்க்க மனம் இடம்கொடுக்கவில்லை. தம்பி பிள்ளைகள் படிக்கிற அதே பள்ளியிலேயே சேர்ந்து படிக்கலாயினர்..

தம்பி, தனியார்பள்ளி ஒன்றில் கணக்கு வாத்தியார் வேலை பார்த்து வந்தான். அவனது மனைவியும் அங்கே தமிழ் மிஸ் ஆக இருந்தாள்.,

"நம்மகாலம் வேற, இப்ப காலம் வேற மாமா. நல்லா வாழணும்னா மொதல்ல கால மாறுதலப் புரிஞ்சுக்கணும். ஓங்க காலத்தில வாங்கித்திங்க அஞ்சுகாசோ பத்துக்காசோ குடுத்தா போதும்" தமிழ் மிஸ் விளக்கமளித்தாள்.

"ரெண்டு காசு" சொல்லும்போதே நெளிவுநெளிவாய் பல்சக்கரம்போலிருக்கும் அந்த ஈய இரண்டுகாசுவின் வடிவம் மெத்தென உள்ளங்கையில் வந்து குளிர்வித்தது.

"இன்னிக்கு பிள்ளைக பாக்கெட் மணி எத்தன கேக்குதுக?"

கணக்கே இல்லியே! பத்து இருபது ஐம்பது சிலநாளில் பிள்ளைகளுக்கு ட்ரீட் குடுக்கணும்மா, என, நூறு இருநூறு கறந்து விடுகிறார்கள்.

“சொல்றீங்க! அதவிட்டு அன்னிக்கு எங்கப்பா எனக்கு அஞ்சுகாசுதே குடுத்தாரு. நானும் அதேன் குடுப்பேன்னா சிரிக்க மாட்டாங்களா?” என்றவள், “அக்காகிட்ட எடுத்துச் சொல்லுங்க. அவங்க இன்னமும் அந்தக்காலத்திலேயே இருக்காங்க. நமக்கு சிரமம் இருக்குங்கறதுக்காக பிள்ளங்க எதிர்காலத்தப் பாழாக்கிடக்கூடாது” சொன்னாள். தமிழ் மிஸ்.

மாலா பட்டிக்காடுதான்... ஆனால், விவரம் தெரியாதவள் என ஒதுக்கிவிட முடியாது. பொருளாதாரக் கணக்கில் கொஞ்சம் கெட்டி. நம்மால் முடிந்ததைத்தான் செய்யவேண்டும் என்பாள். அடுத்தவங்க பெருமைக்காக நாம காவடி செமக்கக்கூடாது என்பதில் உறுதியாக நின்று பேசுவாள்.

தம்பிதான் மல்லுகட்டி தனது பள்ளிக்கூடத்திலேயே சேர்க்கை செய்துவிட்டான். ’எப்படியோ அவன் டார்கெட்டில் ஒரு சீட் முடிஞ்சது’. என பின்னாளில் உதயன் சொன்னார். வண்டி ஓட்டம் நன்றாக இருந்தபடியால் மூத்தபெண்ணின் கல்விச்செலவு பெருசாய்த் தெரியவில்லை.

பெண்ணின் உடுப்பும் மிடுக்கும் கழுத்தில் டையும் தோளில் தொங்கிய பையும் மாலாவையே கொஞ்சம் மாற்றிவிட்டது. ஆண்டுவிழாவில் கலர்கலராய் உடையுடுத்தி கையில் ஜரிகைக்கோல் பிடித்து,

“யாதும் ஊரே யாவரும் கேளீர்
அன்பே எங்கள் உலகத் தத்துவம்
நண்பர் உண்டு, பகைவர் இல்லை
நன்மை உண்டு தீமை இல்லை.”

குட்டிக் கமலஹாசனாய் குழந்தை நடனமாடியபோது, ஐயாயிரம் செலவானது. ஒவ்வொரு வருடமும் டிபன் பாக்ஸும். ஒரு பித்தளை டாலரும் பரிசாக வாங்கிவருவாள். மூன்றாம் வகுப்பிற்குமேல் கையகல ஷீல்டு கிடைத்தது. அப்புறம் படிப்போடு கூடுதல் தகுதி ஒன்று வேண்டும் என விளையாட்டில் சேர்த்தார்கள். வேலைக்குப் போகும்போது ஸ்போர்ட்ஸ் சர்ட்டிபிகேட் ப்ளஸ்சாக மாறும் என தம்பி சொன்னான். அதோடு முடியவில்லை அதர் லாங்வேஜ் என ஹிந்தி வகுப்பு, பெண்விரும்பினாள் என கிட்டார் கிளாஸ் இப்படி எல்லாமாக பத்துவயசிற்குள் பிள்ளையை பெரும் மேதையாக்கிடும் வேலை நடந்தது. மாலாவின் பெருமை தமிழ்மிஸ்சை மிஞ்சிவிட்டது.

மகளை அவள் இவள் என அழைப்பதை மறந்து அவங்க இவங்க என கூப்பிடவும் ஆரம்பித்தாள். இந்த சமயத்தில் இரண்டாவது பையனும் பள்ளிக்கு தயாரானான்.

அது, மோடி சர்க்கார் ஒரேஒரு ஆப்பை நீளமாகச் சொருகி நாட்டுமக்களைப் பூராவும் கதிகலங்க வைத்த நேரம். ஆயிரம், ஐநூறு ரூபாய் நோட்டுகள் செல்லாது என்ற அறிவிப்பில், நாடுமுழுக்க ஏகப்பட்ட சனங்கள் மாரடைப்புகண்டு மாண்டுபோனார்கள். முதலாளியின் வீட்டிலேயே அவரது மச்சான் ஒருவர் பெண்ணுக்கு கலியாணம் வைத்திருந்தார். ஐமபது பவுன் நகையும் ஐந்து லட்சம் ரொக்கமெனப் பேசி கலியாண வேலைகள் நடந்து கொண்டிருந்தன. பாதிநகை எடுத்தாயிற்று. மீதிநகைக்கு அட்வான்சும் போட்டாயிற்று. நாளைக்கு பணம்கட்டி நகையினை வாங்க வேண்டும். ரொக்கப்பணத்தை மாப்பிள்ளைவீட்டில் சேர்க்க வேண்டும். மோடி போட்டகுண்டு அன்று இரவில் வெடித்தது.' நாட்டைக் காக்க மக்கள் அனைவரையும் கசப்பு மருந்து சாப்பிடச்சொன்னார்.

முதலாளியின் மச்சான் நகையை வாங்கமுடியாமலும், மாப்பிள்ளை வீட்டார்க்கு தரவேண்டிய ரொக்கப்பணத்திற்கு புதுநோட்டு கிடைக்காததாலும் எப்போதும் சாப்பிடும் தூக்க மாத்திரையை கொஞ்சம் கூடுதலாகச் சாப்பிட்டுவிட்டார்; கட்டிலில் படுத்தவர் கட்டையாகிப் போனார்.

முதலாளியும் வரவுக்கும் செலவுக்கும் சரிவரவில்லை என புலம்பினார். வண்டியை வீட்டைவிட்டு எடுக்கவில்லை. இவனுக்கு தினமும் வங்கியின் வாசலில் கால்கடுக்க நின்று பழைய நோட்டை புது நோட்டாக மாற்றிக் கொண்டு வரவேண்டிய வேலைமட்டுமே இருந்தது.. அந்த வேலை முடிந்ததும் தானே காரில் ஏற்றிக்கொண்டுவந்து வீட்டில் இறக்கிவிட்டு ஒரு ஸ்வீட் பாக்சும் ஒருமாதச் சம்பளமும் இனாமாகத் தந்து டாட்டா காட்டிவிட்டுப் போனார்.

அப்போது வீட்டில் கடை வியாபாரம் மும்முரமாக இருந்தது. தேனியில் வளையல்கடை போட்டிருந்த சேட் ஒருத்தர், தனது சரக்கைக் கொண்டுவந்து வீட்டை நிரப்பி இருந்தார். சரக்கு விற்கவிற்க பணம் கொடுத்தால் போதுமென சாந்தமாய்ப் பேசினார்.

வீட்டில் விருந்தாளிகள் வந்தால் உட்காரக்கூட இடமில்லை. அத்தனை பெட்டிகள்.

வளையல் என்றால் ஏழெட்டு வகை அதில் ஐந்தாறு கலர்கள், கழுத்துப் பாசி, ஸ்டிக்கர் பொட்டு, நகப்பாலிஷ்,, கண்மை, துவங்கி பரிசுப்பொருள்கள் வரை வகைக்கு பலவாய் வந்து இறங்கியிருந்தது. சரக்கு கண்டு ஊர்மக்களே அரண்டு போனார்கள். கிராமம் என்பதால் அக்கம்பக்கத்து வீதிகளிலிருந்தெல்லாம் பெண்களும் பிள்ளைகளும் வந்து வந்து ஆவலாய்ப் பார்த்துப் போனார்கள்.

"தீவாளி வரைக்கும் இருக்கும்ல?"

நிஜமாகவே தீபாவளிக்கும் ஊர்த்திருவிழாவுக்கும் மட்டுமே சேட்டின் அந்தப் பொருள்கள் விலைபோயின. அதுவரை தூசு அடையாமல் பாதுகாக்க வேண்டி இருந்தது. அடுத்தடுத்த திருவிழாவில் அவைகள் ஓல்டுடிசைன் பட்டம் வாங்கி மங்கிப்போயின. "பழசான சரக்க ரிட்டன் எடுக்க முடிமா மொதலாளி" என சேட் வீட்டுக்குள் வந்து சண்டைபோட்டார். ஊருக்குள் இன்னும் பலதிண்ணைகள் கடைகளாக உருமாறின. முக்கிய வீதியில் பெரியகடை ஒன்று பிரம்மாண்டமாய் எழும்பியது. வியாபாரம் வைக்கோல்ப் பிரியாய் பிரிந்துபோனது. பிள்ளைகளுக்கான பள்ளிக்கட்டணம் மடங்கில் உயர்ந்தது. சொந்தமாய் வண்டி எடுக்கக்கூட யோசனை வந்தது. வீட்டை அடமானம் வைத்தால் போதும். என ஏஜெண்டுகள் பலர் வாசலில் வந்து நின்றனர்.

கடைவீதியில் பல வண்டிக்காரர்கள் தவணைகட்ட முடியாமல் தவிப்பதை கண்கூடாகப் பார்த்ததில் பயம்வந்து வழிமறித்தது. பயத்தில் குழப்பம் மேலெழுந்தது. குழப்பம் இயல்பான செயலை முடக்கியது. செயலின்மையில் சிக்கல்கள் பெரிதாகின. சிக்கல்களோ, எத்தைத் தின்றால் பித்தம் தீரும் என வீதியில் அலைய விட்டன.

*

பட்டாளத்தாரை எங்கே போய்த் தேட?
கடைவீதியில் வந்து நின்றேன்.

அவரும் ஏதோ ஒருவழியில் சொந்தம்தான். எங்குபார்த்தாலும் பிரியமாகப் பேசுவார் பழகுவார். பிள்ளைகுட்டிகள் கிடையாது கிழவன் கிழவி இரண்டுபேர்தான் பட்டாளத்திலிருந்து வந்தபிறகு. மாடுமாத்தி வியாபாரம் செய்து கொண்டிருந்தார்

இப்போது, மூணுசக்கர, நாலுசக்கர பாரம் சுமக்கும் பழைய வண்டிகளை வாங்கி, போனது வந்தது கழட்டிமாட்டி புதிதாக பெயிண்ட் அடித்து எஃப்சி எடுத்து கைமாற்றி வருகிறார். அதனால் ஒரு இடத்தில் அவரை நிலையாய்ப் பார்க்கவும் முடியாது.

சோர்ந்த முகத்தோடு நடந்தான். பதினோரு மணிக்கே வெய்யில் சுள்ளெனத் தைத்தது. காளியம்மன் கோயில் பக்கமிருந்த நகராட்சிப் பள்ளியில் இடைவேளை விட்டிருந்தார்கள். மங்கிப்போன சீருடையில் பிள்ளைகள் பள்ளிக்கு வெளியில் தின்பண்டங்கள் வாங்குவதில் மும்முரமாய் இருந்தார்கள். கடை ஏவாரிகள் தவிர, தள்ளுவண்டி, சைக்கிள் ஏவாரிகளும் நின்று வியாபாரம் செய்து கொண்டிருந்தனர்.

“மகனே!” தென்றல் வந்து தொட்டதுபோல் ஒருகுரல் காற்றில் மிதந்து வந்தது. பட்டாளத்துக்காரர்தான் அழைத்தார்.

தனக்கென குழந்தைகள் எவருமில்லாததால் கண்ணில்படும் எல்லோரையுமே 'அய்யா, மகனே, பேராண்டி' என்று உறவுமுறைகள் சொல்லித்தான் அழைப்பது அவருக்கும் அவரது மனைவிக்கும் பழகிப்போனது..

கருப்பையாபிள்ளையின் டீக் கடையில் நின்றிருந்தார். “டீயா, காப்பியா?” கேட்டார்.

“டிரைவரண்ணே, எப்பயுமே டீ தான சாப்பிடுவாரு” டீ மாஸ்டர், அவரைக்காட்டிலும் வேகமாய் டீயைப் போட்டு நீட்டினார்

வேணாமேன்னு சொல்லக்கூட அவகாசமில்லை.

“வேல மத்துவமா மகனே?” முகம்பார்த்துக் கேட்டார் பட்டாளத்துக்காரர்.

“ஆமா சித்தப்பு ரெம்ப அருந்தலா இருக்கு.”

“ஆமா, காரு வச்சிருக்கவக எல்லா இப்ப தானாவே ஓட்டப் பழகிக்கிட்டாக. அம்புட்டு ஏ, மாட்டுவண்டி ஓட்டுனவெங்கூட குட்டியானய வாங்கி ஓட்றானே! அதனாலதான ஊருக்குள்ள எங்கனபாத்தாலும் குண்டக்க மண்டக்க ஆக்சிடண்டு ஆகிக்கெடக்குது” டீ மாஸ்டர் இவர்கள் பேச்சில் வலிய வந்து கலந்து கொண்டார்.

டீ சாப்பிட்டு முடிப்பதற்குள் விசயத்தை கொஞ்சங் கொஞ்சமாய்க் கொட்டிவிட்டான்.

“நேத்தே மருமகப்பிள்ள சொல்லிச்சு.”

“இந்த ஒரு வட்டம் மட்டும் கொஞ்சம் ஒங்க பேத்திக்காக நீங்க ஒத்தாச பண்ணனும்.”

“போன வட்டமும் நாந்தான பண்ணேன்” பாக்கி நிற்பதை சூசகமாகச் சொன்னார்.

பதில் சொல்லத் திணறவேண்டி வந்தது...

“ஒண்ணும் பாதகமில்லடா மகனே, அம்பலத்தில ஆடுனாலும் அள்ளித்திங்க ஆக்குபறைக்கு வந்துதான ஆகணும். என்னா, இப்ப, சித்தப்பாவும் கொஞ்சம் சிரமத்தில இருக்கேன். வண்டிபூராம் செட்டுலயே நிக்கிது மின்னப்போல ஏவாரம் ஜூட் இல்ல. அப்பப்ப நகண்டுகிட்டே இருந்தாத்தான காசும் வந்து போய்க்கிருக்கும். நிக்கநிக்க வட்டி நட்டம்தான!” விட்டால் கடனைக் கட்டினால் நல்லது எனச் சொல்லிவிடுவார் போலத் தெரிந்தது.

“இன்னைக்கி பீஸ் கட்டியாகணும் சித்தப்பு.”

“அம்மாப்பிள்ள சொல்றப்பவே சங்கடமாத்தே இருந்திச்சு” என்றவர், சிறிய இடைவெளிக்குப்பின், “ஒண்ணு செய்யலாம். வீட்டுப் பத்தரம் யார்பேர்ல இருக்கு?” எனக் கேட்டார்.

“ஒங்க மருமக பேர்ல இருக்”

“பரவால்ல. சொத்தெல்லாம் பொம்பளப்பிள்ள பேர்ல இருக்கறதுதே நல்லது” என்றவர், “தெரிஞ்ச ஏஜெண்டு ஒருத்தர் இருக்கார் பேங்குல கொறஞ்ச வட்டிக்கு லோன் வாங்கித்தருவார். வட்டிகட்ற மாதரியே கொறஞ்ச தவணைல நா வாங்கித்தரேன்.”

ஏஜெண்டோடு பட்டாளம் வீட்டுக்கு வந்தார்.

“ப்ளஸ் டூ வில பொண்ணு நல்ல மார்க்கு எடுத்துருச்சுனு வைங்க. காலேஜ்க்கு மெரிட்லயே போய்ரலாம்” ஏஜெண்ட் விண்ணப்ப படிவத்தில் கையொப்பம் வாங்கினான்.

“இன்னிக்கு ஃபீஸ்..?” மாலா பட்டாளத்துக்காரரிடம் கேட்டாள்.

“பேத்திய கரசேக்க தாத்தா, நா இருக்கேன் மருமகளே” என்றபடி வீட்டுப் பத்திரத்தின் நகலை பட்டாளத்துக்காரர் வாங்கிக்கொண்டார்.

- செம்மலர், மே 2018.

*

மௌனத் தாண்டவம்

"**எ**ங்கப்பா இருக்க?"

ஒளிர்ந்த எண்களைக் கொண்டு, அது வீட்டு போன்தான் என நிச்சயம் செய்து, பச்சைப் பொத்தானை பிச்சையா அழுத்தியதும் வந்தது மகனின் முதல்கேள்வி.

வந்திருக்கிற பகுதியைச் சொன்னால் போதுமா? அல்லது நிற்கிற இடத்தைத் துல்லியமாகச் சொல்லவேண்டுமா எனும் சிறுகுழப்பத்தில், நின்றிருக்கும் வீதியினை கண்களால் துழாவினார். செல்போன் காதில் குடியிருந்தது.

"என்னா, பிச்சையாண்ணே, தக்காளிய வெலக்கேட்டா, போனப் போட்டு மோடிகிட்ட நெலவரம் வெசாரிக்கிறீகளாக்கும். செகப்புச் சட்டக்காரவுகள நம்பமுடியாதுப்பா!" என்றைக்கும் போல இயல்பான கேலிப்பேச்சோடு, பிச்சையாவின் தள்ளுவண்டியில் பரத்திக் கிடக்கும் தக்காளிப் பழத்தினைப் பொறுக்கி தராசுத்தட்டில் வைத்த பெண்ணொருத்தி உரத்த குரலில் கேட்டாள். இடுப்பிலிருந்த அவளது குழந்தை தனது பிஞ்சுக் கைக்கு எட்டிய ஒரு பழத்தினை எடுத்து தன் நுனிப்பல்லில் கடிக்கப் பிரயத்தனப்பட்டுக்கொண்டிருந்தது. நாட்டுப் பழமென்றால் இன்னேரம் கிழிபட்டிருக்கும், இது ஹைபிரிட்டாகையால் தனது முரட்டுத்தோலால் குழந்தையின் பல்லுக்குச் சிக்காமல், ரப்பர் பந்தினைப்போல வழுகிக் கொண்டிருந்தது.

அந்தப் பெண்ணுக்கு அபயம் தருவதுபோல கைவிரித்து சைகையில் பதிலளித்த பிச்சையா, "ம்... சமதர்மபுரத்து மேட்டுல, எம்ஜியார் நகர்ப்பக்கம் இருக்கேன் நாகராசு..." மகனுக்கு விடை பகர்ந்தார்.

எதிர்முனையில் கொஞ்சநேரம் மௌனம் நீட்டித்தது. நாகராசு தனது தாயாரிடம் கலந்து பேசுவான். அதற்குள் தக்காளிக் குவியலைச் சரித்து, பழங்களை அழுத்திப் பதம் பார்க்கும் பெண்களைத் தடுக்க வேண்டியிருந்தது. "உள்ளுக்குள்ள தங்கத்தையா ஒளிச்சு வச்சிருக்கேன். எதுக்குமா இப்பிடிப் பொரட்டுறீக? மேலாப்பலயே நல்ல பழமாத்தான இருக்கு!"

"வீட்டுக்கு எந்நேரம்ப்பா வருவ?" இரண்டாவது கேள்வி வந்தது போனில்.

சரக்கு விற்றுத் தீரும் மட்டும் வரமுடியாது. சந்தையிலிருந்து புறப்பட்டு நாலைந்து தெருக்கள்தான் வந்திருக்கிறார். இன்னும் முக்கால்வாசி தூரமிருக்கிறது. வழமையாய் வீட்டுக்கு மதியச் சாப்பாட்டுக்கு வந்து சேருவார். சிலசமயம் அதையும் தாண்டுவது உண்டு. காரியம் என்னவெனத் தெரியவில்லை. கேட்டால் கோபிப்பான். அம்மாக்காரி அருகில் இருந்தால்,. "யேன், போன்லயே படம் போட்டுக் காமிக்கணுமாக்கும்" என ரெண்டு வார்த்தை கூடுதலாய் வரும்.

"சீக்கிரமா வந்திர்ரேன்ப்பா."

போனை அணைக்கும் தருணத்தில், "ஏவாரத்த மட்டும் பத்துட்டு வெரசா வீட்டுக்கு வந்து சேரட்டும்" மனைவியின் குரல் இடைமறித்து வந்தது. ஒருகணம் அசையும் பொருட்கள் யாவும் அசைவற்று நின்றன, அடுத்த வினாடியில் "ரைட்" என தன்னை நிலைப்படுத்திக்கொண்ட பிச்சையா, போனை சட்டைப்பையில் போட்டுக்கொண்டார்.

மனைவியின் இந்தப்போக்கை அவர் உதாசீனம் என எடுத்துக்கொள்வதில்லை. அவள் பிரச்சனை அவளுக்கு, அவளது எதிர்பார்ப்பினைப் பூர்த்திசெய்யும் வகையில் தன்னுடைய நடவடிக்கைகளை அவரால் அமைத்துக்கொள்ளமுடிவதில்லை. அதற்காக பிச்சையா எப்போதும் விசனப்பட்டது கிடையாது. மனைவியின் மேல் கோபப்பட்டதும் கிடையாது.

தன்னைப்பற்றியும் தனது வேலைகளைப் பற்றியும் தெரிந்தேதான் அவருக்கு தங்கத்தை பெண்கொடுத்தார்கள். அவரது மாமியாருக்கு பிச்சையாவை ரெம்பவும் பிடித்துப் போயிருந்தது. 'பீடி, சீரட்ட கையில தொடாத பிள்ளையாமே! ஆயிரம் பத்தாயிரம்னு சம்பாரிச்சு, அரசாங்க வேல பாத்தாலும் இதுபோல கொணம் வந்து அமையுமா!'

பிச்சையாவுக்கு இருந்த பொதுவுடமைச் சிந்தனையால் மாமியார் வீட்டில் லௌகீகமான எந்தவொரு வார்த்தைக்கும் இடமளிக்காமல் தங்கத்தைக் கைப்பிடித்து வீட்டுக்கு அழைத்து வந்தார். பிச்சையாவின் தாயாருக்கும், மகன் ஊருக்கு உபகாரியாய், நாடோ தேசமோ என திரிகிற போக்கைக் கண்டு, காமராசரைப் போல கட்டை பிரம்மச்சாரியாகி கலியாணமே செய்யாமல் இருந்துவிடுவாரோ என்ற அச்சமிருந்தது. தனது 'கட்டை' வேகும் நாளில் தனக்கு நெய்ப்பந்தம் பிடிக்க வாரிசில்லாமல் போகுமோ எனும் பயத்தில் கோயில் கோயிலாய் நேர்த்திக்கடன் போட்டுக்கொண்டிருந்தார். மருமகளாய் தங்கம் காலடி வைத்த கணத்தை தவறவிடாமல் அவளை ஆரத்தழுவி அடைகாத்துக் கொண்டார்.

பிச்சையாவும் 'சங்க வேலை, அது இது'வென அலைந்தாலும், வீட்டுக்கு உண்டானதைச் செய்ய மறப்பதில்லை. கறி, புளி என பெரிதாகச் செய்யாவிட்டாலும் கஞ்சித்தண்ணிக்கு குறை வைக்கமாட்டார். நாட்டில் இருவது கோடிப்பேர் ராப்பட்டினியாய் உறங்குவதாக மேடையில் கொந்தளித்துப் பேசினாலும் தனது குடும்பம் அதில் ஒன்றாய் இருக்கலாகாது என்பதில் இந்திய சர்க்காரைக் காட்டிலும் கூடுதல் அக்கறை காட்டினார். "பொதுவேலைக்கு வந்ததால வீட்டக் கவனிக்காம விட்டுட்டாகன்னு யாரும் உதாரணம் காமிச்சு பேச நாம எடம் தரக்கூடாது. 'தன் வீட்டையே ஒழுங்கா கவனிக்காத மனுசெ, நாட்டத் திருத்த வந்திட்டார்'னு கைநீட்டி யாரும் பேசிடக்குடாது. எப்பவும் நம்ம வேலையை வீட்டிலிருந்து துவங்கணும்" என சங்கத்தில் தலபாடமாய் ஓதி இருந்ததை பிச்சையா மறந்தாரில்லை.

அதனால் மாதச் சம்பளம்தரும் வேலைகளை பிச்சையா தனக்குத் தோதுப்படாது என ஒதுக்கிவிட்டார். திடீரென மறியல், ஆர்ப்பாட்டம், உண்ணாவிரதம் என சங்க வேலைகளுக்குப் போகவேண்டி இருக்கும். ஒவ்வொரு முறையும் முதலாளியிடம் கெஞ்சவேண்டும். அல்லது பொய் சொல்ல வேண்டும். அதனால் அத்தக்கூலி வேலைகளுக்குத்தான் ஆர்வம் காட்டினார்.

சங்கத்து வேலைகள் தெரியவரும்போது, முதல்நாள் கூடுதலாய் வேலைபார்த்து சரிக்கட்டி வைத்துக்கொள்வார்.

தங்கத்துக்கு, அவளது அம்மா சொன்னதுபோல பிச்சையாவால் எந்தக் கொறபாடும் இல்லை. 'அடியே' என இன்றுவரைக்கும் சுடுசொல் சொல்லி அழைத்தது கிடையாது.

செல்லமாகக்கூட அப்படிச் சொல்லிக் கூப்பிட்டது இல்லை. 'அம்மா வீட்டுக்குப்போ' என்று ஒருபோதும் அடித்து விரட்டியதோ, 'ஏதும் வாங்கிட்டு வா' என்று மிரட்டிப் பேசினதோ இல்லை. வேலை இல்லாக் காலத்தில் சிலபோது பட்டினி கிடந்ததுண்டு. சங்கக் கூட்டத்துக்குப் போகிறேன் எனச் சொல்லி ஜெயிலுக்குப் போய்விட்ட போதில் பயம்பிடித்து அலறிய இரவுகள் பலவுண்டு. அவற்றையெல்லாம் சரிக்கட்டும் விதமாக, ஜெயில் கதைகள் சொல்லி, கேட்கிறவர்களுக்கு தானும் போய்வர வேணும் எனும் எண்ணத்தை உருவாக்கி விடுவார்.

விருமாண்டித் தாத்தா வீட்டாளுகளும் அடிக்கடி ஜெயிலுக்குப் போய்வருவார்கள். வந்தவர்களை வாசலிலேயே நிறுத்தி வைத்து துணிமணிகளைக் கழற்றி தூர எறிந்துவிட்டு, நல்லெண்ணை தேய்த்துத் தலைமுழுக்காட்டி, புதுத்துணி உடுத்தி, கறியும் சோறுமாய் முங்க முங்கத் திங்க வைப்பார்கள். பிச்சையா விழுந்து விழுந்து சிரிப்பார். "நாங்களென்ன களவாணித்தனம் செஞ்சு அக்யுஸ்ட்டாவா ஜெயிலுக்குப் போறோம்? அடிவாங்கி கெறங்கிப்போய் வர? அரசியல் கைதிகள்ம்மா. மக்கள் பிரச்சனைக்காகப் போறோம். ஜெயில்ல எங்கள சரிவர நடத்தலன்னா ஜெயிலுக்குள்ளயும் போராடுவம்!"

பிள்ளைகள் வளர்ந்து வந்த காலத்தில் வேலைத்தன்மையை பிச்சையா மாற்றிக்கொண்டார். முன்போல சுமைகளைச் சுமக்கும் திறனும் குறைந்து போனது. அதனால் வாடகைக்கு ஒரு தள்ளுவண்டி எடுத்துக்கொண்டு ஏவாரம் செய்யத் துணிந்தார். தினசரிச் சந்தையில் தக்காளிப் பெட்டியை ஏலத்தில் எடுத்து, முப்பத்திமூன்று வார்டுகளுக்கும் தெருத்தெருவாக வண்டிதள்ளி விற்கும் தொழிலை மேற்கொண்டார். ஊர்மக்கள் அத்தனை பேரையும் கண்ணுக்குக் கண் சந்திக்கும் வாய்ப்புக் கிட்டியது. வியாபாரத்துக்கு வியாபாரம். வேலைக்கு வேலை. ஒவ்வொரு வார்டின் நிலையும் கண்கூடாய் அவருக்குத் தெரிய வரலாயின. மக்கள் ரெம்பவும் உரிமை எடுத்து பழகினர். "சாக்கட அடப்பு தீர மாட்டேங்கிது. முனிசிபாலிடில எல்லாம் காண்ட்ராக்ட் விட்டதால குப்பை வாங்க மட்டும்தான் ஆள் வாராங்க."

"ரேசன்கடைல கூட்டம்னு திரும்பி வந்தா மறுநாள் பொருளு இல்லேங்கறான்."

"தம்பியக் கொணாந்து ஒப்படைச்சுட்டு புள்ளையக் கூட்டிட்டுப்போன்னு போலீஸ் ஸ்டேசனுக்கு சின்னப் பெயல

கூட்டிட்டுப் போய்ட்டாங்க பிச்சையா" தவிர, வீட்டுப் பஞ்சாயத்து, கந்துவட்டி பிரச்சனை என, எல்லாரும் வந்து போனார்கள்.

பிச்சையாவுக்கு இருக்கும் மக்கள் செல்வாக்கினைக் கொண்டு, அவரை வார்டு கவுன்சிலராக்க கட்சியில் முடிவு செய்தனர். வேட்புமனு தாக்கல் செய்து பிரச்சாரம் போய்க் கொண்டிருந்தது. தேர்தல் செலவுக்காக, கூட்டணிக் கட்சி சார்பில் பெருந்தொகை ஒன்று பிச்சையாவின் வீட்டுக்கு வந்தது. அதுகண்டு ஆடிப்போன பிச்சையா கட்சிக்கு தகவல் சொல்ல வந்தவழியே பணம் திரும்பியது. 'நீங்களே வச்சு செலவழியுங்க, நாங்க பொதுமக்கள்கிட்ட வசூல் செஞ்சு பாத்துக்கிறோம்' என கறாராகப் பேசினபோதுதான், தங்கத்தின் சொந்தக்காரர்கள் பிச்சையாவை 'பிழைக்கத் தெரியாதவன்' என்றும் 'தானும் படுக்க மாட்டான்...' என்ற பழமொழி சொல்லியும் ஏசினார்கள். அதிலிருந்து உறவினர்களை ஒதுக்கிவைத்தாள் தங்கம்.

சமதர்மபுரம் மேட்டை விட்டிறங்கி, சிவராம்நகர் நுழைந்தபோது அடுத்தொரு அழைப்பு.

"விசயம் என்னான்னு சொல்ல மாட்டேங்கறாங்கெ" தன்னளவில் குறைபடத்தான் முடிந்தது. வாய்விட்டுக் கேட்டால் அதுவொரு குற்றமாகக் கொள்ளப்படும். "யே? என்னானு சொன்னாத்தே வண்டி வீட்டுக்குத் திரும்புமா! வேற சோலி நெறையக் கெடக்காக்கும்!" தங்கம் பிரச்சனையை வேறுபுறம் திருப்புவாள்.

இப்பவும் அவள் நல்ல பெண்தான். அவள் அளவில் குறைசொல்ல முடியாது. வயதான பின்னும் வீட்டில் பேரப்பிள்ளைகளுடன் கூடி உட்கார்ந்து, ரெண்டு கதைபேசிச் சிரித்து விளையாடி காலத்தை ஓட்டாமல், இன்னமும் கூட்டம், மாநாடு, வகுப்பு என பட்டாம்பூச்சியாய் காலில் ரெக்கைகட்டி விட்டதுபோல பறந்துபறந்து ஊர்சுற்றுவதை எந்தப் பொண்டாட்டிதான் விரும்புவாள்? இதையெல்லாம் விட, முக்கியம் 'வெள்ளையப்பன்'. முதல் வருசம் வார்டு செயலாளர், அடுத்தவருசம், வார்டு கவுன்சிலர் அப்புறம், கடை என்ன, கண்ணி என்ன, வீடுகளென்ன, மாடிவைத்த பங்களாக்கள் எத்தனை! என சம்பாத்தியம் பண்ணும் அரசியலில் கல்யாணம் கட்டி நாற்பது வருசமாகியும், வாடகை வீடே கதியாய், சட்டிபொட்டியைத் தூக்கி அலைவதே விதியாய் வாய்த்த பொம்பளையிடம் வேறென்ன எதிர்பார்க்க முடியும்.

அந்த அலைச்சலின் அவதியாய்த்தான் தங்கத்தின் பேச்சைப் பார்க்கவேண்டி இருந்தது.

ஆனாலும் பிறத்தியார் பிச்சையாவை ஒருவார்த்தை அனாவசியமாகப் பேசச் சகிக்க மாட்டாள். "அவரப்பத்தி என்னா தெரியும் உங்களுக்கு? நாக்குமேல பல்லுப்போட்டு பேச வந்திட்டீக! ஊரூராச் சுத்திவாரார்ல... ஒராள்ட்ட ஓசிக்காப்பி வாங்கிச் சாப்புட பாத்ததுண்டா? அடுத்தாள் காசு அஞ்சிபைசா தனக்குன்னு வாங்கக் கேட்டதுண்டா? அப்பிடி இருக்கப் போய்த்தே இந்த வயசிலயும் வெய்யிலு மழன்னு பாக்காம, பள்ளம் மேடு, நேரம் காலம்னு ஒக்காராம, பம்பரம்மா சுத்தி வந்தாலும், நோவு, நொம்பளம்னு ஏதுமில்லாம முறுக்கோட திரிறாரு. அவெவெ முப்பது வயசிலயே முப்பத்திரெண்டு சீக்கோட சீரழியறதவும் பாக்கறம்ல..!" மூச்சுவிடாமல் பிழிந்து தள்ளிவிடுவாள்.

ஊருக்குள் இறங்கியபோது வெய்யில் உச்சிக்கு ஏறிக்கொண்டது. கழுத்திலிருந்த துண்டை எடுத்து முகத்தில் வழிந்த வியர்வையினைத் துடைத்தவர், நெஞ்சுக்கூட்டையும் ஒற்றியெடுத்தார். உச்சந்தலையில் சூரியவெப்பம் சுர்ர்ரெனத் தாக்க, துண்டை உருமாலாய்ப் போட்டுக்கொண்டார். பழங்களில் காய், சொத்தைகளைப் பொறுக்கி ஒதுக்கினார். நல்ல பழங்களை ஒன்று சேர்த்தார். மூன்றுபேர் கிடைத்தால் விற்றுவிடலாம். அல்லது காபிக்கடை அமைந்தால் போதும்... வீட்டுக்குக் கொஞ்சம் தேவைப்படும். ஏதேதோ கணக்குப் போட்டபடி வண்டியைத் தள்ளலானார்.

"தக்காளி, தக்காளி, நயம் தக்காளி, ஜம்ஜம் தக்காளி" இப்படி எதாவது வார்த்தைகளைக் கோர்த்தால்தான் வசீகரப்பட்டு, பெண்கள் இறங்கி வருகிறார்கள்.

சாதிக் பிரியாணிக்கடை குறுக்கிட்டது. அந்த இடத்தில் நின்று இரண்டுதரம் கூவினார். கடையிலிருந்து யாரும் எட்டிப்பார்க்கவில்லை. "பாய்... மாமி... அத்தா" ம்ஹூம்! கடைக்குள் நுழைந்து பேச வேண்டியதுதான். லாபம் குறையும். இருப்பதை மொத்தமாய்த் தள்ளி விடலாம்.

"அரைக் கிலோ எவ்வளவு?" வழிப்போக்கில் வந்த பெண் ஒருத்தி பை விரித்தாள். "பெறக்கிக்கிட்டு இரும்மா, கடைக்குள்ள போய்ட்டு வந்திர்ரேன்."

எண்ணியது போலவே பழம் பூராவும் விலையானது. வீட்டுக்கு எடுத்தது போக, அரைக்கிலோ வழிப்பெண்ணுக்கு. மீதம் பிரியாணிக்கடைக்குப் போனது. பணம் சாயங்காலம் வந்து வாங்க வேண்டும். சாக்கை உதறி மடித்து தராசை தக்காளிப் பெட்டிக்குள் இறக்கி, பெட்டிகளை வண்டியின் கீழ்ப்பக்கம் வைத்து வண்டியைத் தள்ளினார்.

நேரே வீட்டுக்கு எனும் எண்ணத்தை சன்னாசி டீக்கடை மாற்றியது வேலை முடிந்ததும் அங்கே ஒரு டீ சாப்பிடுவது வழக்கம். கடையைத் தாண்ட முடியவில்லை. 'ரெண்டு நிமிசம்'. செல்போனை எடுத்து கைப்பிடியில் வைத்துக்கொண்டார். அழைத்தால் வந்திட்டேன் எனச் சொல்லவேணும்.

"தோழர்!"

நலவாரிய சங்கச் செயலாளர் சண்முகம், கக்கத்தில் இடுக்கிய ரெக்சின் பையோடு வந்தார்.

"வாங்க வாங்க... ரெண்டு டீ."

"தோழருக்கு இன்னிக்கி ஏவாரம் கூடுதலோ?"

"அப்பிடியெல்லா இல்ல தோழர். எப்பவும் போலத்தான். வீட்ல அவசரமா கூப்டாங்க. அதனால சீக்கிரமா முடிச்சிட்டு வாரேன். நீங்க என்னா கூட்டத்துக்கு தகவல் சொல்லிட்டு இருக்கீகளோ?" இன்றைக்கு மாலை நடக்கவிருக்கும் இயக்கமொன்றை நினைவுபடுத்தினார்.

"அது இருக்கு. இன்னவரைக்கும் நான் உங்க வீட்லதான இருந்தேன்" டீயை வாங்கிக்கொண்டார்.

"எங்க வீட்லயா?" அதிர்ச்சிக்குள்ளான பிச்சையாவுக்கு வீட்டிலிருந்து போன் வந்ததன் காரணம் தெளிவாகியது.

"எல்லாத்தியும் வீட்ல சொல்லிட்டீகளா?"

"வேற வழி? நீங்க எதார்த்தத்த விட்டுட்டுப் பேசறீங்க சரி, வீட்ல சொல்லீடுவோம்னு தோணுச்சு... அவங்க கருத்தையும் கேக்கணும்ல."

"இது என்னோட பிரச்சனை தோழர். என்னோட கருத்துதான் முக்கியம்."

முறைசாரா சங்கத்தில் தெருவோர வியாபாரியாக நலவாரியத்தில் தன்னைப் பதிவு செய்திருந்தார் பிச்சையா. அறுபது வயது பூர்த்தியானதும் பென்சன் பணத்துக்கு விண்ணப்பிக்க வேண்டும்.

“எனக்கு பென்சன் வேண்டாம்” என மறுத்தார் பிச்சையா, “நான் உண்மையிலேயே உடல் வலுவிழந்து ஓய்வு பெறும்போது விண்ணப்பிக்கலாம்.”

சலுகைகளுக்காக பணத்தைக்கட்டிக் கொண்டு அலையும் காலத்தில், கிடைக்கும் சலுகையை தட்டிவிடும் மனுசனை என்னசொல்லியும் சம்மதிக்கச் செய்ய முடியவில்லை.

வீட்டாரிடம் சொல்லி தன்னை சரிக்கட்டவே சண்முகம் வந்திருக்கிறார் என்பது பிச்சையாவிற்கு விளங்கியது. அதனால்தான் வீடு முழுசும் சேர்ந்து தன்னை வேகமாக வீட்டுக்கு வரச்சொல்லி அழைப்பு விடுத்திருக்கிறார்கள்.

“நாந்தே தெளிவாச் சொல்லிட்டேன்ல தோழர். வீட்ல என்ன சொன்னீக!”

“என்ன சொல்ல? நீங்க ஒரு லாஜிக்ல பென்சன் வேணாம்னுட்டீக. வீட்ல உமக்கு கிறுக்குப் பிடிச்சுக்கிருச்சுன்னு சர்ட்டிபிகேட் குடுக்குறாக... ரெண்டுக்கும் மத்தியில நா எஸ்கேப் ஆகி வந்திட்டேன்.”

“இல்ல தோழர். ஓய்வு ஊதியம்ங்கறது, நிஜமாவே உழைக்க முடியாம ஓய்வு எடுக்குற மக்களுக்குத் தர வேண்டியது. நாந்தே இன்னமும் தெம்பா ஊரச் சுத்திக்கிருக்கேனே!”

“ஏங்க, உங்களுக்குத் தகுதி இருக்கதனாலதான வாங்கச் சொல்றம். வயசு ஆயிருச்சு, நலவாரியத்துல கரண்டா பதிவுலயும் இருக்கீங்க வேற இல் லீகலா வாங்கச் சொல்லலியே.”

“தகுதிங்கறது வெறும் நம்பர வச்சு கணக்குப்போடக்குடாது தோழர். சக்திக் கேற்ற உழைப்புன்னு சொல்றத நான் அப்பிடித்தான் புரிஞ்சிருக்கேன்.”

“ஒங்க புரிதல் சரிதான். ஆனா, இன்னொருபக்கம் ஒரு பெரிய வரலாறவே நீங்க புறங்கைல தள்ளிவிடுறீங்க!” என்ற சண்முகம், “பென்சனுக்காக எத்தனை தியாகம் போராட்டம் நடந்தியிருக்கோம்னும் தெரியும்ல?”

“உண்மதான் தோழர். ஆனா, இனாமா ஒரு காச வாங்க மனசு ஒத்துக்கலியே.”

“இந்தச் சலுகையெல்லாம் இனாம் இல்ல. நம்மோட மறைமுகமான சேமிப்பு” வரியாக அரசுக்கு ஒவ்வொருவரும் செலுத்தும் பணப்பட்டியலைச் சொன்னார்.

“விட்ருங்க தோழா, வேற யாருக்காச்சும் பயன்படட்டும்” பேச்சைத் துண்டிப்பது தெரிந்தது.

“தெளிவாச் சொன்னா நம்ம சங்கத்தோட கொள்கையவே நீங்க மறுதலிக்கிறீங்க என வகுப்பெடுக்கலானார்.

“மறுக்கல தோழர். மெஜாரிட்டிக்கி கட்டுப்படுறேன். ஆனா, எனக்குன்னு ஒரு கருத்து இருக்கும்ல.”

இருவருக்கும் இடையில் சிறு மௌனம் தாண்டவமாடியது.

“ரைட், சரி நீங்க வீட்டுக்குப் போங்க.”

வாழ்வியல் பாடம் வரலாற்றையே மாற்றும் வல்லமை மிக்கது. அங்கே மாற்றப்படுவார் என சண்முகம் நம்பினார்.

டீக்கு பணம் கொடுத்துவிட்டு வீட்டை நோக்கி வண்டியைத் தள்ளினார் பிச்சையா.

- (தினமணிக்கதிர் - 08.03.2020)

வைதேகி காத்திருக்கிறாள்

முல்லையாற்றில் நீர்வரத்து நிறைசூலியாய் ததும்பி ஓடியது. தொடர்ந்து நாலைந்து மாதங்களாய் கரைதடவிய வெள்ளமாய் நீரின்பாய்ச்சல் நிலைகொண்டுள்ளது. பலவருசங்களுக்குப் அப்புறம் இது நிகழ்கிறது. அதனை வேடிக்கை பார்க்க வந்து கால்வழுக்கி இடறி விழுந்து குத்துச் செடிகளுக்கிடையிலும், குன்னூர் பாலத்துக்கு அடியிலேயும் கண்டெடுக்கப்பட்டவர்களின் உடல்கள் பற்றிய விவரங்கள் அனுதினமும் வந்து கொண்டேயிருக்கின்றன. அத்தனையும் அசலூர் ஆட்கள்தான். மாரியாத்தா தயவில் உள்ளூர்ச் சனம் ஓர்த்தருமில்லை.

சீதாவுக்கு ஒவ்வொருநாள் இரவும், வீராச்சாமி வீடுவந்து சேருகிறவரை பி.பி. ஏறிக் கொண்டே இருக்கிறது.

“உள்ளூர்க்காரங்கெ இதுக்கெல்லாஞ் சிக்கமாட்டாங்கெ சீதா, நீ எதுக்கு வெட்டியா மனசப்போட்டு வாதிச்சுக்கிட்டு இருக்க, அதும் அண்ணெ, சின்னவயசில இருந்து ஆத்தோடயே பொழங்குனவருல்லியா. பொலப்பத்த விடு... உஸ்...” என வாய்க்கால் கரைமேட்டில் தனது அழுக்குப் பொதியினை இறக்கிவைத்தாள் ராதிகா. அழுக்குச் சேலை ஒன்றை விரித்து கழுதைப் பொதிபோல, வீட்டுத் துணிகளை மொத்தமாய் சுருட்டிக்கட்டி எடுத்து வந்திருந்தாள். இடுப்புச் சொருகலில் சோப்புக்கட்டி.

சீதா, ஜவுளிக்கடை கட்டைப்பையில் ஒவ்வொரு உருப்படியாய் மடித்து அடுக்கிக்கொண்டு வந்திருந்தாள். இவர்களுக்கு முன்பே நாலைந்து பெண்கள் வாய்க்காலில் ஆங்காங்கே கிடந்த துவைகற்களை ஆக்கிரமித்து துவைத்துக்

கொண்டிருந்தனர். இனி, படித்துறையில்தான் போட்டுத் துவைக்க வேண்டும்.

“போதக்காரனுகளுக்கு உள்ளூரு, வெளியூருன வித்தியாசம் வேற இருக்காக்கா! “எனக் கேட்ட சீதா, “எல்லாம் வாங்கிவந்த வரம்” சலிப்பாய் பையிலிருந்த துணிகளை எடுத்து மடிப்பினை உதறிக் களைத்து நீரில் முக்கி எடுத்து ஊறவைத்தாள்.

அந்தக்காலத்திலேயே யாரோ ஒரு புண்ணியவான், அத்தனை பெரிய ஆத்துக்குப் பக்கமாய் ஊருக்குள் ஓடும்படி ஒரு வாய்க்காலை உருவாக்கி விட்டிருந்தார். தடுப்பணையிலிருந்து ஒரு கண் திறந்து திருப்பி விட்டதால் ஆற்றில் தண்ணீர் வரும் காலத்திலெல்லாம் வாய்க்காலிலும் நீர்ச்சோங்கு கண்டுகிடக்கும். சிறுபிள்ளைகள் குதித்து விளையாட, பெண்கள் துணிமணிகள் அலசிப்போட என ஊருக்கு சவுகரியமாகிப் போனது.

வீராச்சாமி டாஸ்மாக் சூப்பர்வைஸ்சர். கலியாணத்தின் போதே சீதாவின் தாய் மறுத்தார். “சாராயக்கட மாப்ளயா? வெளீல சொல்லவாச்சும் ஒரு கவுரதியா இருக்க வேணாமா?” “அரசாங்க உத்தியோகம் டீ... கேனச் சிறுக்கி” அவளது அப்பா அதட்டினார். “ஆயிரமிருந்தாலும் குடிகாரப்பயக சகவாசம்தான” அன்றைக்கு உயிரோடிருந்த அம்மாச்சியும் முனங்கியது. “பயப்படாதீக. நாம் பெத்தவெ, எனக்கும் அக்கற இருக்கு. நல்லா விசாரிச்சிட்டேன். பீடி சீரட்டுக்கூட இல்லியாம்” தீர்மானமாய் அடித்துச் சொன்னார் அப்பா.

உண்மைதான். கல்யாணத்தின்போதெல்லாம் சுத்தமாகத்தான் இருந்தான். கண்டதில் பாதி சாராயக்கடைகளை மூடச்சொல்லி கோர்ட் தீர்ப்புச் சொன்னபோது கடைகள் மூடித் திறந்த இடைவெளியில் வீராச்சாமியின் குணம் மாறிப்போனது. அனுதினமும் லேசான வாசனையில்லாமல் அவனால் வீட்டுக்கு வரமுடியவில்லை. சமீபமாய் அது கூடுதலாகி, எந்த நேரமும் அந்தவாசனையுடனேயே வாழ்ந்து வருகிறான்.

சடங்கான பிள்ளையை வீட்டில் வைத்துக் கொண்டு ஒருஅளவுக்குமேல் அவளால் அவனோடு சண்டைபோட முடியவில்லை. கலவரப்பட்ட முகங்களோடு பிள்ளைகள் உழல்வதை எப்படிச் சகித்துக் கொள்வது ? பல வார்த்தைகளை விழுங்க வேண்டியிருக்கிறது. “நாம கூச்சப்படுற எடத்திலதான் அவனுக வெக்கத்த, கக்கத்தில வச்சுக்கிட்டு சட்டுன்னு தாண்டி, ஓடிடுவானுக. வெக்கமத்த பயலுக.”

“பெத்த பிள்ளீக பக்கத்துல இருக்குதுகளே... அதுகளுக்கு முன்னாடி நம்ம ஊத்தயக் காமிச்சா, அப்பெ ஆத்தா மேல வச்சிருக்க பிரியம் விட்டுப்போகும்னு யோசிக்கிறோம். ஆம்பளைக? இவள எந்த எடத்துல அமுக்கறதுன்னு காத்துக்கிட்டெ இருப்பான். அவனுகளுக்கு இடம் பொருள் எதும் முக்கியமில்லடி சீதெ.”

ராதிகாவின் வீட்டுக்காரன் உத்தமனில்லை. அவனுக்கும் பழக்கம் உண்டு. ஆனால் ராதிகா போடவேண்டிய இடத்தில் போட்டு அமுக்கிவிடுவாள். பிரச்னை எல்லைமீறுவதாய் தெரிந்தால் சளைக்காமல் புருசனோடு சரிக்குச்சரி மல்லுக்கட்டுவாள். அவன் களைத்துப் போகும்வரை விடமாட்டாள்.

மறுநாள் அதிகாலையில் முதல் ஆளாய் எழுந்து அழுக்குத் தீரக் குளித்து துணிமணிகளை எல்லாம் துவைத்துப் போட்டு, வாசல் தெளித்து தெரிந்தமட்டும் கோலத்தைப் போட்டுவிட்டு, தூக்குவாளி எடுத்துப்போய் பால்வாங்கிவந்து காப்பி கலந்து ராதிகாவை எழுப்பி மன்னிப்புக் கேட்டு கணக்கினை முடிப்பான். அவளது புருசன்.

“நெருக்கிக் கேட்டா, சொந்தக்காசில குடிக்கல ஓசின்னு சமாளிக்கிறான்க்கா” பள்ளிக் குழந்தைபோல சிணுக்கத்துடன் ஒப்பித்தாள் சீதா.

“அப்பிடித்தாண்டி ஆரம்பிக்கிம். ருசிகண்ட மாடு கட்டுத்தரைல தங்குமா?”

“அப்ப, சூடு வச்சாத்தே அடங்கும்னு சொல்றீங்களா!”

மாடுன்னாத்தே சுடு வக்கெணும்டி. மனுசனுக்கு சூட்டக் கிளப்பி விடணும்டி, இவளே!” என ராதிகா கண்ணடித்தாள்.

“புரியல” என்ற சீதா, துவைத்த துணியை ஓடும் நீரில் அலசி தோளில் போட்டுக் கொண்டு ராதிகாவின் அருகில் வந்தாள்.

“யே, ராதியாக்கா... சாயந்தரம் நீ வாரில்ல... ஓம்பேர எழுதிக் குடுத்துருக்கேன்” துவைத்துப் பிழிந்த துணிகளை அடுக்கிய வாளியை வாய்க்கால் நீரில் வைத்து இழுத்தபடி நடந்து வந்த கோமதி, ராதிகாவின் அருகில் நின்று கேட்டாள். வார்டு கவுன்சிலர் பொண்டாட்டி. நாடாளுமன்ற தேர்தலுக்கு ஓட்டுக் கேட்க வருகிற வேட்பாளருக்கு, ஆரத்தி தட்டு எடுக்க, பூரண கும்பம் ஏந்தி நிற்க ஆள்ச்சேர்ப்பது கோமதியின் பணி..

சாயங்காலம் நாலுமணிக்கு 'எல'க்காரவங்களுக்கு பேர் குடுத்திருப்பதாக ராதிகா சொன்னாள்.

"அதனால பரவால்லக்கா, நம்ப கச்சில ஆறுமணி டயம் சொல்லீருக்காக. அப்பிடியே நிண்டுகிட்டா சரியாப் போச்சு"

வேட்பாளர் வந்து நிற்கும் போது, ஆரத்தி தட்டை நீட்டுவதும், கும்பம் உயர்த்திக் காட்டலும் செய்தால் போதும். ஆண்கள் வாழ்க கோஷம் போட்டுக்கொள்வார்கள். தேவைப்பட்டால் போட்டோவுக்கு போஸ் கொடுக்கவேண்டும்.

"ரெம்ப நேரம் நிக்க வெக்கெ மாட்டியே?"

"ச்சேச்சே, நேத்தெல்லா கா மணி நேரங்கூட நிக்கல, சள்ளுனு வந்து சள்ளுனு போய்ட்டாக க்கா. கால்கடுக்க நடந்தா வாராக?"

"காஸ் கரெக்ட்டா வந்துரும்ல?"

அதற்கு தானே முழுப்பொறுப்பு என்று உத்தரவாதம் கொடுத்த கோமதியிடம், சீதாவின் பெயரையும் இணைத்துக் கொள்ளச் சொன்னாள்.

ரோட்டில் தட்டேந்தி நிற்கச் சம்மதமில்லை சீதாவுக்கு. "அங்கன நிண்டு வெட்டியா முறிக்கப் போறம். கூட்டத்தோட கூட்டமா நிண்டா, வேடிக்க பாத்த மாதரியும் இருக்கும். செலவுக்கு காசு பாத்தமாதரியும் இருக்குமில்ல. சொளையா எறநூறு ரூவா. கழுத்த அறுக்கற மாதரி புதூத் தாளு. கசக்குதா. எல்லாம் அம்ம காசுதே" என சீதாவை தான் கூப்பிட்டு வருவதாக கோமதிக்கு உத்தரவாதம் தந்தாள் ராதிகா.

"வீட்டுக்காரெ காதுல விழுந்தா அம்புட்டுத்தே. ஏற்கெனவே சலங்கை கட்டாமலே சாமி ஆடுற ஆளு!" வீராச்சாமியின் இன்னொரு முகம் சீதாவைப் பயமுறுத்தியது.

"எல்லாத்துக்கும் நானே பதில் சொல்ல முடியுமாடி. நீயே கண்டுபிடி" என்ற ராதிகா, சீதாவின் காதில் ரகசியமாய்ச் சொன்னார். "ராத்திரில பிள்ளைங்களோட சேந்து படுத்துக்க . நாலுநாளைக்கு மாப்ளைய திரும்பிக்கூடப் பாக்காத, தான்னால கெறங்கி, எறங்கி வருவாம் பாரு."

துவைத்த துணிகளை வீட்டில் வந்து உலரப்போட்டாள் சீதா. ஆறென்றால் அதன் விரிந்த கரையில் ஈரத்துணிகளை விரித்துக் காயவிட்டு எடுத்து வரலாம். வாய்க்காலில் அந்த வசதி இல்லை.

இரவு மணி ஒன்பதரை ஆகியிருந்தது. பிள்ளைகள் சாப்பாடு முடித்து உறங்கத் தலைப்பட்டனர். தானும் அவர்களுடனே படுக்கத் தயாராகினாள். எப்பவும் அப்படித்தான். வாரத்தில் ஒன்றிரண்டு நாட்கள் வராந்தாவிற்கோ அடுக்களைக்கோ இழுத்துப் போவான் வீராச்சாமி. சாதாரணமாக எட்டு எட்டரைக்கெல்லாம் வந்துவிடுவான். இத்தனை தாமதம் என்றால் போதையாகித்தான் வருவான்.

சள்ளையாக இருந்தது.

வந்து உளறும் உளறல்களைச் சமாளிக்க வேண்டும். ஆகாத கேள்விகளுக்கெல்லாம் பொறுமையாக பதில் சொல்ல வேண்டும். கொஞ்சல்களுக்கும் கெஞ்சல்களுக்கும் இடம்தர வேண்டும். முக்கியமாக அந்தக் கருமத்தின் வாசனையை வாந்தி வராமல் சகித்து கட்டுப்படுத்திக் கொள்ளவேண்டும் நினைக்கையிலேயே குமட்டியது.

ராதிகா அக்காவின் பாடம் பலிக்குமா எனத் தெரியவில்லை. வீராச்சாமி சும்மாவே சலம்புவான். ராதிகா சொல்வதுபோல் அவனுக்கு பதில் தராமல் படுக்க முடியுமா? படுத்தால் ஊரைக் கூட்டிவிடுவானே! அவன் அருகிலிருந்தால்தான் உளறல்களை கட்டுக்குள் வைக்க முடியும். இல்லையானால் ராதிகா அக்காவைப் போல தெருவில் இறங்கி மல்லுக்கட்டவேண்டும். அடிதடி நடந்தாலும் அதில் அவனைவிடவும் பலமாய் எதிர்கொள்ளவேண்டும். கைகளை முறுக்கி அப்படியும் இப்படியுமாய் வீசிப்பார்த்தாள்.

தெருவே வேடிக்கை பார்க்கும். ராதிகா அக்காவே வந்து துணைக்கு நிற்கலாம். அது பிரச்சனை இல்லை. பிள்ளைகள் எழுந்து வந்து நின்றால்? அம்மாவும் அப்பாவும் முறுக்கிக் கொண்டு வார்த்தைகளால் விளாசிக்கொண்டு சண்டையிடுவதைக் காணும்போது அவர்கள் எப்படி இருப்பார்கள். நினைத்துப் பார்க்கும் போதே கிறுகிறுத்தது. முடியாது. அது முடியாது

எழுந்து உட்கார்ந்து கொண்டாள். அடுக்களைக்குப் போய் செம்பு நிறைய நீரை மொண்டு மேலெல்லாம் வழிய வழியக் குடித்தாள். வாசல் பக்கமிருந்த கொல்லைக்குப் போய் சிறுநீர் கழித்து காலலம்பி வந்தாள்.

இன்றைக்கு ஏதாவது ஒரு முடிவை எட்ட வேண்டும். களத்தில் இறங்கியாயிற்று.

கொல்லைக்கதவை மூடுகிறபோது சூட்டுக்கோல் ஒன்று காலில் இடறிக் குத்தியது. அதனை எடுத்து பரணில் எறிய எத்தனித்தாள். பரண்மேல் கிடந்த அந்தக்கோலை மகன்தான் அடிக்கடி பிள்ளைகளோடு கத்திச்சண்டை போட்டு விளையாட எடுப்பான். இரண்டடி நீளத்தில் சுண்டுவிரல் கனமுள்ள அதன் கூர்முனை காண்போரை கலவரப்படுத்தும். சாக்கடை அடைப்பினை சரிசெய்ய மட்டும் அவ்வப்போது எடுத்துப் பயன்படுத்துவாள். மகன் அதை எடுக்கும் போதெல்லாம் எச்சரிப்பாள். "கையக்காலக் குத்திக் கிழிச்சுடும் ஜாக்ரதை!"

சீதாவின் அம்மா வீட்டில் காளைமாடுகள் வளர்த்த காலத்தில், மூக்கணாங்கயறு குத்த, நோய்கள் எதுவும் வந்தால் அடுப்பில் பழுக்கக் காய்ச்சி, சூடு இழுக்க என பலவிதங்களில் பயன்பட்டு வந்தது. அம்மாவின் சீதனம்.

அதனை பரணில் போடும் எண்ணத்துடன் கையில் எடுத்த சீதாவுக்கு, சட்டென யோசனை மாறியது. அடுக்களையில் கொண்டுபோய் பத்திரப்படுத்தினாள்.

"வாடி மாப்ளேய்..." என வன்மத்துடன் வீராச்சாமியின் வருகைக்காகக் காத்திருந்தாள் சீதா.

- செம்மலர், அக்டோபர், 2019.

*

தலைப்பில்லாக் கதைகள்

“அப்போ சாய்ங்காலம் போகச் சொல்றீங்களாண்ணே?” எதிர் முனையில் சாகுல் ஆவல் பீறிடக் கேட்டார்.

“ஆமா, இன்னிக்கிச் சாய்ங்காலம் போய் சம்பளம் பேசி பலசரக்கு சிட்டை எழுதிக் குடுத்தாச்சுன்னா, நாளைக் காலைல வேலைக்கு போனாப் போதும். மதியச் சாப்பாடுதான” என்றேன். அதற்குள் காதினுள் குறுகுறுப்பு ஓட, போனை அடுத்த காதுக்கு மாற்றிப் பிடித்தேன்.

“வந்திர்ரேண்ணே, சம்பளம் நீங்களே பாத்துப் பேசிவிடுங்க” வாய்ப்பினைத் தவறவிட்டுவிடக் குடாது எனும் அவசரம் பேச்சில் தெரிந்தது.

“அதொண்ணும் பிரச்னையில்ல. சாகுலு. ஒங்களுக்கும் தெரிஞ்சவங்கதா ஏற்கனவே அவங்க வீட்ல வேல செஞ்சிருக்கீக” என உற்சாகப்படுத்தினேன்.

“இன்ஷா அல்லாஹ். நல்லவேள, அண்ணெங்கிட்ட ஆயிரம் ரெண்டாயிரம் கைமாத்து வாங்கி ரம்ஜானக் கழிக்கணுமோன்னு நெனச்சேன். ஆண்டவனாப் பாத்து வழியக் காமிச்சிட்டான். நல்லாருக்கீகள்லண்ணே!” என்றபடி போன் இணைப்பினைத் துண்டித்தார் சாகுல்.

சாப்பிடுகிற உறங்குகிற நேரம் தவிர முப்பொழுதும் வாடகைப் பாத்திரக் கடையில் ஒன்றாகவே அடைந்து கிடப்போம். காலை ஏழுமணிக்கு கடை திறந்தால் இரவு ஒன்பதுமணிவரை அங்கேதான் கிடை முகூர்த்த நாளில் வேலை இருந்தால் போய்வருவார் அப்போதுமட்டும் ஒரு பிரிவு. ஆனால் இப்போதோ நாற்பது நாட்களாய் போனில் பேசக்கூட வாய்க்கவில்லை. இத்தனைக்கும் ஒரே ஊர் கால்மணிப்பொழுது

நடந்தால் வீடு. ஊரடங்கு இப்படி உலகத்தையே முடக்கி விட்டதே கனவிலும் நினையாத ஒரு நிகழ்வு.

வீட்டுவாசல்படியைத் தாண்டவிடாத தொலைக்காட்சியின் அச்சுறுத்தல் தெருமுனையினைக் கடக்கவிடாத இரும்புவேலித் தடுப்புகள், வார்டுப் பகுதியைக் கடந்து போகமுடியாத காவலர்களின் விசாரணைகள் மனம் கருகிப் போய்விடுகிறது. இதில் அன்றாட பாடுபார்க்கும் சாகுல் போன்றவர் நிலமைதான் சொல்லில் அடங்காதது.

“நம்ம மட்டும் என்னவாம் ரிசர்வ் பேங்குல அக்கோண்டு இருக்குதாக்கும்” என்ற சகதர்மிணியின் அங்கலாய்ப்பினை ஒதுக்கித் தள்ளிவிடமுடியாது.

“ஏதோ சத்தியத்துக்குக் கட்டுப்பட்டமாதரி இந்தமாசம் கடன்காரனுக எல்லாம் அமேதியா இருக்காக. ஒரு கட தெறக்கட்டும் பாருங்க. மொதல்ல ஒங்க சட்டி பொட்டியத்தேந் தூக்க வருவாங்கெ. அன்னைக்கித் தெரியும்”

அவள் சொல்வது உண்மைதானென்றாலும் பேசி என்னவாகப்போகிறது. வரும்போது பார்த்துக்கலாம். இருக்கும் அமைதியைக் குலைக்கும் விதத்தில் பேசவேண்டாமே! எத்தனை நேரம்தான் பதட்டத்திலேயே வாழ்வது? மெல்ல கீழிறங்கி வந்தேன். கீழே, வீட்டின் சொந்தக்காரரான வாத்தியார் சண்முகம் பால் வாங்கிக்கொண்டிருந்தார்.

“அரசாங்கத்தோட அக்கறைய ஜனங்க புரிஞ்சுக்கவே மாட்டாம கும்பல் கும்பலா குவிஞ்சுகிட்டிருந்தா எப்படி நிலமை சரியாகும்?” முகக் கவசத்தை வீட்டினுள்ளும் பராமரித்தபடி வருத்தப்பட்டு சுமந்த தன்பாரத்தை பக்கத்து வீட்டுக்காரர்களிடம் இறக்கிவைத்தார்.

“வாத்தியார் அய்யாவுக்கு எப்பவுமே கேள்வி கேட்டே பழகீட்டதால அப்பிடித்தேம் பேசுவாரு” அவரது அந்த சமூகக் கவலையை சாதாரணமாய்க் கடத்திவிட்ட பால்காரம்மாள் மீது பாய்ந்தார்.

“நா ஒங்களச் சொல்லலம்மா, படிச்சவங்களே அப்பிடித்தான ஹெல்மட், மாஸ்க் எதையும் கடைப்பிடிக்காம சர்ரு புர்ருன்னு வண்டிய எடுத்துகிட்டு பறக்கறாங்களே. நாடு என்னைக்குத்தான் திருந்தப்போவுதே!” பாலை வாங்கி பணத்தை எட்டநின்று நீட்டினார். இனி கைகால் அலம்பிவிட்டுத்தான் வீட்டினுள் நுழையமுடியும். டீச்சரம்மாள் தன்னைவிட கெட்டி.

‘‘நா வீட்டுக்குப் பால் கொண்டுக்கு வராட்டி நீங்க எவ்வீட்டுக்கு தேடி வந்துதான ஆகணும் சார். இதுபோல எல்லாமே வீட்டு வாசலுக்கு வந்துட்டா இந்த தடுப்பு எதுக்கு, இம்பிட்டுப் போலீசு எதுக்கு? அவங்கபாட்டுக்கு ராசாவாட்டம் வீட்டுக்குள்ள ஒக்காந்துக்க மாட்டாங்களா? ரோட்டுக்குப் போய் போலீசுகிட்ட பேச்சு வாங்கணுமின்னு நேத்திக் கடனா பொதுமக்களுக்கு?’’

சாதாரணமாய்ச் சிரித்துக்கொண்டே தெருவைக் கடந்து விட்டார். ஆசிரியரும் இதுகளைத் திருத்தமுடியாது என்பதுபோல தலையில் அடித்துக் கொண்டு சோப்புக்கட்டியை நாடிச் சென்றார்.

உண்மைதானே, பால்க்காரம்மாள் சொல்வது போல தத்தமது உயிர்மீது அவரவர்களுக்கு அக்கறை இல்லாமல் இருக்குமா!

இரண்டு லாக்டவுன்களுக்கும் அடங்கியிருந்து வந்த வியாபாரத்தைக் கூட தவிர்த்த தன்னால், இப்போது அப்படி இருக்க முடியவில்லை. ஆள்குறைந்த நேரமாய்ப் பார்த்து பொருட்களை எடுத்துக் கொடுத்துவர நேர்ந்தது. வாத்தியாருக்குத் தெரிந்தால் கோபிப்பார்.

“அவருக்கென்னாங்க அரசாங்கச் சம்பளம்! ஆடைன்னாலும் கோடைன்னாலும் சிந்தாமச் செதறாம வீட்டத் தேடிவரும். நம்மள்க்கு கடைல போய் நின்னு பொருள எடுத்துக் குடுத்து வாங்குனாத்தான காசு. அவரோட எனப்போட முடியுமா?’’

‘‘அவகளே, சம்பளத்தப் பிடிச்சிடுவாங்களோன்னு போராடிகிருக்காங்க பாவம்.’’

“வீட்டுக்கு வாடகையுங் குடுத்து அவக வாய்க்கும் பயக்க வேண்டியிருக்கு.’’

என்ன செய்ய சமூகம் என்பது நாலுபேரையும் உள்ளடக்கியது தானே. அனுசரித்துப் போகாவிட்டால் சிரமம்தானே.

நேற்றையதினம். எனது கடையின் சொந்தக்காரரது வீட்டில் ஒரு இறப்பு இயற்கையானதுதான். அதனால் கடையைத் திறந்து சேர் எடுத்துக் கொடுக்க வேண்டியதாயிற்று. அதற்குமே போலீஸ் பந்தோபஸ்த்தோடுதான் போலீசார்கள்தான் எண்ணி அனுப்பினார்கள். அரசு உத்தரவுக்குமேல் ஒரு சேர்கூட கூடுதலாய் எடுக்க அனுமதிக்கவில்லை.

நாளைக்கு சம்பந்தகாரர்கள் ‘காய்ச்சி ஊத்த’ வேண்டுமாம். சமையல்காரர் ஒருவரை ஏற்பாடு செய்துதரவும் கேட்டுக் கொண்டனர். அதுவும் நல்லதுதான். நான் அனுப்புகிற நபர் நிச்சயம் எனது கடையில்தான் பாத்திரம் எடுக்கவேணும். வேறஆள் என்றால் அவனுக்கு வேண்டிய கடையில் எடுப்பான். நான் சொல்லிவிடும் நபருக்கு கமிசன் தரவேண்டியதில்லை. (நூத்துக்கு இருபது ரூபாய் மிச்சம்).

“பிரியாணி போடணும். எண்ணெய் வாடை அடிக்கக்குடாது. அதே மாதரி வர்ர ஆளு தண்ணி போடக்குடாது.”

கண்டிசன்களோடு பேசினார்கள். “தண்ணியடிக்கவெல்லாம் முடியாது. ஏழ்நூறு ரூவாயாம் கோட்ரு. பிரியாணி சூப்பரா இருக்கணும்” அவர்களே பதிலும் சொல்லிக்கொண்டார்கள்.

இப்போதுதான் பெருங்குழப்பம் வந்தது. ஆறுபேர் கடையில் இருக்கிறார்கள். எல்லோருமே வேலையில்லாமல்தான் கிடக்கிறார்கள். இரண்டுபேரை இணைத்துவிடலாம். ஆனால், ஒராள் போதும் என்கிறார்கள். நாங்களே கைக்கு நிற்கிறோம் என சாதிக்கிறார்கள். எந்த ஒராளை போகச்சொல்வது. யாரைச் சொன்னாலும் மீதமுள்ளவர்களுக்கு எதிரியாக வேண்டும்.

பாலு, முருகன், கோவிந்தன், நாகராசு ஒவ்வொருவராக மனக்கண்ணில் வந்து ‘உள்ளேன் அய்யா’ என்றனர். ஊரடங்கின் நாள் கடக்கக்கடக்க ஆயிரம் ஐநூறு, இருநூறு, ஒருநூறுவரைக்கும் கடனும் கைமாத்தும் செலவுக்குமென விதவிதமான கோரிக்கையோடு ஒவ்வொருவராக வீட்டுக்கு வர ஆரம்பித்தனர்.

“ஏண்ணே, நீங்க சமையல் கூலி ஐயாயிரம் ஆறாயிரம்னு வாங்குற நீங்களே பஞ்சப்பாட்டு பாடுறப்ப ஐநூறு ஆயிரம்னு பில்போடுற எங்ககிட்ட எப்பிடிண்ணே கைமாத்து கேக்கலாம்னு வாரீக” சகதர்மினியின் சாமர்த்தியம் எல்லாம் அவர்களது ஒரு வார்த்தையில் முங்கிப்போகும். “நாங்க எங்க சம்பளத்தில பாதிய முழுசயுமே அரசாங்கத்துக்கு வரியா கட்டுறோம். அண்ணாச்சி அப்பிடியில்லீல்ல. பொறுப்பா வீடு சேத்துடுறாரு.”

சாகுலின் கோரிக்கைதான் நீளமானதாக இருந்தது. மகளை கலியாணம் செய்து கொடுத்திருக்கிறார். ரம்ஜானுக்கு அழைக்க வேண்டுமாம்.

“சித்திரைல திருவிழாபூராம் காலியாகிடுச்சு. வைய்யாசியாச்சும் கைகுடுக்கும்னு பாக்கேன். ரெண்டுவேல

பேசினேன். இருவது முப்பதாயிரம் சம்பளம். கிடைக்கும் வேலையாள்களுக்குச் சம்பளம் குடுத்த மிச்சம் பத்து ரூவாயாச்சும் நிக்கிம்னு நெனச்சேன். ஆனா அல்லா, இப்பிடி சோதிச்சுட்டானேண்ணே. ரெம்ப வேணாம்ணே. ரம்ஜான ஒட்டி ரெண்டாயிரம் மட்டும் ரெடிபண்ணி வைங்க."

இந்தவேலையை அவருக்கு மாத்திவிட்டால் நம்மை நிர்பந்திக்கமாட்டார் என கணக்குப் போட்டது. தவறவில்லை. அவரே இந்தக்கூலியிலேயே சமாளித்து விடுவதாகச் சொன்னதும் நிம்மதியாய் இருந்தது. சாயங்காலம் நேரில் வைத்து சம்பளம் மட்டும் பேசிவிட்டால் போதும் வேலையை முடித்து வந்து விடுவார்.

மாலையில் நாலேமுக்காலுக்கு வீட்டுக்காரருக்கும் சாகுலுக்கும் போன் செய்து கடைப்பக்கம் வரச் சொன்னேன். கடையில் நின்று பேசமுடியாது. கடைக்குப் பின்னால் அவர்கள் வீட்டில் பேசலாம்.

முகக்கவசம் போட்டுக்கொண்டு வந்தேன். இறப்புவீட்டில் பந்தலெல்லாம் போடவில்லை. வீட்டின் முன்னால் இரண்டு சமுக்காளம் மட்டும் நிலைப்படிக்கு மேலாக உயர்த்தி கயிறு இழுத்துக் கட்டியிருந்தார்கள். சேர்களை வீட்டுக்குள் அடுக்கி வைத்திருந்தனர்.

தெருவில் சில வயதானவர்கள் மட்டும் முகக்கவசத்தோடு திரிந்தனர்.

வீட்டுக்குள் போக விருப்பமில்லாமல் வெளியிலேயே நின்று கொண்டேன். கடை சொந்தக்காரர் உள்ளே வர நிர்பந்தித்தார். நான் சமையல் ஆள் வரவும் வருவதாகச் சொன்னதும் அனைவரும் ஒரொருத்தராக வெளியில் வரத் துவங்கினர்.

"சம்பளம் பேசிட்டீங்களா?" கடை சொந்தக்காரர் கேட்டார்

"அதெப்பிடிண்ணே, நீங்கதேம் பேசணும்" என்றேன்.

"சமையல் நல்லாருக்கணும்ணே" அவரது மனைவி.

"நாங் கேரண்டிக்கா!"

"யாரக் கூப்பிட்டிருக்கீங்க?"

"சாகுலு. நம்மகடைலயே ஒக்காந்து இருப்பார்ல."

"அந்த ஒல்லியா இருப்பாரே..."

“ஆமாக்கா... தாடிக்கார்ரு.”

“ஆமா, நம்ம வீட்டுக்கு பால்க்காச்ச அவரத்தான அனுப்பிச்சு விட்டீக. காளாம் பிரியாணி நல்லா போட்ருந்தாரு. அதேமாதரி வாழக்காய்ல கோலா உருண்ட சூப்பரா இருந்திச்சு என்னாங்க” அகமகிழ்ந்தார்.

“மட்டன் பிரியாணியும் நல்லாருக்கும்க்கா.”

“பாயா?” மழித்த முகமும் கரளைபாய்ந்த உடம்பும் வாய்த்த ஒராள் கேட்டார்.

“இது, எந் தம்பிண்ணே. நாளைக்கி இவகதே ஆக்கி ஊத்தறாக” அந்தக்கா அறிமுகபடுத்தினார்.

“ஆமாங் தம்பி.”

தெலுங்கில் அக்காவிடம் தம்பி, எதுவோ சொன்னான். மாநாடு, டெல்லி என்ற வார்த்தைகள் மட்டும் புரிந்தன. மூவரும் ஒருகணம் மவுனமாயிருந்தனர்.

“வேற ஆளக் கூப்பிடலாம்ங்றா ண்ணே” என்ற அக்கா, ‘கருமாதிக்கு மறுநாள் நெறையா பிரியாணி போட வேண்டியிருக்கும். இப்ப சும்மா இருவது முப்பதுபேர்தான இங்கன நம்ம வகைல இருந்தா நல்லதுங்கறான்” என தயக்கமும் தடுமாற்றமுமாய்ச் சொன்னார்.

தெருமுனையில் சாகுல் வந்துகொண்டிருந்தார்.

- குங்குமம், 29.05.2020.

*

வேகாளம்

"என்னா விசியம்டா பச்சிராசா?"

வெளித்திண்ணையிலிருந்து எழுந்து வந்த அய்யா, நிலைப்படியில் நின்றமானைக்கு முகத்தை மட்டும் வீட்டுக்குள் நீட்டினார். நேக்கால் ஒடிந்துபோன மாட்டுவண்டிபோல கைகள் இரண்டையும் பின்கழுத்தில் சேர்த்துக்கட்டி சாய்ந்து கிடந்தான் பட்சிராசா. அவனுக்கு முன்னால் சோத்துக் கும்பாவோடு வானதி.

பதிலுக்காகக் காத்திருந்தார் அய்யா. பட்சிராசாவுக்கு அய்யாவின்பால் எப்போதும் அலட்சியம்தான். பகலிலாவது அவர் ஏதாவது புத்தி சொன்னால் கேட்பான். அதுவே ராத்திரிப் பொழுதாகிவிட்டால் அவர் இருக்கும் பக்கம் திரும்பியே பார்க்கமாட்டான். ஏனென்றால் இரவில் அய்யா 'தொண்டை நனைக்காமல்' உறங்கமாட்டார். பட்சிராசா பிச்சைக்காரர்கள் மீதுகூட தோள்மேல் கைபோட்டுக் கொள்வான். ஆனால் தண்ணியடிப்பவர்கள் வந்து எதிரில் நின்றாலே அவனுக்கு குமட்டல் எழும்பிவிடும்.

மணி எட்டகிவிட்டது. எட்டேமுக்காலுக்கு டீ பட்டறையில் ஏறி நிற்கவேண்டும். பட்சிராசா போகாவிட்டாலும் பகல் டூட்டி பார்த்தவர் நேரத்துக்கு பட்டறையைவிட்டு கீழே இறங்கிவிடுவார்.

"யே புள்ளேய்... மருமகளே! என்னாம்மா? என்னாதேஞ் சங்கதி! வாயத் தெறந்துதே சொல்லுங்க..." பொறுமை இழந்து போனார் அய்யா.

வானதி, முகம் துடைக்கிற சாக்கில் அப்படியே கண்களையும் துடைத்துக் கொண்டாள்.

பட்சிராசா, வால்மிதிபட்ட நாயைப்போல விடைத்துத் திரும்பினான்.

“ஒன்னிய ஆரு இங்கன பாக்கு வச்சு அழச்சாக! ஒஞ் சோலிக் கழுதயப் பாத்துட்டுப் போ!”

முகத்தில் தீயள்ளிக் கொட்டியது போலத்தான் பேசினான். அதையும் நாசூக்காய்த் துடைத்துக்கொண்ட அய்யா, ‘இதுக ரெண்டுக்கும் இன்னிக்கி என்னா கேடு வந்திச்சு’ என மனம் பதைத்தார். ‘நாளஆவணி பொறந்தா கலியாணங்கட்டி ஆறுவருசம் கழியப்போவுது. ஆனாலும் நேத்துத்தே தாலிகட்டி வந்த பொடுசுகபோல அதுக கூத்தும் கும்மர்ச்சமும் பாக்கவே அத்தன சந்தோசமா இருக்கும். இதெல்லா இருந்துபாக்க சாவித்திரிக்கி குடுத்து வைக்கல’ என காலமாகிப்போன தனது மனைவியை எண்ணி மருகிய நேரம் உண்டு. ஆனால் மூஞ்சூரும் மொசக்குட்டியுமாகவே ரெண்டும் மொறச்சுட்டுத் திரியறதப் பாத்தா மனசுக்குக் கஷ்டமாவுள்ள இருக்கு. பொம்பள இருந்தா இந்நேரம் உள்ளபூந்து நெலவரத்த கணிச்சு வந்திருப்பா!”

தன்னுடைய இயலாமையை உணர்ந்த நேரம் வானதி, மாமனாருக்காக ஆதரவுக் குரல் கொடுத்தாள். “ந்தா ராவுகாலம். என்னா ஒரேதா..த்தே அலம்புற. ஓர்த்தரையும் வாயத்தொறக்க வுடமாட்டேன்ற?”

“பெறவு என்னா? இங்க என்னமோ ரெண்டுபேரும் கம்பெடுத்து சுத்தி மண்டய ஒடச்சுக்கிட்டு இருக்கமாக்கும், வெலக்கிவிட அய்யா நாணயக் குருக்களூ ஓடி வாறாரு.”

“எது ஒண்ணுன்னாலும் தொண்டைய அடக்கிப் பேசத் தெரியணும் ஊ ங்கறதுக் கெல்லா தீப்புடிச்ச மாதரி லோலோன்னு அலறுனா... வீதில போறவக ஆளுக்கொரு செம்பு தண்ணிய மோந்துகிட்டுத்தே வருவாங்க.”

கிழவனாருக்குப் பொறுக்கவில்லை. கண்ணைக்கட்டி கையில் தடிகொடுத்து இடமும் வலமுமாய் சுற்றிவிட்டதுபோல தலைகிறுகிறுத்து வந்தது. “யே கிருசகெட்ட கழுதைகளா, என்னா நெனச்சுக்கிட்டு இருக்கீங்க. என்னா ஏதுனு சொல்லுங்க” ‘சொல்லித் தொலைங்க’ என்றுதான் வாயில் வந்தது. சாவித்திரி கோவித்துக்கொள்வாள். ‘பெரிய மனுசெம் பேசுற பேச்சா? தொலைங்க, ஒழிங்கன்னு! நாக்கப் படச்சதே ரெண்டு நல்ல சொல் சொல்லத்தேன்’ எனத் திருத்துவாள்.

“என்னாம்மா சங்கதீ?”

கடேசியாய் வானதிதான் வாய் திறந்தாள். “ம்! அதுக்கு (கணவனுக்கு) நூத்தம்பது ரூவா வேணுமாம்.”

“நூத்தம்பது ரூவாயா? எதுக்கு?”

அது ஒரு வார்த்தையில் சொல்லி முடிக்கக்கூடிய பிரச்னையா? ஆனாலும் சொன்னாள்.

பட்சிராசாவுக்கு தேனி பசாரில் வேலை. பஸ்ஸ்டாண்டுக்குப் பக்கமாய் ஒரு பேக்கரி கடையில் இரவு நேரப்பணி. அவனுக்கு உதவியாய் ஒரு சிறுவன் மட்டும். இரவு எட்டேமுக்கால் மணிக்கு பட்டறையில் ஏறினால் காலை எட்டேமுக்காலுக்கு ஓனர் வந்து இறக்கிவிடுவார். பகலில் மட்டும் ஓனரும் ஒரு டீ மாஸ்டரும் இருப்பார்கள். இரவுப் பொழுதில் ஒட்டுமொத்தக் கடையும் பட்சிராசாவின் பொறுப்பில் வரும்.

பொறுப்பு ஏற்கும்போது சீனி, காப்பித்தூள், டீத்தூள் எடைகட்டிய கட்டாத பால், மிக்சர், சேவு, மற்றும் இருக்கக்கூடிய அத்தனை ஸ்வீட் காரம் உட்பட, பண்டங்களும் நிறுத்து, எண்ணி ஸ்டாக் நோட்டில் குறித்து வைத்துவிட்டுப் போவார். ஒருலிட்டர் பாலுக்கு எத்தனை டீ, எவ்வளவு சீனி துல்லியமாய்க் கணக்கு வைப்பார். காலையில், விற்றதுபோக பைசா குறையாமல் கணக்குப் பார்ப்பார்

அதேபோல சிகரட், பீடி பிஸ்கட், பன் என ஏதாவது சரக்குகள் வந்தாலும் இருப்பைப் பார்த்து வாங்கி வாங்கியதற்கான சிட்டை எழுதிக் கொடுத்துவிட வேண்டும். நன்றாகப் போகிறதே என நினைத்து ஸ்டாக் இருக்கும்போதே ஒன்றிரண்டை வாங்கிப் போட்டால், ‘யாரக் கேட்டு வாங்குன? சாயங்காலம் காசக்குடுன்னு சிட்டய நீட்டிக்கிட்டு வந்து நிப்பானே ஒங்கய்யாவா பணங்குடுப்பாரு” என திட்டுவார்.

எதுக்கு வம்பு என வாங்காமல் விட்டாலும் ஏறுதான், “வந்தா வாங்கிப் போட வேண்டிதான, ஏவாரத்துக்கு இல்லீல்ல. குடுக்கறவங்கிட்ட சரக்க வாங்கிக் குறிச்சு வெக்க ஒடம்பு வலிக்கிதா, இல்ல! நிய்யும் ஒங்கய்யாவும் பணத்த சுண்டப்போறீங்களா?”

ஒவ்வொரு நாளும் கரெக்ட்டாய் ஏவாரம் பார்த்து கணக்கு ஒப்படைத்து வீட்டுக்கு வருவது மலை ஏறி இறங்கியது போல அலுப்பாய் இருந்தது. பகல் நேரத்திய வேலையில் இத்தனை உளைச்சல் இல்லை. டீ பட்டறையில் நின்று டீ, காப்பி போட்டுத்தருவதும் வாடிக்கையாளருக்கு பார்சல் கட்டித்தருவதும் மட்டுமே வேலை. ஆனால் இரவில் கடைக்கு மொத்தப் பொறுப்பும் டீ மாஸ்டர்தான். ஓனருக்கு

சமானமான ஒரு இடம். தூரத்தில் நின்று கடையை பார்த்து பெருமிதம் கொள்வதும். கல்லாவில் சட்டமாய் சம்மணம் போட்டு உட்கார்ந்து ஆளுவதும் எத்தனை கஷ்டத்தையும் தவிடு பொடியாக்கி விடுகிறது.

கடைக்கு வரும் சரக்குகள் பெரும்பாலும் காலை ஒன்பது மணிக்குமேல்தான் வரும். அத்தனையும் ஓனர் பார்த்துக்கொள்ளுவார். இந்த பன்ரொட்டிக்காரர் மட்டும் விடிந்தும் விடியாத பொழுதில் வந்து விடுகிறார். மனுசன் ராத்திரி தூங்குவாரா மாட்டாரா? அதிகாலை ஐந்தரை மணிக்கெல்லாம் கடைக்கு முன்னால் சடக்கென எக்செல் வண்டியின் ஸ்டாண்டை ஒடிப்பதுபோன்ற பெருஞ்சத்தத்துடன் வந்து நிறுத்துவார். எக்செல் வருவதற்கு முன்னால் சைக்கிள், நங்கென ஸ்டாண்டை தூக்கிவைத்து நிறுத்தினாரென்றால் சைக்கிள் நிறுத்திய இடம் குழிவிழுந்து கிடக்கும். பஞ்சுப்பொதி ஏற்றிய லாரியாய் வண்டி திமிறி நிற்கும்.

ரேக்மேல் ரேக்வைத்து போதாதற்கு ரேக்கைச்சுற்றி கொண்டிவளையம் தொங்கவிட்டு அதிலும் பைகள் மட்டியிருப்பார். தவிர வண்டியின் ஹேண்ட்பாரிலும் முன்பாரமாய் சரக்குகள் தொங்கிக் கொண்டிருக்கும். தூரத்தில் வரும்போதே கடையை அளந்துவிடுவார். வண்டியை நிறுத்திய வேகத்தில் என்ன தேவை என்பதை ஆடர் கேட்காமலேயே மடமடவென எடுத்து அடுக்கிவிட்டு, சிகரெட் அட்டை ஒன்றில் கொடுத்த சரக்கை எழுதி, தேதி குறித்து, கடையில் கல்லாவில் நிற்பவரிடம் கையெழுத்து வாங்கிக் கொள்வார். கையெழுத்தாகி விட்டால் சாயங்காலம் வந்து காசைவாங்கிக் கொண்டு சிட்டையை திரும்பத் தந்துவிடுவார். அல்லது கிழித்துப் போட்டுவிடுவார்.

அன்றைக்கு பன்ரொட்டி ஒரு டசனுக்குமேல் அப்படியே இருந்தது. இரவுப் பொழுதுதான் பன்ரொட்டி அதிகமாய் விற்பனையாகும். சாயங்காலம் அல்லது மறுநாள் போட்டால் கூடப்போதும். இன்றைக்கு சரக்கு தேவையில்லை என சொல்ல இருந்தான். வழக்கம் போல வண்டி சடக்கென நின்றது. மடமடவென எடுத்தார். டேபிளில் வைத்தார். சரக்கைக் குறிக்க அட்டையை தேடுகையில், ஸ்டாக் இருப்பதைக் காட்டி "சாயங்காலம் வந்து போடுங்க" என்றான்.

ரொட்டிக்காரரும் கடையை எட்டிப் பார்த்தார்.

“பன்னு இருக்குண்ணே” அட்டளையைக் காட்டினான்.

“இன்னிக்கி சந்த நாளு. போதுமான்னு பாத்துக்க, அப்பறம் அங்கிட்டுப் போகவிட்டு கூப்புடக் குடாது” போட்ட சரக்கை எடுக்காமலேதான் பேசினார். பட்சிராசாவுக்கு கண்ணில் பூச்சி பறந்தது. என்ன செய்ய என புரியவில்லை.

“ஒம்பது மணிக்கு வந்துகூட போட்டுக்கண்ணே. ஓனர் வந்துருவாரு.”

“அதெப்பிடி ஒங்களுக்குன்னு ஒருடயம் வரமுடிமா. சரக்கு மிச்சமிருந்தா வசூலுக்கு வாரப்ப சாய்ங்காலமா வருவேன். இல்லாட்டி காலம்பறதேன்.”

சரக்கு போடுபவர்கள் எப்படியாவது சரக்கைத் தள்ளி விடத்தான் பார்ப்பார்கள். ஓனரிடம் தோண்டு வாங்குவது யார்?

“ஓனர் வைவாரேண்ணே!”

“ஒண்ணு செய்வோம். சரக்க எடுத்து வையி. நா ஓனர்கிட்டயே சிட்டயப் போட்டு காசு வாங்கிக்கறேன்.”

“சரி ஒங்க இஷ்டம்!”

இரண்டு நாள் கழிந்தது மூணாம்நாள் டூட்டிக்கு வந்ததும் முதலாளியின் முகத்தில் இருளை தரிசித்தான். துணுக்கென்றது. எதோ நடந்திருக்கிறது. என்னவெனத் தெரியவில்லை. எதுவாக இருந்தாலும் தன்னை பாதிக்காமல் இருக்க வேணும். சந்தை மாரியாத்தாளை உள்ளம் உருக அழைத்தான். வேலை முடித்துப் போகும்போது சொந்தக் காசில் கூடம் வாங்கிக் கொளுத்துவதாக வேண்டுதலும் போட்டான். அது ஆத்தாளுக்கு சரிவரக் கேட்கவில்லை போலும்.

“என்னாவாம், பெரியாளா ஆய்ட்டியக்கும்?” பட்டறை ஆளை மாத்திவிட்டதும் முதலாளி கேள்வி போட்டார். பகல் சிப்ட் ஆள் சம்பளத்துக்காக காத்து நின்றார்.

பட்சிராசாவுக்கு முதலில் அது தன்னைத்தான் என்பது புரியவில்லை. “ஒன்னத்தே” என முதலாளி சொன்னதும் உடம்பு வெலவெலத்தது.

“ணே...” காத்துப்போன பலூனாய் குரல் செத்துப் பேசினான்.

“இல்ல, நைட்டு கடைய மொத்தத்துக்கு ஒப்படைச்சுட்டுப் போறதால ஓனரா ஆய்ட்டம்னு நெனப்பா?”

பகல் சிப்ட்டு ஆள் அப்படியே நின்றார். அவருக்குத் தெரியும் இந்த பஞ்சாயத்து முடியாமல் தனக்கு சம்பளத்தைத் தரமாட்டார். ஒரு வேலைக்காரனை முன்னால் வைத்துத்தான் இன்னொரு வேலைக்காரனைக் கண்டிப்பார்கள். இது எல்லா முதலாளிகளும் செய்யக்கூடிய பொதுவான செயல்பாடு. அவன் அசிங்கப்பட வேணுமாம். அந்தபயம் இவனுக்கும் ஏறவேண்டுமாம். பீடியைப் பற்ற வைத்தால் கொஞ்சம் நன்றாக இருக்கும். அது முடியாது. யாருக்காவது பரிந்து பேசினால் பிரச்னை சீக்கிரம் முடியும். முதலாளிக்குத்தான் பரிந்து பேசமுடியும். அதற்கு வெறுமனே வாயை மூடிக் கொண்டிருக்கலாம். ஒரு பழைய செய்தித்தாளை எடுத்து ஸ்வீட் அடுக்கி வைத்திருந்த ஷோகேஸ் கண்ணாடியைத் துடைக்கலானான்.

முதலாளியின் அந்த வார்த்தையைக் கேட்டு அதிர்ந்துபோனான். பட்சிராசா, "ணே..." அதற்குமேல் வார்த்தைகள் வரவில்லை.

"என்னா நொண்ணே நொாச்சக் கொட்டங்குற. பன்ரொட்டிக்காரங் கிட்ட என்னா சொன்ன?"

என்ன சொன்னேன். சட்டென ஞாபகம் வரவில்லை. "ஏங்கிட்ட சிட்ட எழுதி காசு வாங்கிக்கறச் சொன்னியாமே..." அவரே ஞாபகமூட்டினார்.

"இல்லண்ணே, நா வந்து..."

"சேந்து எவ்வளவு நாளாச்சு?"

அதுவும் உடனே நினைவுக்கு வரவில்லை. வானதிதான் இதிலெல்லாம் கெட்டி. 'ஆவணியோட ஆவணி பன்னண்டு பொரட்டாசி, ஐப்பசி பதிமூணு பதினாலு மாசம்' என கணக்குப்போட்டு சொல்வாள்.

மௌனமாய் அவரை நோக்கினான்.

"இந்தா இந்தப் பாசாங்கல்லாம் வேணாம். சரக்க வாங்குன மயிராண்டிக்கு சிட்ட எழுதிக்குடுக்க முடியலியோ! நைட்டெல்லா வெட்டி முறிக்கிறவேல! மரம் மரமா!"

"ஸ்டாக் இருந்துச்சுண்ணே..."

"பெறகு என்னா சோலிக்கு வாங்குனவெ..?"

"அவருதே!"

"என்னா சொவருதே..! சொவரு திங்கச் சொன்னா தின்னுருவ?"

இப்படியேதான் அடிக்கடி ஏதாவது ஒரு பிரச்னையில் போராட வேண்டி இருக்கிறது. நியாயம் தன்பக்கமிருந்தாலும் தான்தான் தலைகுனிந்து நிற்க வேண்டும். அன்றைக்கே ஒழுங்காய் படித்து இருந்தால் ஒரு அரசாங்க வேலையில்போய் அய்யா சொன்னதுபோல காத்தாடிக்குக் கீழ் காலாட்டிக் கொண்டு வேலை பார்க்கலாம்.

“ஆமா அவகமட்டும் என்னத்த நிம்மதியா இருக்காக, வாத்திமாரெல்லாம் பாரு என்னிக்கு பள்ளிக்கூடத்த காலிபண்ணப் போறாகளோன்னு உசுர கையில புடிச்சுகிட்டு அவகளுந்தே மல்லுக்கட்டிகிட்டிருக்காக” வானதி பேப்பர் செய்திகளை அவ்வப்போது எடுத்துச் சொல்லி பட்சிராசாவை தேற்றிக் கொண்டிருப்பாள்.

“ந்தா பார், என்னயப் பாரப்பா. பன்னு நான் வாங்குனனா?

இல்லை என தலையைக் குலுக்கினான்.

“நீதான வாங்குன?”

ஆமென தலை மேலும் கீழுமாய் அசைந்தது.

“அப்பன்ன நீயே காசக் குடுத்துரு!”

அப்பாடா! நெஞ்சுக்குள்ளிருந்து ஒரு சுமை கழன்று காற்றில் கலந்தது.

“ஆனா, கல்லாவுல எடுக்கக் குடாது. ஒஞ் சேப்புல இருந்து குடுத்துரு ஏ இங்க வாப்பாவ்...” பகல் சிப்டு ஆளுக்கு சம்பளத்தைக் கொடுத்தார்.

“மொதலாளிமாருகன்னா அப்புடித்தாண்டா இருப்பாக. நீ வாங்குன விசியத்த ஆவுகமா ஒருவார்த்த சொல்லீர்க்கணும். கணக்கு ஒப்படைக்கிற நெனப்புல விட்டுப்போச்சு! விடு, ரெண்டுநாள்ல சரியாயிரும். அதுக்காக வீட்டுக்குள்ள வந்து சட்டிபானைய உருட்டறது நல்லாவா இருக்கு” அய்யா சினிமாவில் வரும் சொட்டைத்தலை தகப்பன் போல தலையை ஆட்டிஆட்டிப் பேசினார்.

பட்சிராசாவும் அப்படித்தான் நினைத்தான். ஒருவாரமாகியும் நிலமை சீராகவில்லை. இதில் பன்காரர் தொந்தரவு வேறு. “தயவு பண்ணுங்க அண்ணாச்சி...” அய்யா வயசுள்ள அவர் பட்சிராசாவை அண்ணாச்சிப் பட்டம் சூட்டிக் கெஞ்சலானார். “தெரியாத்தனமா பன்னு போட்டுட்டேன். உங்க ஓனரு உன்னக் குத்துரா மாதரி, எங்க ஓனரு அங்க குத்துராரு.”

“இப்ப என்னாதே பண்ணணுன்ற?” வானதி முடிவாய்க் கேட்டாள்.

“நூத்தம்பது ரூவாயக் குடுத்து நல்லபிள்ளையாகணும்னு பாக்குறான். வேற என்னா செய்யணும்... சொல்லு” பட்சிராசா மனைவியிடம் பரிதாபமாய் நின்றான்.

“ஆமா நாஞ் சொல்றதத்தேன் மொனமுறியாம செஞ்சு முடிக்கப் போற!”

“சொல்லுத்தா, அதே செய்றேன்றான்ல.”

“அதெல்லாம் பசப்பு மாமா. தெனத்துக்கும் ஆய்ரத்துக்கு ஒண்ணு கொறச்சலாக் கொணாந்து குடுக்கற. இதில தெண்டம் வேற குடுத்துரு. நாங்கேட்டா மட்டும் அங்கன வீங்கிக் கெடக்கு இங்கன பொடச்சுச் கெடக்குனு பொலம்புறது” இந்த சம்பவத்தைச் சாக்கிட்டு பழைய கதையெல்லாம் இழுக்கலானாள் வானதி.

“நீ என்னைக்கித்தே கேக்காம இருந்த. சட்டயக் கழட்டங்குள்ள அண்ட்ராயர்ல இருக்க காசயும் ஆட்டயப் போட்ருவியே” பட்சிராசாவுக்கும் வேகாளம் வந்துவிட்டது.

“ஆமா நா ஆட்டயப் போடுறவதே. தெரிஞ்சுதான கட்டீட்டு வந்த!”

“இந்தா கைய எடுத்துக்க, காலக்கூட வெட்டி எடுத்துப்போ. பத்தாக்கொறைக்கு எங்கியோ கிட்னி வெலைக்கிக் கேக்கறாகளாம்ல, அதையுங்கூட அறுத்து எடுத்து கடனத் தீத்துரு. போதுமா?”

பட்சிராசாவின் அந்த பேச்சில் இருவரும் அடங்கிப்போயினர். கொல்லைப் பக்கம்போய் முகம் அலம்பித் துடைத்து. பவுடர்பூசி, நெற்றியில் நடுவில் திண்ணீறு தீட்டி குற்றாலத்துண்டை எடுத்து இடுப்பில் கட்டிக்கொண்டு கடைக்குக் கிளம்ப தயாரானான். அந்த நிசப்தத்தில் சுவர்க்கோழியின் ரீங்காரம் மூவருக்கும் துல்லியமாய்க் கேட்டது.

“மொதலாளின்னா இப்பிடியா ஓரேமானக்கி வீம்பு புடிப்பாக, கொஞ்சமாச்சும் ஈவுசோவு நாய அநியாயம் வேணா” வானதி பேச்சை மாற்றிப் போட்டாள்.

“காசு பணம் வச்சுருக்கவன்ட்ட அதெல்லா இருக்காது ஆத்தா.”

“கடைக்கு ஒரு ஆள் வேலைக்குப் போட்ட உடனே டாட்டான்னு நெனப்பு வந்துடுது. பாவம்.”

“அதுக்காக வித்தகாச இவரு என்னா சேப்புலயா போட்டுட்டு வந்தாரு. கேக்கலாம்ல?”

“கேக்கணும்ல?”

“மனுசே, ராப்பூரம் கண்ணப் பொட்டுன்னு மூடாம அரும்பாடுபட்டு ஒழச்சகாச இந்தான்னு தூக்கித் தந்துற முடியுமா?”

“காசப் பாத்தா... தெனமும் இமுசப் படறது அவந்தான.”

“என்னாத்துக்கு இமுசப் படணும்? நா வாங்கிப் போட்ட ரொட்டியக் குடப்பான்னு நிமிந்து கேக்க வேண்டியதான.”

“வேலய விட்டுட்டு வாடாங்கற?”

“அட, அப்பிடிப்போனாப் போகுது, ஆர்லயும் சாவு நூர்லயும் சாவு. கையுங்காலும் திடமா இருக்கப்ப யாருக்கு நாம தலைய கவுந்து நிக்கணும்?”

ஆண்பிள்ளை சாண்பிள்ளையாய் குறுகி நிற்க, வானதி மாமனாரோடு போருக்கான ஒத்திகையில் இருந்தாள்.

*

கதையினை வாசித்து முடித்ததும் வானதி தனக்குள் சிரித்துக்கொண்டாள்.

அன்றைய தேதிக்கு இக்கதை பத்திரிகைக்கு அனுப்பிய கொஞ்சநாளிலேயே பிரசுரமாகியும் இருந்தது. பெண்ணியக்கதை என்றும், ஒரு அவலச்சுவை எனவும், பலவாறாக பாராட்டுக் கிடைத்திருந்தது. இன்னும் ஒருபடி மேலே நோபிள் சார், ‘வானதி, முதலாளியை கிழிகிழி என கிழிக்கும் காட்சியையும் எழுதியிருக்கலாம்’ என கருத்து தெரிவித்திருந்தார்.

தொகுப்பில் சேர்க்க இன்றையச் சூழலுக்கு அது பொருத்தமாகத் தெரியவில்லை. ஏதோ ஒன்று தேவைப்படுவதாக உணர்ந்தாள். யோசித்துக்கொண்டிருந்தாள்...

“வானதி!” டிவிஎஸ் வாகனத்தில் வந்திறங்கிய பட்சிராசன், வண்டியை வாசல் பக்கமாய் நிறுத்திவிட்டு உள்ளே வந்தான். வந்தவேகத்தில் சட்டையைக் கழற்றி எறிந்துவிட்டு குளியல் அறைக்குள் புகுந்து அரக்கப்பரக்க குளித்து முடித்து வெளியில் வந்தான்.

“பட்டறைல நிக்கிற மனுசெ கொஞ்சம் குளுரத்தே குளிச்சு வந்தா என்ன?” என பலமுறை கடிந்து பேசியுள்ளாள் வானதி.

அது ஏனோ டீ மாஸ்டராய் இருந்தபோதும் சரி, கடை ஓனராய் மாறிய பிறகும் சரி ஒட்ட மாட்டேனென்கிறது. அப்போது ஓனருக்கு பயப்பட்ட காலம். இப்போது நல்ல மாஸ்டருக்குத் தட்டுப்பாடு.

பஸ்ஸ்டாண்டு கடையில் அடியும் புடியுமாய் வேலைசெய்து, கொஞ்சநாளில் தனியாய் வீட்டிலேயே இடம் ஒதுக்கி கடைபோட்டுவிட்டான் பட்சிராசா. அய்யா சாகும்போதெல்லாம் வீட்டுக்கடை ரோட்டுக்கு மாறி இருந்தது. ரோட்டுக்கு வந்தபிறகு வானதியை பட்டறையில் ஏறச் சொல்லமுடியவில்லை. சம்பள ஆள் தேவைப்பட்டது.

அதிகாலையில் கடையைத் திறந்து பட்டறையை எடுத்துவைத்து அடுப்பு பற்றவைத்த பிறகுதான் மாஸ்டர் கடைக்குள் நுழைவார், சில சமயம் முதல் டீ பட்சிராசா போட்டுத்தர அதனைக் குடித்தபிறகே பட்டறையில் கால் வைப்பார்.

அடுத்து வந்த மாஸ்டர் வேலையில் சேருவதற்கு, முன்பணம் கேட்டார். இப்போது அதுதான் வழக்கம் என்றார்.

சாப்பிட்ட கை, ஈரம் உலரும்முன் சட்டையை மாட்டினான்.

“போடியில வடை ஒரு மாஸ்டர் வரச் சொன்னார். மதியத்துக்குப் பிறகு ஒரு சிப்ட் பாக்குறேன்னார். போய்ப் பாத்திட்டு வந்திர்றேன்!”

வானதிக்கு கதையை முடிக்கும் உத்தி பிடிபட்டுவிட்டது.

- தினமணிக்கதிர், 8.10.2017.

*

தக

மடியில் இருந்த கதைப்புத்தகம் கைநழுவி கீழே விழுந்தது. உறக்கம் கலைந்து, அவசரமாகப் புத்தகத்தைக் கையிலெடுத்தேன்

சத்தம்கேட்டு மனைவி குரல் விடுத்தாள். "ஒறக்கம் வந்தா விரிச்சுப் படுக்க வேண்டியதான. ஒக்காந்தமானைக்கிம், நிண்டமானைக்குமா மனுசரு ஒறங்குவாக?" குப்புற விழுந்தா என்ன செய்ய என சொல்லாமல் சொல்லும் எச்சரிக்கை.

அக்கறையோடுதான் சொல்கிறாள். இப்போ எனக்கு இங்கே என்ன வேலையிருக்கிறது? முழு ஊரடங்கில் யாருக்குத்தான் வேலை. அதும் ரெட் அலர்ட் பகுதி... தூங்கி எந்தரிச்சுப் பார்ப்பதற்குள் சந்து பொந்து எல்லாம் தகரத்தை வைத்து அடைத்து தெருவின் போக்குவரத்தை நிறுத்திவிட்டார்கள். வண்டி வாகனம் எதுவும் எடுக்க போக வழியில்லை. சைக்கிள் போகும் பாதைகூட இல்லை. இதனால் குப்பை வாங்குபவர்களும் வரமுடியாத சிக்கல்.

காலையில் எழுந்ததும் தடுப்புகளின் இடைவெளியில் நுழைந்துதான் பால் வாங்கிவர வேண்டும். பலசரக்கு காய்கறிக் கடைகளில் பதறி நிற்கும் சனங்கள், அவசர அவசரமாய் அள்ளிவிட்டுக் கடையை மூடக்காத்திருக்கும் கடைக்காரர்கள் இப்படி எல்லோரது முகத்திலும் ஒருபீதி. அதனால் கடைக்காரர்கள் வைப்பதுதான் விலை. அவர்கள் கணக்கிடுவதற்கு ஏதுவாய் ஒரு நூதனமான வழிமுறையினை அவர்களே உருவாக்கிக் கொண்டனர்.

ஒரே நிறை! ஒரே விலை!!

பலசரக்கு காய்கறி அத்தனை பொருள்களையும் எடை அளவைக்குக் கொண்டு வந்தனர். வழைக்காய், முருங்கை,

தேங்காய், கருவேப்பிலை உட்பட அத்தனையும் நிறுத்தலளவை. அதுபோல எல்லா காய்கறிகளும் பீன்ஸ் முட்டைக்கோசு, கத்தரி, வெண்டை எல்லாம், ஒரேவிலை. பலசரக்கில் பயறுகள் அது பாசிப்பயறு, தட்டைப் பயறு, சுண்டல்பயறு, கொள்ளுப்பயறு வரைக்கும் ஒரேவிலை. அதுபோலவே பருப்பு வகைகள், அப்புறம் வத்தல், வடகம் இப்படி பிரித்துக்கொண்டதில் அதிகமாக கூட்டம் சேர்க்காமல் வாடிக்கையாளர்களை வெளியேற்ற முடிந்தது. பேரம் பேச நேரமில்லை. "நாங்களே ஹோல்சேல் கடையில வரிசகட்டி நின்னு, அடிபெத்து வாங்கிட்டு வரோம்... பேரம்பேசினா சரக்கு கேக்காதீங்க" கடைக்காரர்கள் தொட்டாச் சிணுங்கியாய் முகம் சுருக்கினார்கள்.

ஆரம்பத்தில் மதியம்வரை விற்கலாம் என்ற விதி, படிப்படியாகக் கரைந்து ஒருமணி நேரம் மட்டுமே என்றானது. அதையும் ஆட்கள் அதிகமாகக் கூடுகிறார்கள் எனக் காரணம் காட்டி திறந்த கடைகளுக்கு அபராதம் விதித்தனர். வீடுகளைத் தேடி காய்கறி, பலசரக்குகள் வரும் என்றனர். காய்கறி பை 250ம் பலசரக்கு தொகுப்பு 500 எனும் போது அஞ்சுக்கும் பத்துக்கும் வாங்கியவர்களிடம் அது செல்லுபடியாகவில்லை. உழவர்சந்தை வண்டிகள் பிரதான வீதிகளில் மட்டும் வந்து நின்றன. சனங்களின் பரிதவிப்பு கண்டு சின்னஞ்சிறு கடைகள் பயந்து பயந்து விற்பனை செய்தார்கள். சில போலீசாரின் கருணையாலும், கவனிப்பாலும் அப்பாவி சனங்கள் மூச்சுவாங்க முடிந்தது. அப்படியும் சிலகடைகள் சீல் வைக்கப்படுவதும் அபராதம் விதிக்கப்படுவதும் நடந்தன.

இந்த களேபரங்கள் அனுதினமும் காலை எட்டுமணி, ஒன்பது மணிக்கெல்லாம் முடித்து அரசு அறிவித்தபடி கைகால் முகம் கழுவி, மாஸ்க், மற்றும் பைகள் அத்தனையும் சுத்தப்படுத்தி, முடிந்தால் துவைத்துக் காயப்போட்டு தானும் குளித்துவிட்டு வீட்டுக்குள் அடைந்தால் அப்புறம் புத்தகம், டி.வி. செல்போன், மனைவி மக்களுடன் 'ஹாய், ஹாய்' அவ்வளவுதான்.

"இப்பொவெல்லா அவ்வளவா பசிக்கவே மாட்டேங்கிது மாமி" பக்கத்து வீட்டு பாமிதா மாமியும் எனது மனைவியும் பேசிக்கொள்ளும்போது அடிக்கடி மாமி சொல்வார்.

"ஆமா கழுத, இந்த வெய்யிலுக்கே இப்பிடித்தேன். பொழுதூக்கும் தண்ணியக் குடிச்சுக் குடிச்சு வகுறு நெம்பீருது" எனது மனைவி தனது அனுபவத்தைப் பதிலாக்க,

“அடிக்கொருச தண்ணி குடிச்சாலும் தொண்ட கட்டிக்கிது. ராவெல்லா, இருமச் சனியே வந்து மறிச்சுக்கிட்டு ஒறக்கத்தக் கெடுக்கிது.”

காலையில் எழுந்ததுமே தும்மலும் இருமலுமாய் சாக்கடையில் உட்கார்ந்து சளியை வெளித்தள்ளிக் கொண்டிருக்கும் மாமியை தெருவாசிகள் அச்சத்துடனேயே அணுகுவார்கள்.

‘‘இம்பிட்டுச் சளிய வச்சுக்கிட்டு தண்ணிப்பழமும், வாழப்பழத்தையும் நேரகாலம் இல்லாம முழுங்கிக்கிட்டிருந்தா அப்பறம் எங்கிட்டுப் பசிக்கும்?”

“இத அவங்ககிட்ட நேர்ல சொன்னா அவங்களுக்குப் பிரயோசனப்படும். எங்கிட்டப் பொலம்பி என்னா புண்ணியம்?”'

‘‘ஒங்ககிட்ட யாரு ஒப்பிச்சா’’ என வழக்கம் போல முறைத்தாள். தனக்குத்தானே பேசிக் கொள்கிறாளா அல்லது என்னை ஒரு ஜடமாகப் பாவித்தாளா. ஜடம் பேசியது. அவளுக்கு அதிர்ச்சிதான்.

மாமி சொன்னதுபோல எனக்குமே இப்போது பசி எடுப்பதே இல்லை. முன்னெல்லாம் சாப்பாடு தயாராக பத்து நிமிசம் தாமதமானாலும் வீடு ரெண்டுபட்டுப் போகும். ‘வீடுகழுவியதில் நேரம் போச்சு, துவைக்கும் வேலை இழுத்துப் போனது என்பதான சமாதானமெல்லாம் சாப்பாடு முடித்த பிற்பாடுதான் செல்லுபடியாகும்.

கடந்த பதினைந்து நாட்களாக உண்மையில் பசி தலைதூக்கவே இல்லை. அது, காலை, மதியம், இரவு எந்தப்பொழுதாக இருந்தாலும். வீட்டுக்காரியாக “சாப்பிட வரலியா?” எனக் கேட்டபின்தான். உணவின்மீதான கவனம் வருகிறது காரணமெல்லாம் புரியவில்லை. நண்பர் சுரேசிடம் பேசுகிறபோது ‘கலக்கம்’ என்கிற வார்த்தையைப் பிரயோகித்ததாக ஞாபகம். ‘எதனாலான கலக்கம்?’ என்ற கேள்விக்கு விடை சொல்லவும் தெரியவில்லை.

ஊரடங்கு என திடீரென அறிவித்ததும் சட்டென மனதில் தோன்றிய பிம்பங்கள். ஜம்முகாஷ்மீர், மற்றும் நாட்டின் எல்லைப்பகுதிகளில் நடந்த பாதகச் செயல்கள், பயங்கரங்கள் பற்றியவற்றை கதைகளாக செய்திகளாக படங்களாகப் பார்த்த, படித்த மனப்பதிவுகளின் தாக்கம் உருவாக்கிய

கலக்கம் எனக் கூறலாம். அடுத்து, இருபத்தோரு நாட்களுக்கு எந்தவொரு வருமானமும் இல்லாமல் இருட்டுக்குள்ளேயே முடங்கிக்கிடப்பது. அந்த நாட்களுக்கான சாப்பாட்டுக்கு ஆகும் செலவு, தேவையான பொருள்களை சேகரிக்க ஒரு குறிப்பிட்ட கால அவகாசம்கூட கிடைக்காதது. அரசு அறிவித்த ஆயிரம் ரூபாயும் ரேசன் அரிசியும் கஞ்சிப்பாட்டுக்கு போதுமா எனும் கேள்வி ஒருபக்கம் இருந்தாலும். மாசம் பிறந்ததும் வீட்டுவாடகை, கடைவாடகை, கரண்ட்பில், தினக்கந்து, வாரக்கந்து, மாசவட்டி, பையன்கள் வைத்திருக்கும் ஈ.எம்.ஐ. தவணை, ஏலச்சீட்டு...

நினைக்கும்போதே தலைசுற்றியது. வயிறு ஓட்டப்பந்தயத் திடலாய் மாறி சடுகுடு ஆட்டத்தைத் துவக்கியது.

"ப்பா, பாத்துக்கலாம் ப்பா" சின்னவன் தனது அலட்சியமான பதிலால் அந்த நேரத்திய ஓட்டத்தை நிறுத்தினான். சென்னையில் வேலைபார்க்கிறான். ஊரடங்கு பிறப்பித்ததும் பைக்கிலும், நடந்தும், பஸ்சிலுமாக கண்டம் விட்டு கண்டம் தப்பி வரும் அகதிபோல வீடு வந்து சேர்ந்தான்

தொடர்ந்த ஐந்தாறு நாட்களில் ஊடகச் செய்திகளும், ஊருக்குள் நடந்த கெடுபிடிகளும் எல்லோரையுமே வைரஸ்வாதிகளாய் அனுமானித்த போக்கும், கொஞ்சமல்ல நிறையவே கலக்கிவிட்டது. இதில் பசி என்ன, புதுசாய்க் கல்யாணம் முடித்தவனுக்கே சந்தோசம் கிடைக்காது.

"இப்பத்தான சொன்னே! எந்திச்சிப் போய்க் கட்டில்ல படுங்கன்னு. நடுவீட்ல சேரப் போட்டு உக்காந்துக்கிட்டா வீட்டக், கூட்டச் செய்ய வேண்டாமா?" மறுபடியும் வந்து விட்டாள்.

கையிலிருந்த புத்தகத்தை மூடிவைத்தேன். கொஞ்சநேரம் நடைகொடுத்துவிட்டு பிறகு வாசிப்பைத் தொடரலாம் என முடிவுசெய்தேன். படுக்கை வேண்டாம்.

பால்கனிக்குப் போய்நின்று வேடிக்கை பார்க்கலானேன். மொட்டைமாடிகள் தோறும் சிறுவர்கள் காகிதப்பட்டம்செய்து காற்றில் ஏவிக்கொண்டிருந்தார்கள். சிறுவயசில் நாங்கள் பட்டம் விட்ட ஞாபகம் வந்தது. அப்போதெல்லாம் இன்றுபோல மாடிவீடுகள் அதிகம் இல்லை. கூரைவீடு, தகரவீடுகளே மெத்த அதிகமாய் இருந்தன. அதனால் பட்டம் செய்து மந்தைக்கு எடுத்துபோய் அங்கிருக்கும் குத்துக் கல்லில் ஏறிநின்று பட்டம் விடுவோம். அல்லது காற்றைக் கிழித்துக்கொண்டு வேகமாய்

எதிர்த்திசையில் பட்டத்தை இழுத்துக்கொண்டு ஓடுவோம். அந்நாளில் இத்தனை கெட்டியான நூல்களும் கிடைக்காது. அதனால் பல பட்டங்கள் மேலே ஏறும்போதே நூல் அறுந்துவிடும்.

இப்போதும் அவரவர் வீட்டில் செய்தித்தாள்களை வைத்துத்தான் சுயமாகத் தயாரித்துக்கொள்கிறார்கள் போலிருக்கிறது. நல்ல உயரத்தில் பருந்தினைப் போலவும், பெரிய தட்டானைப் போலவும் வால்கள் படபடக்க வானத்தில் மிதந்து கொண்டிருந்தன. அந்த வால்களைப் போலவே உற்சாகத்தில் சிறுவர்களும் குதூகலித்துக் கொண்டிருந்தனர்.

"இன்னம் பசி வரலியா?" வீட்டைக் கூட்டி முடித்தவள், கதவின் பின்புறத்தில் விளக்குமாற்றை வைத்தாள். அடுத்த கட்டமாக பூத்தொடுத்து சாமிபடங்களுக்குப் போட்டு விளக்கேற்றுவாள்.

செடியில் பறித்த பூவும், டம்ளரில் தண்ணீரும் நூலுமாய் பூக்கட்ட உட்கார்ந்தாள். பால்கனி விட்டு வீட்டுக்குள் நுழைந்தபோது கடிகாரம் ஐந்தரை எனக் காட்டியது. நேரத்தைக்கூட அளந்துவிட முடிகிறது கிழமைதான் ஞாபகத்தில் இல்லாது போகிறது.

அவளருகில் நானும் அமர்ந்தேன். எடுத்துக் கட்டுவதற்கு ஏதுவாய் இரண்டிரண்டு பூக்களாய் ஜோடி சேர்த்து வைத்தேன்.

"கீழ பாத்தீங்களா" என பேச்சைத் துவக்கியவள், "ஆறுபேர். மொத்த மொத்தமா ஒக்காந்து அரட்டை அடிக்கிறானுக" வாசலில் தெருப்பசங்களுடன் மூத்தவனும் இளையவனும் ஒன்றாகத் திரிவதை நான் கண்டிப்பதில்லை என்பது அவளது குற்றச்சாட்டு.

"விடுக்கா, நிய்யும் நானுந்தே விதியேன்னு வீட்டுக்குள்ளயே வேலையப் பாத்துகிட்டுத் திரியுறம். எளந்தாரிப் பயலுக வேற எங்க போவாங்கெ. வீட்டுக்குள்ள எத்தன நேரந்தே அடஞ்சு கெடப்பாங்கெ" கீழ்வீட்டு இந்திரா எடுத்துச் சொன்னாள்.

"ஒட்டாமல் தள்ளி ஒக்காந்து பேசலாம்ல. போலீஸ் வந்து வெரட்டுனாத் தெரியும்" என அவர்களைப் பயமுறுத்துவது போலவும் பேசினாள்.

ஆனால், உண்மையில் அவளுக்குத்தான் அதிக பயம். வீட்டில் நாள்தவறாமல் சாமி கும்பிடுவதுபோல வெள்ளி

செவ்வாய்க்கு கிழமை மாறாமல் அய்யனார் கோயில் பெருமாள் கோயிலுக்கு விளக்குப் போடப் போவாள். கூப்பிடு தூரத்தில் கோயில்கள் இருந்தாலும் இந்த பதினைந்து நாட்களாய் எட்டிப்பார்ப்பதில்லை. "கண்ட ஆளுக வாறாக எல்லாம் முடியட்டும் போய்க்கலாம்க்கா" என தனது அக்காளிடம் போனில் சொல்லிக்கொண்டிருந்ததை கேட்க முடிந்தது.

சரியாக ஆறுமணிக்கு எழுந்தேன். "நா, சாப்புடட்டுமா?"'

வழக்கம்போல சாப்பிடும்போது தண்ணீர் எடுக்க மறந்திருந்தேன். அதைமட்டும் இன்றும் மறக்காமல் மொண்டு வந்து வைத்தாள்.

சாப்பிட்டுக்கொண்டிருக்கும்போது நண்பர் சுகந்தன் போனில் அழைத்தார். எழுத்தாளர், சமூக செயல்பாட்டாளர். சாவதானமாகப் பேசலாமென அழைப்பைத் துண்டித்தேன்.

"சாப்பிட்டுக் கொண்டிருந்தேன்' என மொட்டைமாடிக்கு வந்து சுகந்தனை அழைத்தேன். பொழுது சாம்பல்நிறம் கொண்டிருந்தது. இன்னமும் சில சிறுவர்கள் பட்டம்விடுவதை நிறுத்தவில்லை. வானில் அப்பட்டங்களோடு கூடுதிரும்பும் பட்சிகளும் சிறகடித்துப் பறந்து கொண்டிருந்தன.

படிப்பது, எழுதுவதைக் கேட்டுவிட்டு லௌகீக சமாச்சாரங்களையும் விசாரித்தார். பின்பு, 'அழைப்பின் நோக்கம் என்னன்னா, உங்ககிட்ட ஒரு தகவல் கேக்கணும்" என்றவர், "விபச்சார ஸ்தலங்கள் ஏதும் நம்ம ஊர்ல இருக்கா?" என்றார்.

"ஸ்தலங்கள்ங்கறது இப்பத்தக்கி கெடையாது. ஆனா, போன் டீலிங் உண்டு" திடுக்கிட்டாலும், பதறாமல் பதில் சொன்னான்.

"போன் டீலிங். வசதிப்பட்டவங்களுக்கு. சாதாரண லேபர் இவங்களுக்கான இடம்?"

"இருக்கலாம். எனக்குத் தெரியல."

"வேற பிக்பாக்கெட், ஜேப்படி, திருட்டு செய்ற ஆளுங்ககூட உங்களுக்குப் பழக்கம் உண்டா?"

"ஆள் இருக்காங்கன்னு சொல்லிக்குவாங்க. ஆனா நேரடியான தொடர்பு இல்ல."

"வேறொண்ணும் இல்ல தோழர். இந்த ஊரடங்கு காலத்தில இவங்கள்லாம் காசுக்கு எங்க போவாங்க? இவங்களுக்குக் குடும்பம்னு இருந்தா அவங்களோட நிலமை என்ன. கொஞ்சம் விசாரிச்சுச் சொல்லுங்க. ஏதாச்சும் செய்ய முயல்வோம்."

அவரது அந்த விசாரணை, முகத்தில் அறைந்தது போலிருந்தது. மொட்டைமாடியிலேயே உட்கார்ந்துவிட்டேன்.

மழைக்கு ஒழுகாத வீடும், கிழியாத உடுப்புகளும், மூணுவேளைக்கும் பசியாத வயிறும், தாங்கிப் பிடிக்க பிள்ளைகளும், தணிப்பதற்குத் தாரமுமான சமூக உத்தரவாதத்துடன் வாழ்க்கை அமைந்த பேர்வழியான நமக்கே இன்றைய சூழல் குறித்து அச்சமும் கலக்கமும் உள்ளபோது, எந்த உத்தரவாதமும் இல்லாத அவர்களைப் பற்றி எப்படி யோசிக்காமல் போனோம்.

சுகந்தனின் கேள்விக்குப் பின்னால் அவர் குறிப்பிட்டவர்களைப் பட்டியல் போட்டேன். விபச்சாரிகளோ, பிக்பாக்கட்காரர்களோ, திருடர்களோ நினைவில் இல்லை. அப்படிப்பட்ட நபர்களுடனான பழக்கங்களை பழகவேண்டிய சந்தர்ப்பமோ நிர்ப்பந்தமோ இல்லாத வாழ்க்கைதான் எனக்கும் வாய்த்திருக்கிறது.

சம்பத் என்ற சாட்டு "வணக்கம், காம ண்ணே" என ஸ்டைலாக கையை வளைத்து சலாம் வைப்பது ஞாபகம் வந்தது. சம்பத்து இந்த மூன்று வகையிலும் சேரமாட்டான். தான் ஒரு நாய்சேகர், டான் எனும் மிதப்பு அதிகமான பேர்வழி. ஒருகாலத்தில் நல்ல உழைப்பாளியாக இருந்தவன். இப்போவெல்லாம் எந்த வேலைக்கும் போவதில்லை. மனைவி கூலி வேலைக்குப் போகிறாள். நாலு பிள்ளைகள்.

நகர்முழுக்க குறிப்பாக வியாபார ஸ்தலங்களை சுற்றிவருவான். கடையில் உட்கார்ந்திருக்கும் முதலாளிமார்கள் மானேஜர்கள் இவர்களுக்கு கண்ட நேரத்தில் சலாம் வைப்பான். பலகாலம் பழகியவன்போல. "அரிசிக்கட மொதலாளி சவ்க்கியம்மா? எதோ இந்த சாட்டையக் கொஞ்சம் நெனெச்சிக்கிங்க" எனச் சொல்லிவிட்டு மறைந்து விடுவான். சிலநேரம் போதையைப் போட்டு வந்து யாரையாவது ஒருத்தனை கடைக்கு முன்னால் நிறுத்திவைத்து வீம்புக்கே வம்பிழுப்பான். கடைக்காரர் விரட்டும்போது "ஒரு நூறு ரூபா குடுங்கண்ணே. இவனுக்கு கட்டிங் வாங்கிக்குடுத்து கடைல விட்டுட்டு வந்திறேன்" என பேரம் பேசுவான். சம்பத்து ஒருகடையில் நின்றுவிட்டால் பத்து ரூபாயாவது வாங்காமல் நகரமாட்டான்.

கோவில் திருவிழாக் காலம் துவங்கிவிட்டால் சம்பத்துக்கு கொண்டாட்டம்தான். அன்னதானம் செய்வதாக ஒரு பத்திரிகை

ஒன்றை சொந்தமாக அச்சடித்துக் கொண்டு தன்னோடு சில நபர்களை இணைத்துக் கொள்வான். ஒரு மஞ்சள் வேட்டி ஒரு மஞ்சள் துண்டு இதுபோதும். சிப்பம் சிப்பமாக அன்னதானத்துக்கு அரிசி வசூல் ஆகிவிடும். பலசரக்கு வேணுமா, காய்கறி வேணுமா சந்தைக்குள் போய் சாக்கைப் பிடித்தால் ரெப்பாமல் வரமாட்டான். அதட்டலும் மிரட்டலும் கொஞ்சலும் கெஞ்சலும் எல்லாமுமாக காரியம் சாதித்துவிடுவான். உடன் வருபவர்களுக்கு சாப்பாடு தண்ணி, சம்பளம். பாக்கி எல்லாமே சம்பத்துக்குத்தான். அன்னதானத்தன்றைக்கு பேருக்கு ஒரு சிப்பத்தை ஆக்கி விளம்பி புகைப்படம் எடுத்துவைத்துக் கொள்வான்.

இதில் எத்தனை அவனது வீட்டுக்குப் போகும், எத்தனை கடைக்குப் போகும் என யாராலும் அனுமானிக்க முடியாது. கோயில் சீசன் முடிந்ததும் எப்பவும்போல மறுநாளே கையேந்த ஆரம்பித்துவிடுவான். அவனது பிள்ளைகள் இதுவரை நல்லதுணிமணிகள் உடுத்தி யாரும் கண்டதில்லை. சம்பத்தின் சம்சாரம் கழுத்தில் அழுக்குக் கயறே சாஸ்வதம் என்பதுபோல மாற்றுத் தாலிக்கயறுகூட இல்லாமல் திரிகிறாள். இதில் இவன் யாருக்காக இந்தப்பாடு படுகிறான் என்பதும் கேள்விதான். இப்படியான இந்தச் சூழலில் அவனது நாலு பிள்ளைகளும் எப்படிப் பசியாறுகின்றன. மனைவிக்கு எங்கே வேலை கிடைக்கும்?

சுகந்தன் சொன்னதுபோல அப்படிப்பட்ட நபர்கள் இந்த ஊரடங்கு காலத்தில் யாரிடம் கையேந்துவார்கள்? யாரை மிரட்டுவார்கள்? கெஞ்சிக் கேட்க யார் இருக்கிறார்கள்? எந்த பஜார் இயங்கிக்கொண்டிருக்கிறது? எந்த முதலாளி கல்லாவில் உட்கார்ந்திருக்கிறார்? களவு செய்யக்கூட வழி இல்லை... வீதிக்கு வீதி போலீஸ்... நகரமெங்கும் ரோந்துப்படை!

சம்பத் சாராயம் குடிக்காமல்கூட செத்துக்கூடத் தொலையட்டும். அவனை நம்பிய பெண்டு பிள்ளைகள்? இருக்கும்போது பத்துக்கு ஒன்னாவது வீட்டுக்குத் தந்திருப்பான். இப்போது என்ன தருவான். என்ன உத்தரவாதம்? பார்க்காத பிள்ளைகளும், பார்த்த அந்த அப்பிராணியான அவனது மனைவியும் ரெம்பவே இம்சித்தார்கள்.

திடுமென ஒரு யோசனை வர, மார்க்கட்டில் கடை வைத்திருக்கும் தர்மர் அண்ணனை அழைத்தேன்.

“விஎம் ஸ்டோர். என்ன சார் வேணும்?”

“தர்மர் அண்ணே... நாந்தே பிரபுவோட தம்பி பேசறேன்...” என்று அறிமுகம் செய்துகொண்டு, “ஒரு சின்ன தகவல்” என சம்பத்தைப் பற்றிக் கேட்டதும்,

“ஆமால்ல... மறந்தே போனன்ப்பா. எங்க? இங்க நம்ம பாடே ஒளிஞ்சுஒளிஞ்சு நடத்த வேண்டியிருக்கு. சொந்தக்கடையில உஸ்சுன்னு நிக்கெ விடமாட்டேங்கிறாங்கெ. டயமாச்சு... கொரனா வந்துரும்... கடய மூடுன்னு வெரட்ராங்க. என்னா விசேசம்? ஒங்க்கிட்ட எதும் ராங்கா நடந்துட்டானா!”

“அய்யோ! அதெல்லாமில்லண்ணே. இந்த ஊரடங்கு காலத்தில நீங்களும் நானும் எதோ ஒருவகைல சமாளிச்சு நிக்கிறம்னு வைங்க. இந்த நேரத்தில சம்பத்த மாதரி ஆளுக கஞ்சிக்கு என்னாண்ணே செய்வாங்க. ஆட்டம் போட எந்த ஏரியாவும் இல்லியே?”

“அட, இதுக்குத்தே கூப்பிட்டிகளா! விடுங்க, சாவட்டும். இப்பிடியானவனுக எல்லாம் சாவறதுக்காகத்தே கடவுளு இப்பிடி எதுனாச்சும் ஒண்ண திடீர்னு அனுப்பிச்சு வக்கிறான்னு நெனைக்கிறேன்.” திடீரென வாடிவாசலில் இருந்து வெளியேறும் ஜல்லிக்கட்டுக்காளை போலச் சீறினார்.

“அவனுக்கு நல்ல சாவே வராது பிரபண்ணே. காலுகையி வெளங்காமப் போயி புழுத்துத்தேந் சாவான் பாருங்க!” ஒரு முதுகிழவியைப் போல சாபம் கொடுத்தார்.

“என்னாச்சுண்ணே?”

“என்னத்தச் சொல்ல, அரிபரியா ஏவாரம் வித்துகிட்டிருக்கப்ப கடமுன்னுக்க கோயில்மாடா வந்து நின்னா. போய்ட்டு வாடான்னுதான் சொன்னே. போலீசக் கூப்புட்டு வந்துட்டானய்யா. அஞ்சாயிரம் அவராதம்!” மூக்கால் அழுதவ, “ஊருக்குள்ள யார்யாருக்கோ சாவு வருது, இப்பிடிப்பட்ட பயல்களுக்கு வரமாட்டேங்கிதே பிரபண்ணே.”

இனிமேல் சம்பத், பத்து கேட்டால் தர்மர் இருபது தந்துவிடுவார்.

ரெம்பவே வேதனையாய் இருந்தது. எந்தச் சூழலிலும் தனது சொந்த நலனை எதற்காகவும் விட்டுக்கொடுக்காத, மாறாத இந்த நபர்களுக்காகவே எல்லா சந்தர்ப்பங்களும் அமைந்து விடுகின்றன. இதே போலத்தானே பிக்பாக்கெட்டும், திருட்டும்,

விபச்சாரமும் நடக்குமா? தனக்கென ஒரு வழிமுறைகளை எப்படியாவது வகுத்துக்கொள்ளத்தான் போகிறார்கள். இதனை நினைக்கையில் மனம் கலங்கித் தவித்தது..

இரவெல்லாம் உறக்கம் வரவில்லை. இந்த ஊரடங்கு காலம் முடிந்ததும் உடனடியாக இயல்புநிலை திரும்ப முடியுமா? நிச்சயம் ஒன்றிரண்டு மாதங்கள் ஏன் கூடுதலாகவும் ஆகலாம். அதுவரை வேலையின்மை, பொருள்களுக்கான தட்டுப்பாடு, பதுக்கல், விலையேற்றம் என வரிசையாக தொடர்ந்தால் சமூக ஒழுங்கு என்னவாகும். இச்சூழலில் சம்பத் போன்றவர்களின் கைவரிசை எப்படியெல்லாம் ஓங்கும் வலுப்பெறும்? திருட்டும், கொள்ளையும் நடக்காது என்பதற்கு என்ன உத்தரவாதம்! கலக்கமும் குழப்பமும் அதிகமானது.

தாமதமாகத் தூங்கினாலும் வழக்கம்போல ஆறுமணிக்கே விழித்துவிட்டேன். தலைக்கனமும், கண் எரிச்சலும் மட்டும் இருந்தது. பல்தேய்த்து, காலைக்கடன் முடித்துவிட்டு முகமூடியுடன் பால் வாங்கக் கிளம்பினேன்.

தூக்கில் பாலை வாங்கி மீதப் பணத்தை எண்ணிக் கொண்டிருந்தபோது, “காமண்ணே” என்ற குரல் திடுக்கிடச் செய்தது.

கையில் பெரிய கேனோடு வந்தான் சம்பத். எப்போதும் போல சிரிப்பும் துள்ளலுமாய் நின்றான்.

“சாட்ட, எப்பிடி இருக்கு நெலவரம்?” பணத்தை மறைத்தபடி பேசினேன்.

“எனக்கு நல்லா இருக்கு ண்ணே” என்றவன், “கடயத் தெறந்துராதீக ண்ணே ரெய்டு கூடுதலா இருக்கு. முந்தாநாத்து கீரக்கல் மார்க்கட்ல தர்மர் கடய சீல் வச்சுட்டாக தெரியுமா.”

“ஏய், நீதே போட்டுக் குடுத்தியாம்லப்பா!” ஆவேசமாகவே கேட்டேன்.

“ணே, எனக்கு காசு வேணும்னா அடம்பிடிச்சுக் கேப்பேன். அதுக்காக இப்பிடி வேலயெல்லா உயிரழிஞ்சாலும் செய்ய மாட்டேன்ணே! ரெய்டு வாராக அடைங்கன்னு. நாந்தே வந்து சொல்றே... அதக் காதுல வாங்காம மும்முரமா ஏவாரத்தப் பாத்தாரு, வச்சுட்டாங்கெ சீலு.”

“சடார்னு காசக் கொண்டாப்பா. பால் வாங்குனவங்க கெளம்புங்க. கூட்டமா நிக்காதீங்க” பால்காரர் ஒழுங்குபடுத்தினார்.

அவரிடம் காசைக் கொடுத்து பாலை வாங்கிய சம்பத், “வீட்ல டீயப் போட்டு சந்து பொந்துல கேன் டீ ஏவாரம் பாக்கறேன் ணே. பீடி சீரட்டும் பைல வச்சுக்கறேன். பதினஞ்சு ரூவாக் கட்டு இருவது ரூவா” சிரித்தான்.

நிரம்பிய பால்கேனை எடுத்தவன், திக்பிரமை பிடித்து நின்ற என்னை உலுப்பினான்.

“என்னா காம ண்ணே, நம்பலையா. பால்கார்ருகிட்டக் கேளுங்க. ரேசன்கடைல ஆயிரம் ரூவா குடுத்தாகள்ல அதவச்சு கடையப் போட்டாச்சு. தெனத்துக்கு முன்னூறு ரூவா கெடைக்கிது. பத்தலியா!”

“.................”

“வரட்டா?”

நான் முகமூடியை மாட்டிக்கொண்டேன்.

- **ஆனந்தவிகடன்**, 27.06.2020.

*

யானைத் தாலி

"ஆத்தா உன் சேல, அந்த ஆகாயத்தப்போல... தொட்டில்கட்டி ஆட, தூளிகட்டித் தூங்க..." அந்தக் கலைநிகழ்ச்சியில் பாடகர் கரிசல் கிருஷ்ணசாமி தன்னில் கரைந்து பாடிக்கொண்டிருந்தார்.

மரப்பல்லியாய் உச்சுக்கொட்டி உருகினான் பாலு எனும் பாலகிருஷ்ணன். பாட்டு முடியும்போது பரவசத்தில் அவனுக்கு கண்ணீர் வழிந்தது.

"யேய், இது பப்ளிக்டா" பாலுவின் தோளைத்தட்டி தேம்பலை நிறுத்த முயற்சித்தான். ரவி

"எங்கம்மா பாவம்டா!"

"எல்லா அம்மாவுந்தே!"

கூட்டம் கலைந்து வெளியில் வந்ததும், "லைட்டா சாப்பிடலாமா ரவி?" என்றான் பாலு. கூப்பிட்டதும் உடனடியாய் மறுத்தான் ரவி. இந்த மனநிலையில் அவனோடு பாருக்குள் நுழைந்தால், அவனை மீட்டுக்கொண்டு வருவதற்குள் தானும் நாலைந்து கட்டிங் இறக்க வேண்டியிருக்கும்.

"லேட்டாயிருச்சு பாலு, சாப்பாட்டுக் கடைகள மூடிடுவாங்க. பசிக்கிது" வயிறைத் தடவிக் காட்டினான்.

"நானுந்தே சாப்டணும், ஒரே ஒரு க்வாட்டர் மட்டும் போட்டுட்டு வந்துருவம்.."

"நா வரல, நீ வேணுனா சீக்கிரமா முடிச்சிட்டு வா" முடிவெடுத்தானானால் பாலுவை நிறுத்தமுடியாது.

"அஞ்சு நிம்சம். மாப்ளய ஏத்திக்கிட்டு வந்திர்றேன்" சரக்கை மாப்ளை என்றே விளிப்பான். மலைக்குப் போனாலும்

மாமெ, மச்சினனோட போகணும்பாங்கள்ல. நெசத்துலதே நமக்கு மாமனுமில்ல, மச்சினனுங் கெடையாதே! அவனது மனைவிக்கு உடன்பிறந்த அண்ணந்தம்பி, தகப்பனோ இல்லை என்பதை இப்படித்தான் சொல்லிக்கொள்ளுவான்.

அஞ்சு நிமிசம் எனச்சொன்னால் அரைமணிக்குக் குறையாது. உள்ளேபோய் இம்சைப்படுவதைவிட, பரபரப்பற்ற இந்த இரவுப்பொழுதின் குளுமையில் காலாறுவது சுகம்.

உண்மையிலேயே பாலு அன்பானவன்தான். எல்லோருக்குமே அவனைப் பிடிக்கும். குறிப்பாகக் கடன்காரர்களுக்கு அவனை ரெம்பவே பிடிக்கும். அத்தனை நாணயஸ்தன். வட்டிக்கு வட்டி கட்டுகிறவனை யாருக்குத்தான் கசக்கும்? பாலிடெக்னிக்கில் ‘ட்ரிபிள் ஈ’ முடித்து வெளியில் வந்ததும் அவனுக்கென பெரியபெரிய டவர் வேலைகள் காத்திருந்தன.

நல்ல மூளைக்காரன், செல்போன் டவர்கள் அறிமுகமாகி வந்த காலம். அவனது ப்ளூபிரிண்ட் ப்ளான் அத்தனை கச்சிதமாய் இருக்கும். கூடுதலாக இம்மி செலவாகாது. அந்த அளவில் ஒரு அலுவலகம் போட்டு ப்ளானிங் ஆபீசராய் இருந்திருந்தால் இத்தனைத் தொல்லைகளை சம்பாதித்திருக்க முடியாது. அவனுக்கு வேலை தருபவர்களெல்லாம் தம்மிடத்துக்கு அழைத்தார்கள். அங்கேதான் பிழை உருவானது.

தன்னை வைத்து வேலைவாங்குபவர்களது சம்பாத்தியத்தைக் கணக்கிட்டான், ப்ளூபிரிண்ட் தயாரிச்சு ஸ்கெட்ச்போட்டு தாரது நீ! வெறும் ஆள்களை வச்சு வேலைய முடிச்சு பில்வாங்குறது அவங்க. ஏன்? நீ கூப்பிட்டா ஆள் வந்து வேல செய்ய மாட்டாங்களா? உன்ன வச்சு எத்தன காஸ் சம்பாதிக்கிறாக பார்!

யாரோ சொல்லிக்கொடுத்த இந்த வலையில் விழுந்துதான் பெரிய பெரிய பள்ளத்தில் அவனை உருட்டிவிட்டது.

காண்ட்ராக்ட் தொழிலுக்கு சொந்த மூலதனம் அவசியம் என மைத்துனர்கள் சொன்னதை ஏற்கவில்லை. கைநீட்டிய பக்கமெல்லாம் கடன் கிடைத்ததும் வட்டிகட்டவே கடன்கேட்டு அலைந்ததும் அவனது துரதிர்ஷ்டம்.

இ.எம்.ஐ.யில் கார்வாங்கினான். காரோடு பேச்சில் நடத்தையில் ஒரு மேட்டிமைத்தனமும் மிளிர்ந்தது. அது மீட்டர்வட்டிவரை கொண்டு போய்விட்டது.

மீட்டர், கிலோமீட்டார் ஆகிறபோது அல்லது அதுவும் கிடைக்காதபோது வீட்டைக் குறிவைத்தான்.

வீட்டில் தாயாரை "என்னாங்கம்மா" என அன்பு மிளிரும் ஒற்றை அழைப்பில் அம்மாவை கிறங்கடித்தான். அம்மாவுக்கு எது தேவை என்பதை பாலு எத்தனை போதையிலும் தெளிவாய் ஞாபகம் வைத்திருப்பான். அந்தவகையில் அம்மாவுக்கு அவன் என்றும் காலைச்சுற்றும் நாய்க்குட்டியாய்த் தெரிந்தான்.

அம்மாவும்கூட அவனது சகோதரிகளிடம் இதைமட்டும் பெருமையாகவே சொல்லிக்கொள்ளுவார். "என்னாருந்தாலும் எம்மகெ பாலுதே" அம்மாவின் இந்த மகிழ்ச்சி அவர்களுக்கு எரிச்சலைக் கொடுக்கும்.

"ஒன்னக் குடுத்து ஒம்பதத் தட்டிட்டிட்டுப் போய்ருவான்ல" பாலுவுக்கு அடுத்தவன் சீறுவான்.

"இல்லண்ணே அம்மாவுக்கு என்னைக்குமே பூனை வாரதுதான் தெரியும். ஆனை போறது தெரியாது" காமயகவுண்டன்பட்டியில் கட்டிக்கொடுத்திருக்கும் தங்கச்சியும் சேர்ந்து கொள்ளும்.

"அதாம்மா பெத்தமனசு, ஒனக்கு இப்பத் தெரியாது. ஒம்புள்ள வளந்தபெறகு நீயே புரிஞ்சுக்குவெ. துரும்ப எடுத்து தூரப்போட்டாக்கூட எம்புள்ள எம்புட்டு பலசாலி அப்பிடீன்னு தூக்கிவிடுறதுதே பெத்த வகுறு."

"நானெல்லா அப்பிடி இருக்க மாட்டேன். எதுன்னாலும். கறாராத்தே பேசுவேன்."

"அன்னைக்கிப் பாப்பம்" சிரித்துக்கொண்டே முடித்தாலும் அம்மாவின் மனசில் கலக்கம் இருக்கத்தான் செய்தது.

பாலு, அம்மாவுக்கு மட்டுமல்ல, தங்கைகளும் சந்தோசப்படும் படியாக பற்பல காரியங்கள் செய்வான்.

ஒருகாலத்தில் அவன் வீட்டுக்குள் வந்தாலே கலகலப்பாக இருக்கும். தங்கைகளும் அண்ணன் மேல் நல்ல ஈடுபாடு வைத்திருந்தார்கள். வீட்டுக்குத் தெரியாமலே சிலசமயம் அவனுக்கு பணம் கொடுத்தார்கள். ஆனால், மைத்துனர்கள் இருக்கும்போது வீட்டுக்கு வரமாட்டான்.

மைத்துனர்களும் இவனை பொருட்படுத்துவதில்லை. அக்கா தங்கச்சிகளோடு பேசுகிறான். சாப்பிடுகிறான், போகிறான் என்ற அளவில்தான் இருந்தது. அவர்களைப் பொறுத்தவரை

‘பாலு ஈஸ், யூஸ்லெஸ் ஃபெலோ’ நிலைத்தன்மையற்றவன். பட்டமேற்படிப்பு படித்திருந்தாலும் அதற்கேற்ற வேலை அமைத்துக் கொள்ளவில்லை” என்று குறை சொன்னார்கள்.

வாழ்வில் பலகாலம் வெறுமனே கழித்ததும் ஆகாத, நண்பர்களோடு சேர்ந்து சிட்பண்ட், பைனான்ஸ் என்று உருப்படியில்லாமல் திரிந்ததும் வீட்டுக்கு மூத்தபிள்ளையாய் இருந்தும் ஒருநாள் பாட்டுக்குக்கூட சம்பாத்தியம் தர லாயக்கில்லாதவனாய் ஆகிப்போனதானவும் குறைபட்டானர்.

கல்யாணம் பேசவேண்டிய நேரத்தில் டெல்லி போய்வந்து கொண்டிருந்தான். அங்கே எஞ்சினியாரிங் உதிரிபாகங்கள் வாங்கிவந்து சென்னை, திருச்சி போன்ற பெருநகரங்களில் அவற்றை இணைத்து நடைபாதை கடை போட்டு அப்படியே மறுவிலைக்கு மாற்றிவிடுவதுமான வியாபாரத்தில் இறங்கியபோதில் அவனுக்கான தேஜஸ் கூடிப்போனது. முகத்தில் ஒளியும், பேச்சில் சகஜத்தன்மையும் கூடி, நம்பிக்கைக்கு உரியவனாய் பெயர்பெற்றான்.

நடை உடை பாவனைகளிலும் பெரிய மாற்றம் கண்ட காலம் அது. பெரிய இடத்துப் பிள்ளையின் பொலிவு ஏற, தானாக வந்து சேர்ந்தாள் சுந்தரி. சின்னமனூர் நகைக்கடைக்காரரின் மகள். ஆண்வாரிசு இல்லாத வீடு, பஜாரில் மூன்றுகடைகள், ஊருக்குள் நான்கு வீடுகளது. வாடகை வருமானத்தில் வளர்ந்த பெண். அப்பா நகைக்கடை வைத்திருந்தாராம். நிலக்கோட்டை ஏவாரிகளோடு நேரடி வியாபாரம் செய்தவர். அவர் இறந்து பதினைந்து வருசமாகியும் நகைக்கடைக்காரர்வீடு என்ற பெயர்மட்டும் மறையவில்லை. அந்த வீட்டின் ஆண்வாரிசாக மூத்த மருமகனாக நுழைந்தான் பாலு.

பாலுவின் டெல்லி வியாபாரம் தொடர்ந்ததில் மாதத்தின் பாதிநாள் தாய்வீட்டில் இருப்பதும், பாலுவின் வருகையின்போது புகுந்தவீடு போவதுமான அல்லாட்டத்தில் தவித்தாள் சுந்தரி. வியாபாரம் முடிந்ததும் அம்மா வீட்டுக்குத்தான் வருவான் பாலு. அந்தநேரம் சுந்தரி, அம்மாவின் பொருமலில் வறுத்தெடுக்கப்படுவாள். குளித்து முடித்து ஆசுவாசமாய் சுந்தரியின் வீட்டுக்குப் போனால் சுந்தரியின் வாயால் அம்மா ராட்சசியாய் உருவகிக்கப்பட்டாள்.

இரண்டுதரப்புக்கும் நல்லவனாய் நடந்து கொண்டதில் சுந்தரியை தன் வீட்டுக்கு கொண்டுவருவதில் தோற்றுப்போனான்.

“இருக்கறது பத்துநாள், அதும் ஆம்பிளைப்பிள்ளை இல்லாத வீடு, பூராம் பொம்பளைப் பிள்ளைகள் கொடுக்கல் வாங்கல் சிக்கலைத் தீர்க்க நம்மளை விட்டா யார்மா இருக்கா... பாவம்மா!” அம்மாவை சரிக்கட்டிப் பேசுவான்.

“பாவம்னா, மூணையும் சேத்துக் கட்டி குடும்பமா இருப்பா. எனக்கென்னா, பொட்டப்பிள்ளைக ரெண்டோட மூத்ததும் ஒண்ணுன்னு நெனச்சுக்கறேன். ஆனா பெத்தவகுறப் பரிதவிக்க விடாத... நல்லாருக்காது ஆமா!”

அந்தநாளில்தான் பாலுவுக்கு முதன்முறையாக அம்மாவின்மீது கோபம்வந்தது. ஆனாலும் மறுநாள் அவருக்குப் பிடித்த முட்டாசு வாங்கிக்கொண்டு வந்துவிட்டான். “என்னைக்கும் ஒங்களுக்கு நா பையன்தான் மா” அடுக்களைக்குள் வந்து அம்மாவின் கையால் கரைத்த ரசம் சோறு வாங்கிச் சாப்பிடுவான்.

இந்தக் கண்ணாமூச்சி ஆட்டத்தை சுந்தரியால் சகித்துக் கொள்ள முடியவில்லை. இந்தவீடு, அந்தவீடு என்றில்லாமல், மூன்றாவதாக வேறெங்கோ சுற்றியலைவது தெரிய, துணிச்சலாய் ஒரு முடிவுக்கு வந்தாள்.

“வெளி ஏவாரம் பார்க்க வேண்டாம். உள்ளூரிலேயே தொழில் செய்தால் போதும் என மறித்தாள். பாலுவும் அதைத்தான் எதிர்பார்த்தான்.

முன்போல சரக்குகளில் விலை வைக்க முடியவில்லை. உலகமயத்தின் விளைவு, சரக்கு உற்பத்தியான மறு நிமிடத்தில் உலகின் அனைத்து இடங்களுக்கும் ஒரேமாதரியான விநியோக முறை வந்துவிட்டது. போக்குவரத்துக்கான காசை எடுக்கவே படாதபாடு படவேண்டி இருந்தது.

முதலீடு கரைந்த நிலையில் கடன்காரர்களது நெருக்கடி மிகுந்த நேரத்தில் சுந்தரியின் அழைப்பு, பாலுவை பெரிதும் காத்தது.

உள்ளூர் காண்ட்ராக்ட் தொழிலைச் சொல்லி கொஞ்சம் கொஞ்சமாய் சுந்தரி கொண்டு வந்த நாற்பது பவுன் நகைகளும் கரைந்தும், பாலுவால் கரைசேர முடியவில்லை. மூழ்காமல் நீந்திக்கொண்டே இருந்ததுதான் அவனது வெற்றியாக இருந்தது.

புருசன் பொண்டாட்டி சண்டையின்போது சுந்தரி கத்துவதும், “நீதான என்னிய இங்க இழுத்து வந்த...” என பாலு பதிலுக்கு கூச்சலிடுவதுமாக வாழ்க்கை ஓடியது. தொழிலில்

விட்டுப் பிடிக்க நினைத்தவன், விட்டதைப் பிடிக்க முடியாமல் ஏதேதோ பழக்கங்கள் அவனைப் பீடித்துக்கொண்டன. அவைகளில் தற்காலிக பாதுகாப்பினைக் கண்டான்.

“இப்பப் பேச வேண்டாம்!”

“இந்தநேரம் கணக்குக் கேக்காத!”

“காலம்பற எந்திரிச்சதும் கேட்டுக்கலாம்!”

“அவன ஒறங்க விடு!” அம்மாவும் அவனுக்கு ஆதரவுக் குரல் கொடுத்தது.

“எவ்வளவத்தேன் தாரது. மிச்சமிருக்கது தாலிக்கயறுதே. அதத் தரட்டா?” சுந்தரியிடம் மட்டுமல்லாது அம்மாவிடமும் திருமாங்கல்யத்தைக் கைப்பற்றினான்.

“எதுவும் வேஸ்டாயிருச்சேன்னு யாரும் கவலப்பட வேணாம். எல்லாமே இன்வெஸ்ட்மெண்டுதான். அல்லிக்கு, அர்ச்சுனெ போட்டமாதரி நானும் யானைத் தலத் தண்டித் தாலி செஞ்சு போடுறனா இல்லியா பாருங்க” ரொம்பவே நம்பிக்கையாச் சொன்னான்.

உண்மையாகவே தாலிக்கொடியெல்லாம் முதலீட்டில் தான் போட்டானா, வட்டிக்கு குட்டியாக்கித் தந்தானா எனத் தெரியவில்லை. ஆனால், ஏதேதோ சில. ஆதாரங்களை அம்மாவிடமும் சுந்தரியிடமும் காண்பித்து ஒரு மாயப் பிடிமானத்தை ஏற்படுத்தினான். இரவானால் தண்ணியடிக்கத் தான் யாரிடமாவது கெஞ்சிப் பெறவேண்டி இருந்தது.

“எல்லாரும் எண்ணிய மெண்ட்டலாவே ட்ரிட பண்றாங்க நண்பா. எனக்கு என்னா தோணுதுன்னா பேசாம அவங்க நெனப்புப்படி லூசாவே ஆய்ட்டா என்னா... அதும் நல்லது தான?” இந்த வார்த்தையை ஏனோ அடிக்கடி சொல்லுவான்.

அஞ்சு நிமிசமெனச் சென்றவன் வழக்கம்போல் அரைமணி நேரம் கழித்தே வந்தான். மிதமான தள்ளாட்டம்.

“சாப்டலாமா?” ரவி கேட்டான்.

“நா கொஞ்சம் சாப்ட்டே இந்தா உனக்கு பேண்ட் பாக்கட்டிலிருந்து ஒரு எம்.சி. குவாட்டரை எடுத்து நிட்டினான்.

“ஒரு கணம் பின் வாங்கிய ரவி, என்னா பாலு இது நட்டநடு ரோட்ல? பாக்கட்ல வைங்க” என அதிர்ந்தவன், “நான் கேட்டது சாப்பாடு.”

“ஸாரி நண்பா, பாட்ல ஒடச்சதும் அப்பிடியே ஊத்த முடில, கிளாஸ்ல சாச்சு சியர்ஸ் சொல்லாம குடிச்சா சாப்ட்ட மாதிரியே தெரியல” ரசிப்போடு சொன்னான்.

சாப்பாட்டுக் கடையிலும் அதே மாதிரியைக் கையாண்டபோது கடைக்காரர் அனுமதிக்கவில்லை. தயவு தாட்சண்யமில்லாமல் வெளியேறச் சொன்னார்.

“இத என்னா செய்யறது?” பாட்டிலை காண்பித்துக் கேட்டான்.

கடைக்காரர் பதில்பேச மறுத்தபோது, சப்ளையர் சொன்னான், “கடைக்குள்ள கொண்டு வரக்குடாது சார்.”

“அப்ப வெளில தூக்கி எறிஞ்சிடவா?”

“எறிங்க...”

கடைவாசலிலேயே எறிந்தான். சிதறிய பிராந்தியின் மணம் கடையின் சமையலறைக்குள்ளும் வளைய வந்தது.

ஒருநாள் இதேபோல ‘தண்ணி’ மணத்தோடு மாமியார் வீட்டிற்குப் போனபோது, டி.வி. நாடகத்தில் முழ்கி, இவனைக் கவனித்தும் கவனியாது இருந்தார்களாம். நாடகம் முடிந்த பிறகு சுந்தரிகூட அடுத்தடுத்த சேனல்களை மாற்றி இருக்கிறாள்.

“வீட்டுக்கு வந்திருக்க மருமகெ. என்னக் கவனிக்காம அந்தப் பொட்டிக்கி அம்புட்டு மருவாதியா” உரக்க சத்தம் போட்டு டி.வி பெட்டியைத் தூக்கி இருக்கிறான். குடிகாரனோடு என்ன பேச்சு என்று அனைவரும் உள்ளுக்குள் போய்விட, அவமானத்தின் உச்சியிலிருந்த பாலு பெட்டியை எடுத்து கூடத்தில் போட்டு உடைத்துவிட்டான்.

உடனே தலைவிரி கோலமாக மாமியாரிடம் ஓடிவந்தாள் சுந்தரி.

“தனிச்சிருக்க முடியலன்னு தாய்வீட்ல சேந்திருக்கே அங்கயும் வந்து என்ன அலங்கோலப் படுத்துறாரே அத்த..!”

ஆரத்தழுவிக்கொண்ட பாலுவின் அம்மா “நேரமாத்தா... நேரம், எதோ ஒன்னு அவனப்புடிச்சு ஆட்டுது...” என்றவர், தன் வீட்டில் அவன் நடந்து கொண்டதைச் சொன்னார். சாமி ரூம்ல வந்து சாமி போட்டாவைப் பூராம் ஒடச்சு, உள்ளுக்குள்ளயே ஒண்ணுக்கிருந்து விட்டுப்போறானேம்மா... எம்புட்டு பக்தியானாவெ இப்பிடி ஆய்ட்டானே... என்னா கிரகம் பிடிச்சு ஆட்டுதோ...”

மாமியார் சொல்லச் சொல்ல சுந்தரிக்கு கண்களில் மிரட்சி கூடியது. "பயம்மாருக்கு அத்த!" என்றாள்.

என்னா செய்ய, தனக்கிருந்த பயத்தை மருமகளிடம் சொல்லவில்லை. சொன்னால் மகனோடு வாழ மறுத்து விடுவாளோ என்று அச்சம் உண்டானது. ஆனால் பாலுவின் போக்கு, எந்த நேரத்தில் என்ன செய்வான் எனத் தெரியாத நிலையில் ஒவ்வொருவருக்கும் உயிர்ப்பயமும் சேர்ந்து கொண்டது.

"அந்த சீலக்காரிதே அவனுக்கு வழிகாட்டணும்" ஒட்டு மொத்தமாய் குலசாமி மீது பாரத்தைப் போட்டார்.

அந்த இரண்டு சம்பவங்களுக்குப் பிறகு ரவியேயானாலும் மற்ற நண்பர்களும் பாலுவோடு கொண்ட உறவில் கொஞ்சம் வித்தியாசம் காட்டலானார்கள். அந்த விலகல் அவனை கூடுதல் நோயாளியாக்கியது. எங்கே, யாரிடம் பணம் பெறுகிறான் என்பது தெரியவில்லை. ஒவ்வொரு இரவும், காமாந்த காரனாகவும், வன்மம் மிக்கவனாகவும் உருமாறி செய்கிற இம்சை அதிகரித்துக்கொண்டே போனது.

ஒரு கட்டத்தில் பாலுவின் அண்ணன் தங்கைகள் குண்டுக் கட்டாய்த் தூக்கி ஒரு புனர்வாழ்வு மையத்தில் சேர்க்க, அங்கே ஊசிபோட்டு உறங்க வைத்தனர். பதினைந்து நாள் தூக்கத்தின் பிறகு விழித்து வந்தவன், புத்துணர்ச்சி பெற்றுவிட்டதாக அனைவரிடமும் சகஜமாய் வந்து போனான்.

'ஆத்தா உள் சேலை...' என மறுபடி உருகிப் பாடலானான். மனைவியோடு உற்சாகமாய் பேசலானான் அம்மாவுக்கு ஆட்டுக்கறி முதல் முட்டாசு, பால்பன் என பலகாரமெல்லாம் பார்சல் கட்டி வந்து கொடுத்தான்.

மறுபடி ஒரு காண்ட்ராக்டர் இவனைத் தேடிவந்து திட்டங்களச் சொன்னபோது, திட்டத்தின் வரைபடம் உள்பட வரைந்து காட்டி அம்மாவிடமும், சுந்தரியிடமும் விளக்கிச் சொல்லலானான். இழந்ததெல்லாம் மீட்டுவிடும் நம்பிக்கை அவர்களுக்கும் வந்தது.

ஆனாலும் சந்தேகம் தீராத சுந்தரி, மாமியாரிடம் பேசினாள், "திருந்திட்டேன்கிறார். பணம் கேக்கறார்த்த!"

பெத்த மனசுக்கு மகனை குறை சொல்ல வாய் வரவில்லை, "என்னாத்தா செய்றது. தொந்தரவா பாத்த தொந்தரவுதே...

கர்பத்துல தொந்தரவுன்னா கழிச்சு விட்றலாம். கைப்பிள்ள தொந்தரவுன்னா கை மருந்தாச்சும் குடுத்துத்தான ஆகணும்!"

மாமியாளும், மருமகளும் ஆளுக்கொரு பக்கம் பணம் புரட்டிக் கொடுத்தனர். வேலை நடந்தது வீட்டுக்கு வரும் போதெல்லாம் ரெம்பவும் அலுப்பாகத்தான் வந்தான். முகம் இறுக்கமாயிருந்தது.

பல நேரங்களில் சாப்பிடுவதில்லை சாப்பிடச் சொல்லவும் சுந்தரிக்கு பயமாய் இருந்தது. காய்ந்துபோன எருவட்டியாய் முகத்தை புடைப்பாக வைத்திருப்பவனிடம் என்ன பேச?

காலையில் எழுந்ததும் ஆயிரத்தெட்டு போன். பளீரென குளித்து உடைமாற்றிக் கொண்டு கிளம்பினால் இரவு எருவட்டி முகமாய்த் திரும்புவான்.

அன்று, சின்னமனூரிலிருந்து சுந்தரியின் அம்மா சீம்பால் கொண்டு வந்திருந்தார். மகளுக்கு பிடித்தமான பண்டம். சீனிபோட்டு கிண்டி பால்கோவா மாதிரி இருந்தது. அந்தநேரம் பாலுவின் அம்மாவும் அங்கே வந்தார். சம்பந்திகளின் உபசார பேச்சுக்கள் முடிந்தது, சுந்தரியின் அம்மா விடைபெற்றுப் போனார்.

அம்மா கொண்டு வந்த சீம்பாலை அத்தைக்குத் தர வந்த சுந்தரி ஒரு கணம் திடுக்கிட்டுப் போனாள். பாலுவின் அம்மா தாரை தாரையாய் கண்களில் நீர் வழிய விசும்பிக் கொண்டிருந்தார்.

"எங்க ஆத்தா, எட்டுப் பிள்ள பெத்தா... நா அஞ்சப் பெத்தேன். இப்பிடி ஒரு பய பொறப்பான்னு தெரிஞ்சா என்னிய மலடியாவே படச்சிருக்கலாம் அந்தக் கடவுளு" சுந்தரிக்கு விளங்கவில்லை.

"பணங்குடுத்த நாள்லருந்து தெனமும் லச்செம்மா..."

"அங்க வந்தாரா?"

"வர்ரானா... மரம் மட்ட, தூணு துரும்புகூடப் பூராமும் சண்ட போடுறான். லைட்ட அமத்தி படுத்தாத்தே, பேச ஆள் இல்லீன்னு கௌம்புறான். நேத்தெல்லா அவெந் தம்பிகூட பெரிய தகராறு. கை கலந்துட்டாங்கெ. தங்கச்சிகள அப்பிடிப் பேசுறான். ஏதோ ஒரு சூனியம் வச்ச மாதிரி ஆயிட்டான்!"

முகம் இறுகிக் கேட்டுக்கொண்டிருந்த சுந்தரி. எருவட்டி முகம் கொண்டு வருபவனின் குதறல்களை எடுத்துரைத்தாள்.

“கலியாணம் முடிச்சு எட்டுவர்சமா ஒருநாள்கூட சொகமா படுத்து எந்திரிக்கல அத்தே!”

அந்த ஒற்றை வரியில் பாலுவின் அம்மா விதிர்த்துப் போனார். கண்ணீர் உறைந்து போனது. உடம்பில் விறைப்பேற “வர்ரேம்மா” என்று கிளம்பியபோது பாலு உள்ளே நுழைந்தான். அவனத் தாங்கியபடி ரவி.

“பார்ரா ரவி, மாமியாளும் மருமகளும் இங்க கொலாவிக் கிட்டிருக்காங்க. என்னா… எப்பிடிரா இவன தீத்துக்கட்றதுனு சதி ஆலோசனையா?” சம்பந்தமில்லாமல் பேசினான் பாலு.

“என்னாமா இப்பிடி ஆயிட்டான். அம்மா வீட்டுக்கு போகணும்னான் போனா, அம்புட்டு ரகள… புடிச்சு இழுத்து வரங்குள்ள எனக்கு ஈரக்கொல நடுங்கிப் போச்சு” அவர்களின் மௌனம் பார்த்து மறுபடி ரவியே தொடர்ந்தான் “பேசாம கவுன்சிலிங் கூட்டிப் போவம்மா!”

“யாருக்குடா கவுன்சிலிங்? எனக்கா? அவிங்க குடிச்சா செத்துடுவேன்னு சொன்னாய்ங்கெ… ந்தா குடிக்கிறேன். உசுரோடதான இருக்கேன்!” என்று வேகமாய்த் திரும்பிய பாலு “ஏண்டா எங்கிட்ட வாங்கி குடிச்சுப்புட்டு எனக்கே புத்திமதியா? கவுன்சிலிங்னு ஆஸ்பத்திரில என்னியப் படுக்கப்போட்டுட்டு நீ இங்கவந்து படுக்கலாம்னு பாக்கிறியா?” என சொல்லி முடிக்கும் முன், அவனது அம்மா பளாரென பொறிகலங்க பாலுவின் கன்னத்தில் அறைந்தார்.

மறுநாள் பாலு அம்மா வீட்டுக்கு வந்தான். வீட்டில் யாருமில்லை. அம்மா பெட்ரூமில் துவைத்த துணிகளை மடித்துப் போட்டுக்கொண்டிருந்தார்.

“அடிச்சிட்டீங்கல்ல? ஒரு சரியத்த பய முன்னாடி என்னய அடிச்சிட்டீங்கல்ல! இதுக்குமேல நான் உசுரோட இருக்கப்போறதில்ல நான் பொறந்த இந்த வீட்லயே சாகுறேன்”

அம்மா எதும் பேசவில்லை. அறையிலிருந்து வெளியேறினார்.

ஒரு கணம் செய்வதறியாது நின்றவன், ஸ்டூலை இழுத்துக் கட்டில் மேல் போட்டான். அம்மாவின் சேலை ஒன்றை எடுத்து ஃபேனில் இறுக்கிக் கட்டினான். இழுத்துப் பார்த்தான். வரவில்லை. இரண்டு முழம் இடைவெளிவிட்டு சுருக்குப் போட்டுக்கொண்டான்.

“நாண்டுக்கிறப் போறே!”

சமையல் கட்டில் இருக்கும் அம்மாவுக்கு கேட்கும்படி சத்தம் போட்டான். சமையலறையிலிருந்து அம்மா வரும் சத்தம் கேட்டு, யானைத்தாலியாய் சுருண்டிருந்த சுருக்கில் கழுத்தைக் கொடுத்து ஸ்டுலை உதைத்துவிட்டான்.

சமையல் கட்டிலிருந்து வந்த அம்மா, வெளிக்கதவைச் சாத்திவிட்டு பால் வாங்க பண்ணை வீட்டுக்குக் கிளம்பிப் போனார்.

- நீலம் மாத இதழ், ஜனவரி-2022.

ஜெயவேலனின் கனவு

“ஒரு ஜூஸ் போதும்ணே?” வாங்கிய வேகத்தில் டம்ளரை எச்சில்படுத்தினான் பூபதி.

“ரண்டு போட்டாச்சு!” கடைக்காரர் இன்னொரு டம்ளரை உயர்த்திப் பிடித்தபடி சொன்னார். இரவு நேரத்திய விளக்கொளியில் கண்ணாடித் தம்ளர், உறைந்துபோன ரத்தம் சுமப்பதாய் தெரிந்தது. மாசிக்கொடை விழாவின் கூட்டமும் கும்மாளமும் சாலை முழுவதும் படர்ந்திருந்தது. கோயில் முழுக்கவே சீரியல் பல்புகளால் சிங்காரிக்கப்பட்டிருந்தன. அதன் கலவையான வர்ண ஒளி தெருவில் போவோர் வருவோர்மீது கலைடாஸ்கோப்பின் வித்தியாசமான உருவங்களாய் படிந்திருந்தன.

“அவென்ட்ட காஸ் இல்லிண்ணே!” தன் குரலில் எந்தப் பிசிறும் இல்லாமல் ஜெயவேலுவைக் காண்பித்து பதிலளித்தான் பூபதி. மிக்சர் ஜூஸின் இனிப்பும், கூடுதல் குளிர்ச்சியும் வார்த்தைகளின் உச்சரிப்பின்னை உருமாற்றியது முதல் மிடறு விழுங்கிய பூபதி, “பேண்ட் பாக்கட்ல வச்சிருந்த காச மணிப்பர்சோட காணாமப் போட்டான் ணே” சொல்லிக்கொண்டே டம்ளரை உயரத்தில் தூக்கி ரசமட்டம் பார்த்தான்.

கண்களில் தேங்கியிருந்த கண்ணீரும், உடல் முழுசும் பதட்டமுமாய் மறுபடி மறுபடி சட்டை டவுசர் பாக்கட்களை துழாவிக்கொகொண்டே இருந்தான், ஜெயவேல்.

“பேண்ட் பைல வச்சது எப்பிடா கீழ விழும்? ஓட்டச் சேப்பா?” ஜெயவேலை அழைத்து நேரடியாகக் கேட்டார் கடைக்காரர். அவனது பரிதவிப்பு பச்சாதாபத்தை ஏற்படுத்தியது.

"மணிப்பர்ஸ்க்குள்ல தாண்ணே வச்சிருந்தே. பர்ஸவே காணாம்!" கண்களில் தத்தளித்துக்கொண்டிருந்த கண்ணீர் மளுக்கென உருண்டு கன்னம்தொட்டு அவன் சட்டையை நனைத்தது. ஊரிலிருந்து வரும்போது உண்டியல் சில்லறையை பணமாக மாற்றிக்கொண்டு வந்திருந்தான். அப்பா கொடுத்த ஐந்து ரூபாய்க்கு தம்பியோடு சேர்ந்து குச்சி ஐஸ் வாங்கிச் சாப்பிட்டான்.

கோயில் வாசலில் பரப்பியிருந்த கடை ஒன்றில் பூபதியோடு சேர்ந்து தானும் ஒரு மணிபர்ஸ் வங்கினான். பதினஞ்சு ரூபாய். பூபதி கருப்பில் வாங்க ஜெயவேல் ப்ரௌன் நிறத்தில் எடுத்தான். மீதமிருந்த இருபது ரூபாயை சில்லறையாய் மாற்றி பர்சின் மூன்று அறைகளிலும் நிரவி வைத்திருந்தான். எல்லோரையும் போல பாண்ட்டின் பின்பக்கத்துப் பையில்தான் வைத்தான். பூக்குழி இறங்கி முடித்ததும், பூபதி, மிக்சர்ஜூஸ் சாப்பிட அழைத்தான்.

"கோயிலுக்கு வந்தீகளாக்கும்?" கடைக்காரர் கேட்டார்.

மாசிமாதம் மகா சிவராத்திரியன்று இரண்டுநாள் பெரியகும்பிடு. தமிழ்நாடு முழுசுமிருந்து பங்காளிகள் வந்து ஒன்றுகூடுவார்கள். தங்கியிருந்து முதல்நாள் அம்மன் கரகமும் நாளை காவல் தெய்வம் முத்தால் ராவுத்தருக்கு பல்லயம் இட்டு குறிகேட்டுச் செல்வார்கள். ஜெயவேலுக்கு ராவுத்தர் சாமியைப் பிடிக்கும். தாத்தாமேல் வந்து ஆடுவார். தார்ப்பாய்ச்சிய வேட்டியைக் கட்டிக்கொண்டு கையில் நீண்ட வாளுடன் களரி இறங்கும் தாத்தா ஜெயவேலுக்கு ரெம்பவே சினேகம். தாத்தா இருக்கிறவரைக்கும் களரியில் அவருடனேயே விபூதிச் சம்படத்துடன் அலைவான். ரெண்டு வர்சத்துக்கு முன்னே அப்பாயி, தாத்தா ரெண்டுபேருமே செத்துப்போனார்கள்.

"கூட்டாளிக்கு கொஞ்சங்கூடத் தராம நிய்யா குடிக்கிற!" பூபதியிடம் கடைக்காரர் சொன்னார். அதற்குள் ஜூஸ் கால் டம்ளராகக் குறைந்து விட்டது. கன்னம் புடைக்க ஜூஸை வாயில் அடக்கியிருந்த பூபதி, கடக்கென விழுங்கிவிட்டு, "எச்சலாயிருச்சே" என்றான்.

பூபதி தனக்கு ஜூஸ் கொடுக்காதது, தான் கடையில் நிற்பது, இவை எதுவும் ஜெயவேலுக்கு உறுத்தவில்லை. சிந்தனை முழுசும் தொலைந்துபோன அழகான பர்சும், அதற்குள்ளிருக்கும் பணமும் மட்டுமே

பூபதி ஜூஸ் குடித்ததும் தொலைத்த இடத்தில் அவனோடு போய்த் தேடவேண்டும். முத்தால் ராவுத்தரையும் சீலக்காரி அம்மனையும் வேண்டிக்கொண்டான். ‘தன்னுடைய பர்ஸ் தொலைந்த இடத்திலேயே கிடக்க வேண்டும். யார்கண்ணிலும் பட்டுவிடக்கூடாது. அப்படிக் கிடைத்தால் உடனடியாக ரெண்டு ரூபாய்க்கு சூடம் வாங்கிக் கொளுத்துவேன்’ என்றான். ஏற்கெனவே பள்ளிக்கூடத்தில் வீட்டுப்பாடம் செய்யாமல் போனபோது ‘இன்னிக்கி வாத்தியார் வரக்கூடாது’ எனக் கேட்டிருந்தான். அந்தக் கடனைச் செய்யவில்லை. ‘நம்புங்க இன்னிக்கு ரெண்டுக்கும் சேர்த்துச் செய்துவிடுவேன்’ என நெஞ்சை அழுத்திப் பிடித்து வேண்டிக்கொண்டான். வீட்டில் அம்மாவும் ஜெயவேலும் சாமிக்கு ரெம்பவும் நெருக்கமானவர்கள். ஜெயவேலின் கனாவில் ராவுத்தர் தாத்தா அடிக்கடி வருவார். பேசுவார்.

“போலாமா..?” கடேசிச் சொட்டை விழுங்கிவிட்டு புறங்கையால் வாயைத் துடைத்துக் கொண்டு தயாரானான் பூபதி. பாதி டம்ளர் ஜூஸ் ஜெயவேலுக்கு ஓசியாய்க் கொடுத்தார் கடைக்காரர். “காசு பணத்த சூதானமா வக்கெணுண்டா!”

கடைக்காரர் ஜூஸ் கொடுத்ததோ, அதை வாங்கி, தான் குடித்ததோ எதுவுமே ஜெயவேலுவின் நினைவில் இல்லை. பூபதியை இழுத்துக்கொண்டு பூக்குழி இறங்குமிடம் போனான். அம்மன் கோயிலின் வலதுபுறமிருந்த திடலில் கயிறுகட்டி வேலிபோட்டு அதற்குள் பூக்குழி அமைத்திருந்தார்கள். கரகம் சுமந்து வரும் அம்மன் கொண்டாடியும், முத்தால்ராவுத்தரும் அவர்களுடன் வீரபத்ரன், மதுரைவீரன், வீமன், நகுலன், சகாதேவன், பரதேவதைகள் உள்ளிட்ட பெண்தெய்வங்கள் என பதினெட்டுக்கும் மேற்பட்டவர்கள் தத்தம் அடையாளத்தையும் ஆயுதங்களையும் ஏந்திக்கொண்டு கரகத்தோடு ஆடிவருவார்கள். சன்னதிக்குள் காலடி எடுத்து வைக்கும் முன் அனைவரும் பூக்குழியில் இறங்கியே சன்னதி மிதிப்பார்கள்.

அன்று காலையில் இருந்தே குழி அமைக்க, குண்டத்தில் நெருப்பு வளர்க்க என தனியாக சிலர் விரதமிருந்து வேலை செய்தார்கள். கிட்டத்தட்ட ஒரு ட்ராக்டர் விறகு காலியானது.

தகதகவென மினுங்கும் நெருப்புக்குழிக்குள் பதனமாய்க் கால்பதித்து நடக்கும் காட்சியைக் காண கூட்டம் தள்ளிச்சாயும். வராக நதிக்கரையில் கரகம் சோடித்து சாமியாடி வீதியுலா

வந்து பூக்குழி இறங்குவர். சாமிகூடவே வந்தால் கூட்டத்தில் பூக்குழி இறங்குவதைப் பார்க்கவே முடியாதென்பதால். ஊர்வலத்தில் கலக்காமல் தப்பிவந்து பூக்குழியை காவல்காத்துக் கொள்வார்கள். இன்றைக்கும் அதுபோலவேதான் பூபதியோடு வேலிக்காலில் சாய்ந்து நின்றுகொண்டான். சாமிகள் வந்து பூக்குழியில் கால்வைத்ததும் பூபதியின் செல்லில் ஜெயவேல் படம்பிடித்தான் அந்தச் சமயத்தில் நடந்த தள்ளுமுள்ளில்தான் பர்ஸ் கீழே விழுந்துவிட்டது.

கோயில் சன்னதிக்குள் குலவைச் சத்தம் கேட்டது. ரேடியோ நிறுத்தப்பட்டிருந்தது. அனேகமாய் அம்மன் கரகம் கருவறைக்குள் இறக்கிவைக்கப்படுகிறது போலிருக்கிறது.

ஹே, ஹ்ஹே, ஹ்ஹே, ஹ்ஹே!

சாமியாடிகளின் அதட்டல் சத்தமும், சாமிகள் மலையேறும் அரற்றலும், அமட்டலுமாய் கலவையாய் ஒலித்தன.

பங்காளிகள் கூட்டம் முட்டிமோதிக்கொண்டிருந்தது. கிடைத்த இடத்தில் அப்படி அப்படியே உட்கார்வதும் சாய்வதும், சிலர் கோயிலின் வெக்கைக்குப் பயந்து வெளியில் வந்து ரோட்டோர கடைகளின் வாசல்களில் சாய்ந்தனர். கூட்டம் கண்டு கடைக்காரர்களும் தத்தம் கடைகளை அடைத்துக் கிளம்பியது இன்னும் வசதியாகவும் போயிற்று.

பூசாரி அத்தனை தெய்வங்களுக்கும் படையல் போட்டு அர்ச்சனை செய்து, தீபாராதனை காட்டி முடிக்க ஒருமணி நேரத்திற்குமேல் ஆகிவிடும். அதன்பிறகுதான், புட்டுமாவும், பச்சைபயறும் பிரசாதமாகக் கிடைக்கும்.

சாமியாடிகள் இறங்கிய பூக்குழியில் மணலைப்போட்டு மூடிக்கொண்டிருந்தனர். அதையும் மீறி அனல் தகிக்கவே செய்தது. கூடுதலாய் வெளிச்சத்திற்காக வேலிக்கால்களில் கட்டியிருந்த போகஸ் மின்விளக்குகளின் வெப்பமும் தகதகவென கானல் அலைகளை உருவாக்கிப் பரப்பியது.

நின்றிருந்த இடத்தின் தரையை குனிந்து கைவிரலால் கிளறிப் பார்த்தான் ஜெயவேல். தரையும் மணலும் சுட்டன. பூபதி காயப்போட்ட நெல்லைக் கிண்டுவது போல காலால் பூக்குழி வரையிலும் தேய்த்துக்கொண்டே போனான். “ஏண்டா ஜெயா, ஓங்கிட்ட பர்ஸ எடுத்தவெ ஓடும்போது கீழ விழுந்திருந்தா?” பூபதியின் அந்த சந்தேகத்தையும் நிவர்த்தி செய்ய குழியை மூன்றுமுறை சுற்றிசுற்றித் தேடினார்கள்.

“ஏண்டா வேண்டுதலா? மூடுன குழிய இப்பிடிக் கிண்டுறீக, குழிக்குள்ள விழுந்திடப் போறீக” வயசாளி ஒருத்தர் விரட்டினார். “கோயிலுக்கு வந்தமா, சாமியக் கும்புட்டமா, பயற வாங்கித் தின்னுபுட்டு வீட்ல போயி நொடக்குனமான்னு இருப்பானுகளா, ஆராச்சி பண்ணீட்டு இருக்காங்கெ!”

“இவெம் பர்ஸக் காணாம் தாத்தா!”

“மணிப் பர்ஸா..?”

“ஆமா!” அவரது கேள்வியில் ஜெயவேலுவுக்கு வெளிச்சம் தெரிந்தது. “செகப்பு பர்ஸு... ப்ரௌன்கலர்” ஆவலாய் அடையாளம் சொன்னான்.

“உள்ள கருப்பு ஜிப் இருக்கும். ஏண்டா?” பூபதி.

“காணாப் போனா போனதுதே. கோயில் தளத்துல காணாச்சின்னா, அது சாமி எடுத்துச்சுன்னு நெனச்சிக்கறணும். போய் வேற வேலயப்பாருங்க!”

சாமி எடுத்துக்கிருச்சா?!

பூபதியை அங்கேயே விட்டுவிட்டு கோயிலுக்குக் கிளம்பினான் ஜெயவேல். அம்மன் கரகம் நடந்த பாதையிலேயே அடிவைத்து நடந்தான்.

ஜெயவேலின் அப்பாயிக்கும் அவ்வபோது சாமி வந்திறங்கும். சொந்தபந்தங்கள் குழுமி இருக்கிற தருணம். குடும்பத்தில் ஏதாவது முக்கியமான முடிவுகள் எடுக்கும் நேரம். அவ்வாறான சமயத்தில் “கெக்கே கெக்கே” என வினோதமய்ச் சிரித்து கைகளை ”தட் தட்டென தட்டி ஞைஞைஞை” என ஓசையும் ஒலிகளுமாய் ஒலித்து கண்களை உருட்டி கைகளைக் கோர்த்து உடம்பைத் திருகி ஆடினால், கொண்டைமுடி அவிழ்ந்து விடும். உஸ்ஸு உஸ்ஸு என, அரிசி ஆலை சேக்கர் மிசினாய் ஆடுவார்.

எதிரில் இருக்கும் யாரையாவது தனது அகலமான உள்ளங்கையால் அவரது தலையை அடக்கி, முன்னும் பின்னுமாய் இழுத்துப் போட்டு குறி சொல்லுவார். “என்ன மறந்திட்டெ!” என்றோ, “கவலப்படாத... ஆத்தா நா இருக்கேன்! எம்புள்ளீகள நா பரிதவிக்க விடுவனா!” என்பதாகவோ அப்பாயினது களரி நிறைவுறும்.

தாத்தாவின் மீது ராவுத்தர் வந்து ஆடுவார். நிக்கல் முலாம் பூசிய இரும்பு வாளைத் தூக்கிக்கொண்டு சிலம்பம் ஆடுவதுபோல சுழற்றிச் சுழற்றி ஆடுவார். கம்பீரமாய் இருக்கும்.

ஊரேவந்து நின்று குறி கேட்கும். அத்தனை பேருக்கும் ஏற்ற இறக்கங்களுடனான வார்த்தைகளில் பதில் சொல்லுவார்.

சிறு பிள்ளைகளுக்கு ராவுத்தரைத்தான் அதிகம் பிடிக்கும். அதேபோல ராவுத்தர் சாமிக்கும் சிறுகுழந்தைகள் மேல் பாசம் அதிகம். ஆடிக்கொண்டிருக்கும் போதே படையலில் வைத்திருக்கும் நாட்டுச் சர்க்கரையினை அள்ளி வழியில் நிற்கும் அல்லது அப்பா அம்மா கரங்களில் இருக்கும் பிள்ளைகளுக்கு வாயில் ஊட்டிவிடுவார்.

தன்னுடைய பிரச்னைகளைப் பூராவும் முத்தால் ராவுத்தரிடம்தான் ஒப்பிப்பான் ஜெயவேல். பள்ளிக்கூடம் விட்டு வீட்டுப்பாடம் எழுதி முடித்ததும் தாத்தாவின் வீட்டுக்குப் போவான். இவன் போகும் நேரமெல்லாம் தாத்தா சாப்பிட்டுக் கொண்டிருப்பார். பள்ளிக்கூடத்தில் காணாமல் போன நோட்டு, அதிகமாக தன்னை அடிக்கும் லீடர், மறந்து மறந்து போகின்ற பாடங்கள்... குறைகளை எல்லாம் தாத்தாவின் தோள்மீது சாய்ந்து கொண்டேதான் சொல்வான்.

சாப்பிட்டு முடித்ததும் தாத்தா மாடக்குழியிலிருந்து விபூதியும், வீரகாந்தமும் (பச்சரிசியும், விரலி மஞ்சளும் சேர்த்து இடித்த பிரசாதம்) எடுத்து முத்தால் ராவுத்தரைக் கும்பிட்டு நெற்றியில் பூசிவிட்டு கொஞ்சம் பேப்பரில் மடித்துத் தருவார். ஸ்கூல் பையில் போட்டுக் கொள்வான்.

அடுத்தநாள் லீடர் தட்டிக்கொடுத்துப் பேசுவான். பாடங்கள் கச்சிதமாய் நினைவுக்கு வரும்.

அவரும் அப்பாயியும் இறந்தபிறகு ஜெயவேலுவுக்கு திண்டாட்டம்தான். இப்போது பெரியப்பா மேல் ராவுத்தர் இறங்குகிறார். ஆதலால், தானே கோயில் வீட்டுக்குப் போய் விபூதியும் வீரகாந்தமும் எடுத்துக் கொள்வான்.

"எங்குட்றா போன?" கோயிலுக்குள் இருந்த அத்தனை கும்பலில் ஜெயவேலுவை அடையாளம் கண்டு திட்டியது. அம்மா, "ஊருவிட்டு ஊரு வந்தா ஒரு எடத்தில நிக்க மாட்டியா?"

பர்ஸ் வாங்கியதும் அது காணாமல் போனதும் வீட்டில் யாருக்கும் தெரியாது.

"சாமி கும்பிட்டியா?" சன்னதிக்குள் நின்றிருந்த கூட்டத்தைத் துளைத்துக்கொண்டு அம்மா, ஜெயவேலை இழுத்துப் போனது.

ஆண், பெண் இரண்டு வரிசைகளுக்கு மத்தியில் இருந்த கம்பிக் கூண்டுக்குள் நிறுத்தி ஜெயவேலை தரையில் விழுந்து கும்பிடச் சொன்னது. "நல்ல புத்தியக் குடுக்கணும், நல்லா படிப்பு வரணும்னு விழுந்து கும்பிட்டுக்க."

அம்மாவின் சொல்படி நெடுஞ்சாண்கிடையாய் குப்புற விழுந்தான். "எம் மணிப்பர்ஸ எப்பிடியாச்சும் கண்டுபிடிச்சுக் குடுத்துரு ஆத்தா... ப்ளீஸ்... அழகான பர்சு. வேற எங்கிட்ட எதுவுமே இல்ல. ப்ளீஸ் ப்ளீஸ் . நிஜமாவே நான் சொன்னபடிக்கு சூடம் ஏத்தறேன். ப்ளீஸ்... அப்பாயி, தாத்தா நீங்கதான் காப்பாத்தணும்..!"

மறுபடி மறுபடி அதே வாசகத்தை சொல்லிச் சொல்லி மன்றாடினான்.

பூசாரி சூடத்தட்டோடு வந்து நின்றார். வழியை மறித்துக் கிடந்தவனை அம்மாதான் தூக்கி நிறுத்தினார்.

"போதும் எந்திரி!"

பூசாரியே அவனது நெற்றியில் விபூதி குங்குமம் பூசி விட்டார். வீரகாந்தத்தை வாயிலும் தலையிலும் இட்டார்.

அம்மன் சன்னதிக்கு எதிரே முத்தால் ராவுத்தர் ஸ்தலம். சமாதி போல திண்டு அமைத்து அதன் மேல் பச்சைப் பட்டு போர்த்தியிருந்தனர். அங்கே பத்தி புகை காட்டி, நாட்டுச் சர்க்கரை பிரசாதம் தந்தார்கள். அதை வாயில் போடாமல் கைக்குள் அடக்கி வைத்துக் கொண்டான்.

"எங்கிட்டும் போகாம இங்கனேயே இரு. பயறு வாங்கியதும் ஊருக்குப் போகணும்."

அரைமணி நேரப் பயணத்தில் வீடு இருப்பதால் கோயிலில் தங்கி இருக்க வேண்டிய தேவை இல்லை. காலையில் பொங்கல் வைத்து தேங்காய்பழம் அபிசேகம் பண்ணவேண்டும். மதியம் கோயிலில் அனைவருக்குமான அன்னதானம் இருக்கும்.

அம்மா நகர்ந்ததும் முத்தால் ராவுத்தருக்கு எதிரே குத்தவைத்து உட்கார்ந்து கொண்டான். கூட்டம் நெருக்கத்தான் செய்தது. அவனுக்கு ராவுத்தரோடு பேசவேண்டும். அதுதவிர கூட்டத்தின் சத்தமோ, பூஜை மணியோசையோ எதுவுமே அவனது கவனத்தில் இல்லை.

முத்தால் ராவுத்தரின் வாளையும், திண்டையும் வெறித்தபடி இருந்தான். மெள்ளமெள்ள கண்களை தாத்தாவைப்போல

உட்புறமாய்ச் சொருகிக்கொண்டான். மனசுக்குள் ராவுத்தரை அழைத்தான். உதட்டசைவில் மட்டுமே சொற்கள் உருண்டன.

"ப்ளீஸ் தாத்தா, ப்ளீஸ், பர்ச எடுத்துத் தந்துருங்க. நான் பாவம். முப்பது ரூவா, ப்ளீஸ்" கண்களோரம் நீர் திரளுவதுபோல் இருந்தது.

இன்னும் கொஞ்சநேரத்தில் அப்பா வந்துவிடுவார். அவருக்குத் தெரிஞ்சால் அவ்வளவுதான்.

"ப்ளீஸ் முத்தால் ராவுத்தர். தாத்தா, அப்பாயி... ப்ளீஸ்" கண்களைத் திறக்காமலேயே கெஞ்சினான்.

"கெடைக்கலியாடா?" பூபதி அவனது காதுப்பக்கம் வந்து மெதுவாகக் கேட்டான். திடுக்கிட்டு விழித்த ஜெயவேலின் பார்வையில் கருப்பையாவும் இருந்தான்.

"எங்கனடா போட்ட?" கருப்பையா.

"பூக்குழிப் பக்கம்" பூபதி.

"திய்யில வெந்திருக்கும்டா" கருப்பையா

பூசை முடிந்து பிரசாதம் விளம்பப்பட்டது. ஜெயவேல் வாங்கவில்லை. அப்பாவும் அம்மாவும் தம்பியும் வந்தனர். கூடவே அப்பாவுடன் வேலைசெய்யும் பாலுமாமா.

"பயறு வாங்கலியா?" அம்மாவின் கேள்விக்கு பதில் சொல்லவில்லை.

"வாங்கித் தின்னுருப்பான்" அப்பா பதில் சொன்னார்.

"அதுங்குள்ளயா?" எனச் சந்தேகப்பட்ட அம்மா தன்னிடம் இருந்த பயறை ஜெயவேலுக்குத் தந்தது. வேணாமென்று தலையாட்டினான்.

"இந்து கோயில்ல அதென்ன ராவுத்தர் சாமி?" பாலு மாமா கேட்டார்.

"அது ஒரு பழங்கதை. எங்க அம்மன், கானகத்துல வசிக்கிறப்ப ஒரு சமயம் இந்த ராவுத்தருக்கு அடைக்கலம் தந்தாராம். அதுக்கு நன்றிக்கடனா அம்மனுக்கு எல்லாப் பிறவிக் காலமும் காவல் ஆளா நிப்பேன்னு வாக்குக் குடுத்தாராம். அதனால அம்மா எப்பவெல்லாம் அருள் இறங்கி வாறாங்களோ அப்பவெல்லாம் முன்னால இவர்தான் வாள் பிடிச்சு ஆடிவருவார்."

"கௌம்புங்க. மணி பன்னண்டாகப் போகுது..."

"வாடா" அம்மா ஜெயவேலின் கைப்பிடித்து எழுப்பியது.

அவனால் எழமுடியவில்லை. அப்பாவும் தம்பியும் பாலுமாமாவோடு முன்னால் நடந்தனர்.

அம்மா அலுப்போடு அவனை இழுத்தது. ஜெயவேலின் கண்களில் நீர் கோர்த்திருந்தது. அம்மாவின் இழுவையால் இமையிலிருந்த கண்ணீர் கன்னத்தில் உருண்டது. அம்மாவுக்கு விளங்கவில்லை. மாறாக பயம் வந்தது.

"என்னாடா, என்னாச்சி?"

பதில் சொல்ல முடியவில்லை. கூடுதலாய் கேவலும் அழுகையுமே வந்தது.

"விடு கமலம், இருந்துட்டு காலம்பற வரட்டும். கூட்டத்தோட கூட்டமா கோயில் ஸ்தலத்தில ஒருநா இருந்திட்டுப் போறான்" உட்கார்ந்திருந்த ஒரு பெரியம்மா சொன்னது.

"அதேன் விடிய வந்திருவம்ல. இதென்னா புதுப் பழக்கம்.? சின்ன நொட்ட மாதிரி அழுக!"

அம்மாவின் நெஞ்சில் சாய்ந்துகொண்டு கண்ணீர் விட்டபடி நடந்தான். கோயில் வாசலில். கையில் வைத்திருந்த சர்க்கரையை கீழேபோட்டான்.

அன்று இரவு...

தாத்தா, ஜெயவேலின் கனவில் தோன்றினார்!

- அந்திமழை, செப்டம்பர்-2020.

*

மாடோட்டி

சக்கரைப்பட்டியில் மாடு இருப்பதாக முத்துராசு துப்பு சொன்னதும் வழக்கம்போல சைக்கிளை மிதித்துக் கொண்டு கிளம்பிவிட்டார் 'ஓக்கே பாஸ்'. ஆறடி உயரத்தில் மினுமினுவென கறுப்பு மினுங்கற உடம்பு. குனியாமலே கையிரண்டும் கெண்டங்காலைத் தொடும். நீளமான முகம். காதுகள் ரெண்டும் விநாயகப்பெருமானை நினைவுறுத்தும் அம்சம், வெளுக்காத தலைமுடி, முகத்தில் சவரம் செய்யவே தேவையில்லாத ஒரு மழமழப்பு. நாடியில் மட்டும் எலி வால் போல் நீண்டுகொண்டிருக்கும் ஒன்றிரண்டு மயிர்க்கொத்து. ஒட்டிப்போன கன்னப்பகுதியில் உயரமாக நிற்கும் மெலிசான மூக்கு. சின்ன, தடித்த உதடுகள். அகலம் குறைந்த கொஞ்சம் நீண்ட விழிகள் இதுதான் ஓக்கே பாஸ்.

சொந்தப்பெயர் என்னவென்பது பாஸுக்குமே தெரியாது. பொடுசுல இருந்து பெருசுக வரைக்கும் அப்படியே கூப்பிட்டுப் பழகியாச்சு. கிட்டத்தட்ட அறுபதைத் தாண்டிய வயது. இனிமேல்ப்பட்டு மாத்தவும் முடியாது?

ஓக்கே பாஸு, மாடுபாக்கும் அழகே தனி. வீட்டுக்குள் நுழைந்ததும் முதலில் மாட்டின், கழுத்துச் சதைப் பிடிப்பை அழுத்திப் பார்ப்பார், அடுத்து பின்னத்தங்கால் சப்பையினை தட்டிப்பார்த்து ரெண்டுதரம் செருமுவார். ஒரு பீடியை எடுத்து நுனிப்பல்லில் கடித்துப் பற்ற வைத்து, புகையை ஊதியபடி மாட்டின் கவட்டுக்கடியில் குனிந்து அதன் அடிவயிற்றை நோட்டம் விட்டு, பீடிக் காறலை கொட்டத்திலேயே தூவெனத் துப்பிவிட்டு நிமிர்ந்தாரானால், பார்ட்டிக்காரரிடம் மெல்ல பேச்சுக் கொடுத்து, மாட்டை விற்கும் சூழலுக்குக் கொண்டுவந்து விடுவார். அதற்குள் முத்துராசு எக்ஸெல் வண்டியில் வந்து

சேருவான். "என்னா பெர்சு, மாடு தேருமா?" என முத்துராசு நாடகத்தைத் துவக்குவான்.

"ஏப்பா, இதுக்கு என்னா தங்கத்துக்கு பத்துக்காசு சேத்தே குடுக்கலாம்" என்பார்.

"உன்னியக்கூட்டி வந்தா எனக்குத்தே ஆப்பு வப்ப போல!"

"எனக்கு எதுக்கு பொல்லாப்பு, வளத்தவக பாத்து பத்துக்காசுக்கு குடுத்தாலுஞ்சரி, பத்து ஆயிரத்துக்கு நீ வாங்குனாலுஞ் சரி, எனக்கு ரெண்டுவேருமே வேணும்" என ஒதுங்குவதுபோல ஓரமாய் நின்று இங்குமங்குமாய் விலைத் தாரணை செய்து முடித்துவைப்பார். வீட்டுக்காரர் தரகுப்பணம் தரும்போது வெத்தலபாக்கு சேத்துக்குடுங்க என்பார். பெரியமனுசன் கேட்டுவிட்டார். இருந்தால் ஒருகை வெத்திலையும் ஒருகுத்துப்பாக்கும் கிடைக்கும். இல்லையானால் அதற்குத் தனியாக ஒருபணம் கைசேரும்.

சக்கரைப்பட்டியில் வீடு நுழைந்து மாட்டின் கழுத்துச் சதைப்பிடிப்பை நோட்டம்விட்டுக் கொண்டிருந்த சமயம், "லே மனோகரா, ஒழுவாடி மவனே!" என்ற ஒரு கரகரத்த குரல் பாஸை நோக்கி வந்தது. ஒருகணம் விக்கித்து போன பாஸ், எங்கேயோகேட்ட குரலாய் இருக்கே எனத் திரும்பிப் பார்த்தார்.

அவ்வளவுதான் நாற்பது வருடத்தை பின்னுக்குத் தள்ளிவிட்டு பேசலானார்கள், அந்த முன்னாள் லோடுமேன்கள் இருவரும்.

"ஓம்பேர் மனோகரு தானப்பா. எனக்குமே மறந்துபோச்சி."

"சேச்சே" பாஸு தலையைக் குலுக்கினார்.

"கோயிந்தனா... இல்ல இல்ல ராசுதான?"

வயோதிகத்தினை இருவருமே உணர்ந்தனர்.

இல்லவே இல்லை என தலையாட்டிய பாஸ், "ஓக்கே பாஸுதான்" என்றார்.

"க்காள்ளி, இன்னம் அப்பிடித்தே கூப்பிடுறாய்ங்களா!"

வந்த விபரத்தினைக் கேட்ட சக்கரைப்பட்டியார். "அடப், ஆடி ஓடி கடசீல இங்கனக்கே வந்து சேந்திட்டியா எப்பிடிடா?" நம்பமுடியாமல் கேட்டார். லோடுமேன் வேலையில் கண்ட பாஸின் கெத்து, கம்பீரம் என்னவானது?

ஆரம்பத்தில் தேனி பஜாரில் லோடுமேன் வேலை பார்த்தவர் ஓக்கேபாஸ். மாவட்டத்தில் விளைகிற நவதானியம், பருத்தி,

கரும்பு போன்ற பயிர்வகைகளுக்கு எப்பவுமே தேனிதான் மையமான வியாபார ஸ்தலம். விவசாயிகளிடமிருந்து வருபவற்றை கடையில் இறக்கிப் போடவும், விலையானதை வியாபாரிகளுக்கு எடைபோட்டு லாரியில் ஏற்றிவிடவும். லோடுமேன்கள் தேவைப்பட்டார்கள்.

சில பெரிய வியாபாரிகள், மில் முதலாளிகள் தமக்கென பிரத்தியேகமாக லோடுமேன்களை வைத்துக் கொண்டார்கள். அந்த வகையில் ஒக்கேபாஸும் ஒரு முதலாளிக்கு லோடுமேனாகப் போய் அடியாளாக பதவி உயர்வு பெற்றவர். முதலாளி எங்கே போனாலும், இந்த அடியாள் படைதான் முன்னே செல்லும்.

'தண்ணி வெண்ணிக்கு' கவலை இல்லை. இவர்களுக்காகவே கரட்டுப்பட்டியிலிருந்து நல்லக்காள் சுடச்சுட சாராயம் காய்ச்சி வேடு கட்டிக்கொண்டு வருவாள். ஆத்துப்பட்டிக்குப் புதுசாக வரும் பெண்களை பழக்கிவிடுவதற்கும் பொலிகாளைகளாக அடியாள்கள் உபயோகப்பட்டனர். காலம் எப்படி எப்படியோ ஓடி கமிசன் கடைகள் ஜின்னிங் பாக்டரியெல்லாம் வலுவிழந்து போக, கடைசியாக ஒரு பெரிய ஓட்டலில் மாவாட்டிக் கொடுத்து வந்தார்.

இப்போது முத்துராசு கறிக்கடையில் விலைபேசிய மாடுகளை தொழுவத்துக்கும் அங்கிருந்து கடைக்கும் ஓட்டிக் கொண்டுவரவும், உறித்த மாட்டெலும்புகளை வெட்டிக் கூறுபோடவும் தினசரி சேகரமாகும் கொழுப்புகளை காயப்போட்டு எண்ணெயாகக் காய்ச்சவுமான பணிகளைச் செய்து வருகிறார்.

அதிகாலை மூணரை மணிக்கெல்லாம் முத்துராசுவின் சம்சாரம். கடையை சாணி தெளித்துக் கூட்டி சுத்தம் செய்து மஞ்சள்பொடி கரைத்து தெளித்து மங்களகரமாய் பத்திப்புகை கமழ கல்லாவில் உட்கார்ந்து வெத்திலை மென்றுகொண்டிருப்பாள். சுத்தியலும் கத்திகளும் வெட்டுக்கட்டையில் அப்புராணியாய்க் கிடக்க, தொழுவத்திலிருந்து இரவில் அவிழ்த்துவந்த மாடு வாசலில் அசைபோட்டபடி நின்றுகொண்டிருக்கும். மாடறுக்கும் பெருமாள் சைக்கிளில் வந்து இறங்கியதும் மாட்டை அவிழ்த்து கடைக்குள் ஓட்டிச்செல்வதும் கழுத்தறுபட்டு தரையில் சிந்துகிற ரத்தத்தை உடனுக்குடன் விளக்குமாற்றால் தள்ளிவிடுவதும், சதை களையப்பட்ட எலும்புகளை வெட்டுக்கட்டையில் கொடுத்து மாங்குமாங்கென வெட்டிக் குவிப்பதும் பாஸுவின் காலை

வேலை. பகலில் மாட்டெலும்பு, தலை, பிதுக்கிய சாணம், இவற்றை தள்ளுவண்டியில் எடுத்துச் சென்று குப்பையில் சேர்ப்பது, என பொழுது சரியாய்ப் போகிறது. இதுபோக பக்கத்து ஊர்களில் மாடு எதும் அமைந்தால், மூக்கணாங்கயறு போட்டு கைராத்தலாய் நடத்திக் கொண்டோ சைக்கிள் ஏறி உருட்டியபடியோ மாட்டை, முத்துராசுவின் தொழுவத்தில் வந்து சேர்த்துவிடும் வேலையும் உண்டு. அன்றைக்கு முத்துராசுவுக்கு கூடுதலாய் ஒரு குவாட்டர் செலவாகும்

"பிள்ள குட்டீக?" சக்கரைப்பட்டியார் மோவாயைச் சொறிந்தபடி கேட்டார்.

அப்போதுதான் ஞாபகம் வந்ததுபோல யோசித்தார் பாஸு. யாரைச் சொல்வது. மூன்றுபேர் நாந்தான் உறுத்தான சம்சாரம் என மல்லுக்கட்டுவார்கள். லோடுமேனாய் இருக்கும்போது எல்லாம் சரியாக இருந்தது. ஏ வீட்டுக்குவரல, ஓ வீட்டுக்கு வரல என கூப்பாடு போட்டு குடுமிப்பிடிச் சண்டை நடக்கும். இப்போ? வழிப்போக்காய் பார்த்துக்கொள்வதும் சேப்பிலிருக்கும் காசைக் காலிசெய்வதற்கும் வாரிசுகளோடு யார்யாரோ வந்துபோகிறார்கள்.

"இருக்காக!"

அந்த வீட்டில் ஏவாரம் படிய கொஞ்சம் இழுத்தது. நடுத்தரமான பசுதான். இரண்டு ஈத்துக்கு பால் சுகமில்லையாம். தவிர, நாலைந்துதரம் சினைக்குப் போட்டும் சினை நிற்கவில்லையாம். வெட்டித்தீனி போடமுடியுமா? சதைப்பிடிப்பாக இருந்ததால் முத்துராசுவுக்கும் விட்டுவர மனசில்லை. கடேசியில் சக்கரைப்பட்டியார்தான் நடுவில் புகுந்து விலை தெகைத்து விட்டார். பணம் கைமாறியதும் பிடிகயிறை அவிழ்த்துக்கொண்டு மாட்டை ஓட்டிவிட்டார்கள்.

முத்துராசு கொண்டுவந்த புதுக்கயறை வாங்கி மூக்கணாங் கயிற்றோடு சேர்த்துப் பிணைத்துக்கொண்டார் பாஸ். "டெம்போ கொண்டாரவா?" வழக்கம்போல முத்துராசு கேட்டான்.

"வாணா வாணா. இத, டெம்போவுல ஏத்தி எறக்கற நேரத்தில நா வீட்டுக்குப் பத்திட்டு வந்திருவேன்" முத்துராசுவை யோசிக்க விடாமல் பசுவை சைக்கிளில் கட்டும் வழியைத் தேடினார். ஆனால், வலுவான பசுவாக இருந்தது. எத்தனை வலுவான பசுவும் சாதுவாகத்தான் வரும். ஆனால் இந்த உருப்படியின் ஆகிருதி பாஸுவை யோசிக்க வைத்தது.

சைக்கிளை சக்கரைப்பட்டியாரது வீட்டில் நிறுத்திய பாஸ், முத்துராசுவிடம் கூலியை வாங்கிக்கொண்டு மாட்டின் வாலை முறுக்கிப் பத்தலானார். எட்டுமைல் தூரம்தான். இங்கே ஒண்ணு, அன்னஞ்சி விலக்கில் ஒண்ணுமாய் ரெண்டு கட்டிங் இழுத்தால் போதும். மாடு தொழுவத்தில் போய்ச் சேர்ந்துவிடும்.

வேட்டியை தார்ப்பாய்ச்சலாய்க் கட்டிக்கொண்டு, துண்டை உருமாலாய் தலையில் சுற்றிக்கொண்டு மாட்டுடன் நடக்கலானார்.

ஒரே வேக்காடாய் வெந்து கொதித்தது பூமி. இத்தனைக்கும் வைகை அணை பக்கத்தில்தான் இருக்கிறது. பெரியமரங்கள் ஏதுமில்லை. குத்துச்செடிகளும் கருவ, முருங்க மரங்கள்தான் அதிகம் அதுவும் அவரவர் வீட்டுக் கொல்லைகளிலும் முன்புறத்திலும் நிழல்வேண்டி வளர்த்திருந்தனர். ஏதோ ஒரு வீட்டில்தான் வேப்பமரமும், தேக்கும் நின்றிருந்தன.

ஆட்டுக்குட்டியாய் பசு உடன் வந்தது. அதிகமாய் பாடுவாங்கவில்லை. பள்ளிக்கூடம் போகும் பிள்ளைபோல அன்னநடை போட்டு நடந்தது. சைக்கிள் கேரியரில் பிடிகயிறைக் கட்டியே வந்திருக்கலாம். இனி சைக்கிளை எடுக்க ஒருதரம் சக்கரைப்பட்டிக்கு வரவேணும்.

வெத்திலை போடவேணும்போல பாஸுக்கு வாய் நமநமத்தது.

ஏழெட்டு வருசமாய்த்தானே டெம்போ வருகிறது. ஐம்பதுமைல் என்றாலும் முன்னெல்லாம் மாடுகன்றுகளை நடத்தியேதானே கூட்டிவருவார்கள். அதற்கென ஊரூருக்கு மாடோட்டிகள் கருத்த உடம்புடனும் புழுதிபடிந்த முகத்துடனும் திரிவார்கள் இரவுபகல், வெய்யில் மழை பார்க்காமல் மாடுகளை அழைத்து வருவார்கள். சினைமாடுகளை ஓட்டிவருகையில் வழியிலேயே பிரசவித்து கன்றினை தோளில் சுமந்து வரும் காட்சிகளை எல்லாம் பார்த்த காலம் உண்டு.

அன்னஞ்சி விலக்கு வந்ததும் உடம்பு விரைப்புக் காட்டியது வெத்திலையும் போடவில்லை. சும்மாவெல்லாம் போடமுடியாது மாட்டை ஒயின்சாப்புக்குப் பக்கமாய் ஒரு மரத்தில் கட்டிப்போட்டார். மரத்தடியில் பச்சை கிடந்தன. அவற்றை மேய்ந்து கொள்ளும் வண்ணம் கயிறை கொஞ்சம் தளர்வாய் விட்டுக் கட்டினார். தான் வருகிறவரை ரெண்டு புல்பூண்டுகளை கடித்துக் கொள்ளட்டும். நாளை இந்நேரம் எத்தனைபேர்

வயிற்றுக்குள் இரையாய் போய்ச் சேரப்போகிறதோ. மனுசனுக்கு கருணை பொங்கிவர, எட்ட இருந்த செடிகளைப் பிடுங்கி மாட்டின் வாயருகே போட்டுவிட்டு கடைக்குள் நுழைந்தார். உள்ளே போனாலும் ஒருகண் மாட்டின் மீதே நின்றது. ரோட்டில் போகும் கார், பஸ் சத்தத்துக்கு மிரண்டு மாடுகள் கயிறை அறுத்துக்கொண்டு ஓடிவிடும்.

லேசாக தண்ணிகலந்து 'வேலையை' முடித்தவர் மடியிலிருந்த வெத்திலையை எடுத்துக்கொண்டு மாட்டருகே வந்தார். மாடு குலைகடிக்காமல் அவரையே பார்த்தது. "தண்ணி வேணுமா" மாட்டிடம் கேட்டவர் சுற்றுமுற்றும் பார்த்தார். அருகில் குளம் குட்டை ஏதும் இல்லை. ஓட்டல்களில் கழுவுதண்ணீர் வாங்கித் தரலாம் தோதுப்படுமாவென விளங்கவில்லை. அத்தனை தாராளமனசு இப்பவெல்லாம் இருக்குமா எனச் சொல்லமுடியாது. 'கொஞ்சதூரந்தான் அரமணி நேரத்துல தொழுவத்துக்குப் போய்டலாம்' சொல்லிக் கொண்டே கயிறை அவிழ்த்தார். தனக்கே இன்னொரு பாட்டில் வாங்கவேண்டும் நடக்கும் வழியில் ரெண்டுமூணு கடைகள் வரிசையாய் இருப்பதால் ஸ்டாக்கெல்லம் வைக்க வேண்டியதில்லை. ஊரை நெருங்கும்போது சுடச்சுட வாங்கி இழுத்துக் கொள்ளலாம். வெத்திலை போட்டுக் கொண்டே நடக்கலானார்.

பைப்பாஸ் ரோட்டை விலக்கி ஊருக்குச் செல்லும் பாதையில் மாடு கொஞ்சம் தவங்கியது. முன்னேபோய் இழுத்துப் போக வேண்டி வந்தது. "பாதைமாறி நடப்பதை உணர்ந்து மாட்டின் நடையில் தேக்கம் இருப்பதாய் அவதானித்த பாஸ், கொஞ்சம் அருகில்வந்து அதன் புட்டத்தைத் தட்டிக் கொடுத்தார் "ஹோஹோ" இன்னும் முன்னேறி அதன் கழுத்தை அணைத்தவாறு நடத்தினார். 'ஏதாவது உண்ணக் கொடுத்தால் அதன் மனநிலை மாறும்' என நினைத்தவர் சாலைப்பிள்ளையார் கோயிலுக்கு எதிர்புறமிருந்த சேகர் டீக்கடைக்கு பக்கமாய் மாட்டைத் திருப்பினார். கடைக்கு வெளியில் தகரக்கொட்டகை நீட்டி 'ப' வடிவத்தில் ஸ்டால் போட்டு பட்டறையில் நின்றிருந்தாள் சேகரின் சம்சாரம். சேகர் இதே ரோட்டில் லாரிஅடித்து செத்ததுக்குப் பிறகு அந்தப்பிள்ளைதான் முழுப்பொறுப்பாய் கடை நடத்துகிறது.

"வா பெருசு, ரெம்ப நாளைக்கப்பறம் தப்புனாப்பல வார, மாட்ட பந்தக்கால்ல கட்டிப் போட்றாத, பந்தலச் சாச்சுப்

புடும். இந்தா... அப்பிடி புளியமரத்துல கட்டிப் போடு" அவளுக்குப் பின்புறத்தில் இரண்டுபேர் தரையில் குழிபறித்து அடுப்புபோட்டு, பெரிய வடச்சட்டியில் வடைகள் பொரித்துக் கொண்டிருந்தனர். பக்கத்தில் சட்டிகழுவிய கழுநீர்த் தண்ணீர் குடத்திலும் சட்டிகளிலும் நிரம்பித் ததும்பிக்கொண்டிருந்தன. அதைக் கண்ட பாஸ், "மாட்டுக்கு ஒருவா, தண்ணி வேணும். ரெம்ப தூரம் நடந்து வருது" எனக் கேட்டார்.

"அப்பன்னா நீ டீக் குடிக்க வரலியா? ஓசித் தண்ணிக்குதே வந்தியா, வாடிக்கையா ஒருத்தி கொடத்த வச்சிட்டுப் போறாளே!" பேசியபடி பின்பக்கம் திரும்பிப் பார்த்தாள்.

"பசுமாட்டுக்கு தண்ணி குடுக்கறது புண்ணியம்மா" தலையை ஏத்திச்சீவி, நெத்தியில் அகலமான பொட்டு வைத்திருந்த ஒருஆள் வடையை மென்றபடி சொன்னான்.

"அப்பிடியா? அப்படினா டெய்லி, ஒரு தண்ணிலாரிய நிறுத்திவச்சு, போறவாற மாடுகளக் குளிப்பாட்டிவிட்டு நீயே, தண்ணி காட்டலாம்லப்பா. என்னிய எதுக்கு செய்யச்சொல்ற!" என்றவள், குடத்திலிருப்பதை விட்டுவிட்டு ஏனைய பாத்திரங்களில் இருக்கும் நீரை எடுத்துக்கொள்ளச் சொன்னாள்.

மாடு வெகுஆவலாக தண்ணீரைக் குடித்தது. தாகம் தணிந்த மாட்டைப் புளியமரத்தில் கட்டிப்போட்டு விட்டு வடையை எடுத்து பிய்த்துத் தின்னலானார் பாஸ். ஓசித்தண்ணி எனச் சொல்லிவிட்டாளே!

"பெஞ்சீல ஒக்காந்து தின்னு பெர்சு. விக்கிக்கிடப் போவுது. டீ போடவா!" அடுப்பிலிருக்கும் பாலை ஆடை படியாமலிருக்க எவர்சில்வர் கப்பால் மொண்டு ஆற்றினாள். வடையை வாயில் அதக்கிக் கொண்டிருந்த ஓக்கேபாஸ் டீ வேண்டாமென சைகையில் சொன்னார்.

"ஏன், போத எறங்கீருமாக்கும்?"

வடையை முழுங்கிய பாஸ், தண்ணீரும் குடித்துக் கொண்டார். காசை நீட்டியபோது. "மாடு வளப்புக்கா, கறிக்கா?" பாக்கியை ஈரக்கையுடன் தந்தபடி கேட்டாள்.

"கறிக்குத்தே!"

"கறிக்கா? எம்புட்டுத் தெனாவெட்டா கறிக்குன்னு சொல்லுவ? எதோ தமிழ்நாடுங்கப் போய்த் தப்பிச்சிக்கிட்ட. இதேது வடநாடா இருந்தா இன்னேரம் ஒன்னிய கறியாக்கிக்

கூறுபோட்டு இருப்பாய்ங்கெ" என ஆவேசமாய்ப் பேசினார். அந்த அகலப் பொட்டுக்காரர்.

"ஆகாத மாட்ட வச்சு குடும்பமா நடத்துவாக" பாஸுக்காகக் குரல் கொடுத்தாள் சேகர் சம்சாரம்.

"அப்புராணி சீவன்ங்கறதுனாலதான அடிச்சுக் கொல்றீக. சிங்கம் புலிய கொன்னு திங்கலாம்ல?"

"கூமுட்டத்தனமா பேசக்கூடாது. மனிசன அண்டி நிக்கிறதாலதே ஆடுமாடு கோழியெல்லா வீட்டுக்குள்ள வச்சு வளக்குறம். நாய்லகூட காவ காக்குற நாய்க்கு மட்டுந்தே வீட்ல கஞ்சி. மத்ததெல்லா மண்ண நக்கித்தாஞ் சாகும் தெரியும்ல?" சொன்னவள், "மனுசனுக்கு ஒதவாத எதுவும் மந்தைலகூட நிக்கமுடியாதுயா" என்றபடி, பொரித்த வடைகளை வாங்கி காலியான தட்டுக்களில் பரப்பலானாள்.

அப்போதுதான் ஒக்கேபாஸுக்கு அந்தச் சம்பவம் நடந்தது.

புளியமரத்திலிருந்து மாட்டைக் கழற்றி ரோட்டுக்கு ஏற்றியபோது எதிர்புறமாய் வந்த ஒரு மோட்டார் சைக்கிள்காரன் வேகமாய் வந்து மாட்டின் புட்டத்தில் மோதி, குப்புற விழுந்தான். அடிபட்ட மாடு துள்ளிப்பாய்ந்து ஓடமுயன்றது. ஒக்கேபாஸ் கயிறை கையில் வடம்போல இறுகச் சுற்றியிருந்ததால் விசும்பி முன்னே ஓடமுடியாமல் திரும்பித் தாவியதில் பாஸை கீழேதள்ளிவிட்டு ஓடியது. அப்போதும் பாஸ், மாட்டின் பிடிகயிற்றை விடவில்லை மேலும் இறுக்கமாக்கிக் கொண்டார். மாட்டின் பின்னங்கால்கள் அவரது முகத்தை உதைத்ததில் கன்னச் சதை கிழிந்தது. கூடவே அவர் கயிறை விடாதபடியால் தரதரவென தார்ரோட்டில் அவரை இழுத்துச் சென்றது

கடையில் இருந்தவர்கள் குய்யோமுறையோவெனக்கூவி ஓடிவந்து மாட்டின் ஓட்டத்தைத் தடுத்தனர். பாஸை தூக்கி நிறுத்தினர். ஒராள் மாட்டை பாஸிடமிருந்து வாங்கி மரத்தில் கட்டிப்போட்டான். இரண்டுபேர் மோட்டார் சைக்கிள்காரனைச் சூழ்ந்து கொண்டனர்.

மோட்டார் சைக்கிள்காரன் காலை நொண்டியபடியே வந்து மன்னிப்புக் கேட்டான் "ஸாரி தாத்தா. ஸாரி ஸாரி!"

"என்னடா சாரி... நோரி. பைக்குல வாரவனெல்லா பிளேன்ல பறக்குறமாதிரிதான ஓட்றீக!" யார் யாரோ திட்டினார்கள். அவன், பாஸை ஆஸ்பத்திரிக்குக் கூப்பிட்டான். 'காயம்

ஆறுகிறவரை அவரைக் கவனித்து நஷ்டஈடு தரவேண்டும்' என ஒராள் தீர்ப்புச் சொன்னான். 'பாஸ் ஆஸ்பத்திரிக்கு வரவில்லை' என்றார். கன்னம் கிழிந்ததில் முகமெல்லாம் ரத்தம் வழிந்து கொண்டிருந்தது. கை கால்களின் முட்டியில் சிராய்ப்புகள் தோலுரிந்து எரிச்சல் தந்தன சேகரின் சம்சாரம் தண்ணி கொண்டுவந்து வைத்து ஒரு டீ போட்டும் தந்தாள்.

மோட்டார் சைக்கிள்காரன், இருநூறு ரூபாயை பாஸின் சட்டைப்பையில் வைத்துவிட்டு இன்னுமொரு நாலு ஸாரிகள் சொல்லிவிட்டுப் போனான்.

"ஏம்பெருசு, கொஞ்சமாச்சும் கூறு வேணாமா, அத்தாம் பெரிய மாடு துள்ளுதே சட்டுனு கயத்த விடமாட்டாம பெரிய சினிமா ஈரோ மாதிரி இழுத்துப் பிடிச்சிட்டிருக்கியே! எதோ நல்லநேரம் தாண்டீருச்சு. நறுக்குன்னு ஒருமிதி மிதிச்சிருந்தா கொடல் குந்தாணியெல்லாம் இந்நேரம் வெளில வந்திருக்குமே" சேகரின் சம்சாரம் அடிப்பதுபோல கையை ஓங்கிவிட்டு கடைக்குள் ஏறிக்கொண்டாள்.

"விட்ருந்தா, பதினஞ்சாயிரமுஞ் சேத்து ஓடிரும் மகளே. கடக்காரனுக்கு யார் வதுல் சொல்வா?" என்ற சமயம் தகவலறிந்து முத்துராசு வந்துவிட்டான். "இதுக்குத்தான் நா டெம்போ வச்சுக்கலாம்னே" எனப் புலம்பியவன் உடனழைத்து வந்திருந்தவனிடம் மாட்டைக் கொடுத்து ஓட்டிக்கொண்டு போகச் சொன்னான்.

முத்துராசுவின் அழைப்பிற்கும் ஆஸ்பத்திரிக்கு வரவில்லை என்றார் பாஸ். "நா, என்னிக்கியா ஆசுப்பத்திரியெல்லாம் போனேன். விடு, சரியாப்போகும்" தலையில் கட்டியிருந்த உருமாலைக் கழட்டி உதறி அதிகமாய் வழிந்த ரத்தத்தைக் ஒற்றியெடுத்தார். இப்போது ரத்தம் வருவது நின்றிருந்தது. லேசாக உறையவும் ஆரம்பித்தது. அதேநேரம் வலியும் எரிச்சலும் குறையாததையும் உணர்ந்தார்.

"நீ போ முத்துராசு. சித்தநேரம் படுத்து எந்திரிச்சேன்னா சரியாப்போகும்" என்றார்.

"போட்டுவச்ச டீயக்கூடக் குடிக்க மாட்டேங்கிது ண்ணேய்" என பட்டறையில் இருந்தபடி சேகரின் சம்சாரம், முத்துராசுவிடம் புகார் சொன்னாள்.

"குடிச்சுக்கறேன். மகளே" என டீயை எடுத்து பக்கத்தில் வைத்துக்கொண்டார். முத்துராசுவும் நூறுரூபாய் தந்தான்,

வாங்கி இடுப்பில் சொருகிக்கொண்டு சிமிண்டுத் தரையில் சாய்ந்தார்.

அரைமணி நேரத்தில் அவரது ரத்தசொந்தம் ஒன்று 'நைனா' என்றபடி வந்து எழுப்பியது. கடையில் தண்ணீர் வாங்கி காயத்தைக் கழுவ எத்தனித்தார். பதனமாக நீரை முகத்தில் அறைந்து கழுவி, துண்டால் ஒற்றிக் கொண்டார். சிராய்ப்புகளில் ஒட்டியிருந்த மணலைத் தட்டிவிட்டார். காலைத் தூக்க கனமாய் இருந்தது. உஸ் என ஒரு பெருமூச்சு விட்டபடி மீதமிருந்த தண்ணீரைக் குடித்தார். கொஞ்சம் தெளிச்சி வந்தது.

தலையைச் சுற்றிப் பார்த்துக்கொண்டார். இன்னமும் சேகரின் சம்சாரம் பட்டறையிலேயேதான் நின்றிருந்தாள். அருகிலிருந்த டீ ஆறிப்போயிருந்தது. அப்படியே எடுத்து அண்ணாந்த வாக்கில் வாயில் ஊற்றிக்கொண்டார்.

"போலமா?" ரத்த பந்தம் கேட்டது. சேகர் சம்சாரத்துக்கு கும்பிடுபோட்டு விட்டு காலைக் கெந்திக் கெந்தி நடந்தார். "ஆஸ்பத்திரிக்கி கூட்டிப் போப்பா. வயசான காலத்தில வச்சுப்பாருங்க. பெத்த உசுர வீதில அலயவிட்றாதீக" பட்டறையில் இருந்தபடியே குரல் விடுத்தாள்.

கடைக்குள் நுழைந்ததும் நீளமான பெஞ்சியாகப் பார்த்து உட்கார்ந்து கொண்டார். சாய்மானம் போட்டால் நன்றாயிருக்கும் போலிருந்தது. "ரெண்டு கோட்ரு வாங்குடா" காசைக் குடுத்ததும் சாய்மானம் போட்டார்.

"தண்ணி ஊத்தவா?" கேட்டபடி பாக்கெட் தண்ணீரைப் பீய்ச்சினான்.

"போதும் போதும்" என்று டம்ளரை வாங்கி ஒரேமடக்கில் குடித்தார்.

இன்னும் எரிச்சல் இருந்தது. மீதத்தையும் ஊத்தும்படி சைகை செய்தார். பாட்டிலைக் கவிழ்த்தான். எரிச்சலும் வலியும் கொஞ்சம் குறைந்த மாதரி இருந்தது. இன்னொரு பாட்டிலை உடைத்து டம்ளரில் ஊற்றச் சொன்னார்.

"தண்ணி வேணாம் புண்ணு எடக்கட்டி, சலம் கோத்துக்கும்" என்றவர், தோளில்கிடந்த துண்டின் நுனியில் சரக்கை நனைக்கச் சொன்னார். அதனை அப்படியே காயத்தில் பிழிந்து விட்டான். தீயாய் காந்தியது.

“ஸ்ஸ் ஆஆ” டம்ளரில் இருந்ததை ஒருமடக்கு குடித்தார்.

கன்னச்சதை முடிந்து, கை சிராய்ப்பு, கால் சிராய்ப்பு வரை பிழிந்துவிட்டான். நெருப்புக் குண்டத்தில் தூக்கிப்போட்டதுபோல உடம்பு தகித்தது. மீதமிருப்பதை தண்ணி கலந்து தரச் சொல்லிக் குடித்தவர், மீதப்பணத்தை அவனிடம் கொடுத்தார்.

“நீ ஷாப்ட்டுட்டுப் போ, நா சித்த கழிச்சு வாறேன்” என்றார்.

உறக்கத்திலும் மயக்கத்திலும் கண்கள் சொருகியது.

முத்துராசு வீட்டுத்தொழுவத்தில் சக்கரைப்பட்டி மாடு நிற்பதுபோலவும், அதன் கழுத்துச் சதையை இன்னொரு தடவை தடவிக் கொடுக்கவேண்டும் போலவும் இருந்தது ஒக்கே பாஸுக்கு.

‘‘எல்லாம் இன்னும் ஒருநாள் பாடு” என்றபடி நீள பெஞ்சில் மல்லாக்கச் சாய்ந்தார் ஒக்கே பாஸ்!

- ஆனந்தவிகடன், 05.09.2021.

*

துறப்பும் பொறுப்பும்

ரொட்டிக்கடை கந்தசாமி கோயில்பூசாரி ஆவான் என நான் ஒருநாளும் நினைத்துப் பார்த்ததே இல்லை. அதுகூட பெரிய விசயமில்லை. கிராமக் கோயில் பூசாரி பேரவையின் நகர் துணைத்தலைவர் என்னும் அந்தப் பொறுப்பு, 'இவன், நம்ம கந்தசாமிதானா?' என புலன்விசாரணை செய்யும் நிலைக்குத் தள்ளியது. உடனிருந்த சீனித்தேவர் 'அவனேதான்' என சாதித்தார்.

ஊருக்குக் கிழக்கே நீண்டுகிடக்கும் வால்கரடு அடிவாரத்தில் அமைந்திருந்த பாண்டிகோயில் வளாகத்தில் அவனது பெயரும், போன் நம்பரும் பதவியுடன் சிவப்பு மையால் எழுதப்பட்டிருந்ததுதான் காரணம். கடை பாக்கி வசூலுக்காக அந்தப்பக்கம் போனபோது தற்செயலாய்க் கண்ணில்பட்டது.

"வந்தவேலைய முடிச்சிட்டு, அப்பறமா இந்த சாமியார்ப் பயல வேவு பாக்கலாம்" என்றார் சீனித்தேவர்.

கந்தசாமிக்குப் படிப்பு கம்மி. இடைநிற்றல் கேஸ். படிப்பை நிறுத்தியதும் அவன் அம்மா சொல்லித்தான் நடராசனோடு சேர்ந்து முதலில் ஊருக்கு மேற்கிலிருக்கும் மலைக்கு விறகு பொறுக்கப் போனான். எரிவாயு வீடுகளுக்கு புழக்கத்தில் வராத காலம். ஆரம்பத்தில் அடிவாரத்தில் காய்ந்த கொப்புகளை ஒடித்து தலைச்சுமையாய்ச் சுமந்துவருவான் கந்தசாமி. நடராசன் போன்ற தொழில்முறை விறகுவெட்டிகள் மலையிலிருந்து கொண்டுவரும் தங்களது தலைச்சுமையை கோயில்ச் சுவர்களிலோ தெருமுனையிலோ கொடிமரம்போல நிறுத்தி விலைபேசுவார்கள். பேரமும் நடக்கும்.

அவர்களது விறகுக்கட்டு படகுபோல தினுசாய், அம்சமாய் இருக்கும். இரண்டு வெகுநீளமான குச்சிகளை 'V' போல

இணைத்து தலைப்பகுதியில் சுள்ளிகளை வெட்டி அடுக்கி பூலாங்கொடி கொண்டு இறுக்கிக் கட்டி இருப்பார்கள். கந்தசாமிக்கு அந்தக்கட்டு கட்ட வரவில்லை. கிடைத்த சுள்ளிகளை ஒட்டுமொத்தமாய்ச் சேர்த்து கொச்சக்கயறு கொண்டு உருட்டுக்கட்டாய்க் கட்டி சுமந்து வந்தான்.

விலை சொல்லவும் தெரியாததால் பேரமும் கிடையாது அதனாலேயே வீடு வந்து சேர்வதற்குள்ளாக விறகு விலை போய்விடும். சொந்த வீட்டுக்கு என்று எரிக்க, அவனால் ஒரு சுள்ளியைக்கூட கொண்டுவர முடியவில்லை. காய்ந்த சோளத் தட்டை, கம்மந்தாள், பருத்திமார் என்று கைக்குச் சிக்குவதைக் கொண்டு அவனது அம்மா அடுப்பெரித்து கஞ்சி காய்ச்சுவார்.

வெகுசீக்கிரத்தில் கந்தசாமி, அய்யம்பாளையத்து நாயக்கர் கிளப்புக் கடைக்கு ஆஸ்தான விறகுக்காரன் ஆனான். விறகு கொண்டுவந்து போட்டதும், தொக்குச் சிய்யமும் காப்பியும் குடித்துவிட்டு, கடைக்குப் பின்னால் கடலைப்பொட்டு குழிக்குள் படுத்துக் கிடப்பான். கிறக்கம் தீர்ந்ததும், கப்புச் சோறும், தட்டாம்பயறுக் குழம்பும் பிசைந்து அடித்துவிட்டு, முடிந்தால் அம்மாவுக்கும் ஒரு பொட்டலம் கட்டிக்கொண்டு வீட்டுக்குப் போவான். கடையில் வேலையாள் வராத நாட்களில் சப்ளையும் பார்க்கப் பழகினான். காராச் சேவுக்கும் கிளப்புக்கடைச் சோத்துக்கும் விறகொடிக்க ஆரம்பித்த பிறகு கட்டுவிறகு, நாயக்கருக்குப் போதுமானதாக இல்லை. அதனால் அடிவாரத்திலிருந்து இன்னும் கொஞ்சதூரம் மலைமேல் ஏறவேண்டி வந்தது. மேலேபோனால் விறகுக்கடைகளுக்கு சப்ளை செய்யும் பலபேர் மரங்களைச் சாய்த்துக்கொண்டிருந்தனர். அவர்களோடு கந்தசாமி சேராவிட்டாலும்கூட, பாரஸ்ட் ரேஞ் சர் கார்டு வாச்சர் தொந்தரவு அவனுக்கும் இருந்தது. அடிக்கடி தண்டம் கட்டவேண்டி வந்தது. காசும் கொடுத்து ஆபீசர் முன்னால் கைகட்டி நிற்பது கந்தசாமிக்குப் பிடிக்கவில்லை.

மலையின் மேற்பகுதியில் அமைந்திருந்த தம்புரான் கானலை குண்டுமுருகன் ஒருநாள் எதேச்சையாய்க் காண்பித்து விட்டான். எலுமிச்சை, ஆரஞ்சு, பன்னீர்க் கொய்யா, காப்பிக்கொட்டை என, பயிர்த்தோட்டங்கள் நிறைய இருந்தன. அங்கேயும் நடவு, களையெடுப்பு, காய்பிரிப்பு, சுமைதூக்க என வேலைசெய்து கொஞ்சநாள் ஓட்டினான். அந்த நாளில்தான் மலையின் நீள அகலங்களும் அதன் குறுக்குவெட்டும் அவனுக்குத் தெரிய வந்தது. எந்த இடத்தில் எந்த மரம் இருக்கும், எந்தப் பட்டத்தில்

எது பூ பூக்கும், காய்பிடிக்கும்... எல்லாம் சோசியக்காரனைப் போல யோசிக்காமல் மளமளவென ஒப்பிப்பான்.

என்ன நடந்ததெனத் தெரியவில்லை.

இத்தனைக்கும் காப்பிக்கடையில் இட்டிலியும் தோசையுமாகத்தான் தின்று வயிற்றைப் பெருக்க வைத்திருந்தான். கார்டு, வாட்ச்சரிடம் சிக்கி, தண்டம் கட்டிய பயமா, அல்லது மலையேறிச் சலித்துப் போனதா, சரியாய்ப் புரியவில்லை. திடீரென ஒருநாள் பன்ரொட்டித் தட்டை தோளில் ஏந்தி வீதிவழியே விற்றுவந்த போதில்தான் கந்தசாமியின் அடுத்த அவதாரம் தெரியவந்தது.

"எப்படிக் கந்தா?"

காப்பிக்கடைக்கு பன்ரொட்டி போடவந்த ராசுத்தேவரோடு அவரது ரொட்டிக் கம்பெனிக்குப் போய் வந்தானாம். ரெண்டே மாசத்தில் மாஸ்டர் நின்றுபோக, கந்தசாமியைச் சேர்த்துக் கொண்டாராம். மாவு இழுத்துப் பிசைய அழைத்துப் போன தேவர், படிப்படியாய் அடுப்படியில். கந்தசாமியை கைக்கு வைத்துக்கொண்டார். அடுத்த நாலைந்து மாசத்தில் கந்தசாமிதான் எல்லாமே என்பதுபோல பேசலானான்.

"வெறும் மைதாவும் சீனியுந்தே ந்தும்புட்டூண்டு ஈஸ்ட்டு. சேத்துப் பெனஞ்சு, கணப்பு அடுப்புல வச்சு எறக்கீட்டா! மொசக்குட்டி கணக்கா புசு புசுன்னு தட்டுல நிக்கிம். எடுத்துக்க, வித்துக்க, காச அள்ளிக்க!"

கந்தசாமியின் அந்த டாம்பீக வார்த்தைக்கும் மதிப்பளித்து மேற்கே மாந்தோப்பு காண்ட்ராக்ட் எடுத்து வியாபாரம் பார்த்து வந்த கோயிந்தப் பிள்ளைக்கு ஒரு நப்பாசை பிறந்தது தோப்பு வேலை மிஞ்சிப்போனால் வருசத்துக்கு மூணுமாசம்! மீதி நாட்கள் வெற்றுப் பஞ்சாயத்தும், வீதியளந்த நாட்களுமாக வெறுமனே கழிகிறது என கணக்குப் போட்டுக் கொண்டிருந்தவர் கண்ணில் கந்தசாமி பட்டான். கட்டியணைத்து உச்சி முகர்ந்தார். தோப்புக்கு அழைத்துப்போய் ரகசிய விவாதம் நிகழ்த்தினார்.

"சரக்கு தயார் பண்ணீரலாம் கந்தா, அத அழிக்கறது? அது முக்கியமில்லியா?" தோப்புக்காரருக்கு ஈல்டு முக்கியமாய்ப்பட்டது. அதற்கும் கந்தசாமியிடம் திட்டம் இருந்தது.

"நாம செய்யப்போறது வெறும் பன்னும் வரிக்கியும் மட்டுமில்லண்ணே, சுருள்கேக், கிரீம் கேக், குச்சி ரொட்டி,

குருவி பிஸ்கோத்துனு எக்கச்சக்கமா போடலாம். நல்ல நல்ல டிசைன் கைவசம் இருக்கு. சரக்கு அடுக்கவே ட்ரைசைக்கிள் ரெண்டு வேணும். சைக்கிள் மட்டும் வாங்கினாப் போதும். அத அட்வான்ஸ் போட்டு ஓட்டிப்போக பசங்க நான் நீன்னு கீ வரிசைல வந்து நிப்பானுக. அதுக்கு சரக்குப் போட்டுக்குடுத்தாலே ஒருமூட்ட மாவு காணாது. அப்றம், பெட்டிக்கடை டீக்கடைன்னு சப்ளை பண்ண ஆரம்பிச்சா, அதுக்குன்னு தனியா ஆள்ப்போடணும்''. கந்தசாமியின் கண்களில் மாவட்டத்தையே கட்டி ஆளப்போகும் ஒளியினைக் கண்டார்.

கோயிந்தப்பிள்ளை கந்தசாமியைக் காட்டிலும் தெளிவு என்பது அவனுக்கு அப்போது தெரியவில்லை.

அவர்களது யோகம் துவரைக்களம் அருகில் ஒரு ரொட்டிக்கடை காலியாகக் கிடந்தது. முக்கியமாய் அடுப்பு நல்ல நிலையில் இருந்தது. அதேபோல தட்டுக்களும் குறை சொல்லமுடியாதபடிக்கு நிறையவே இருந்தன. 'இதவச்சு ஜமாய்க்கலாம்ணே' என உற்சாகத் துள்ளல் போட்டான் கந்தசாமி.

கடைக்கு அட்வான்ஸ் கூடப் போடவில்லை ஓட்டத்தில் தருவதாகச் சொல்லி சாவி வாங்கினார்.

முதலில் தன் சொந்தக்காசில்தான் விறகுவாங்கி அடுப்பு மூட்டினான் கந்தசாமி. ஒருமூட்டை மாவு வாங்கச் சொன்னான். கோயிந்தப்பிள்ளையோ, "பத்துகிலோ போதும், சாம்பிள் பாத்து வாங்கிக்கலாம்'' என்றார். அதையும் இரண்டு ஐந்துகிலோ பைகளாக்கி, தேவைக்கு மட்டும் சீனி வாங்கிக் கொடுத்தார்.

ஒரு சுபமுகூர்த்தநாளில் சிலபல கடைக்காரர்களுக்கு அழைப்பு விடுத்து அடுப்பிலிருந்து ரொட்டியை இறக்கினர். வந்தவர்களுக்கு கிரீம்கேக் கலர் கலராய் வரைந்து கொடுத்தான். கந்தசாமியே, சைக்கிளில் அட்டைப்பெட்டி கட்டி கடைகளுக்கு சப்ளை செய்தான். காலையில் வந்து சரக்கு போடுவதும், மதியத்துக்குமேல் கடைகளுக்கு சப்ளை செய்வதுமாக பிசுங்காத வேலை பார்த்தான். கடேசிவரை பிள்ளைவாள் ட்ரை சைக்கிள் வாங்கவே இல்லை.

அவ்வளவுதான் நல்லதொரு வேலையில் அமர்ந்துவிட்டான் என அவனை மறந்திருந்த சமயம், எல்லோர் கண்ணிலும் மறுபடி தட்டுப்பட ஆரம்பித்தான். காப்பிக்கடைக்குப் போனால் அங்கே இருப்பான், விறகுக்கடைக்குப் போனால் கல்லாவுக்குப்

பக்கத்தில் உட்கார்ந்து கடைமுதலாளிக்கு மரங்களின் சாதிகள் சம்பந்தமாகப் பேசிக்கொண்டிருப்பான். மசூதிப்பக்கம் வந்தால் பிள்ளைகளுக்கு மந்திரிக்கும் மோதினாரோடு நின்று ஒரு டீயை வாங்கி பக்கத்தில் வைத்துக் கொண்டு. வாய் ஓயாமல் அளந்து கொண்டிருப்பான்.

கோயிந்தப்பிள்ளைக்கும் கந்தசாமிக்கும் 'கம்பெனி' ஒத்துப் போகவில்லையாம். போட்ட சரக்கு அழியவில்லை என அவர் கூப்பாடு போட்டு, கந்தசாமிக்குச் சம்பளம் தராமல் இழுத்தடித்தாராம். அதோடு தன்பொறுப்பில் கம்பெனிக்காக பலசரக்கு கடையில் பற்று வாங்கித் தந்திருந்தானாம். அந்த பாக்கியையும் அவர் தரவில்லையாம். கேட்டால் பூராவும் நஷ்டம். ஆகிவிட்டதென அலறுகிறாராம்.

இத்தனை விவரமும் அவன் பூசாரி ஆன பிறகே அவன் வாயால் சொல்லித் தெரியவந்தவை.

சரி, சம்பந்தமே இல்லாமல் எப்படி பூசாரி தொழிலுக்குப் போனான் ?

"வேற என்ன செய்ய ? கோயிந்தண்ணால எக்கச்சக்கமா கடன்பட்டாச்சு. அவர் கம்பெனி நடத்த நா கடங்காரனானேன். மலையில ஏற்கனவே போய்வந்த பழக்கத்துக்கு சன்னாசியா சுத்துனேன். அகமலை சாமியார் மடத்துல மாசக்கணக்கா (ஒளிந்து) இருந்தேன். கோயில் பழக்கமாயிருச்சு. மலங்காட்டு காணிக்காரங்க, காணிக்க குடுத்து விபூதி வாங்கிட்டுப் போனாங்க. அந்த நேரம் எங்க கொலசாமி கோயிலுக்கு பூசைபோட ஆள் தேவப்பட்டுச்சு. பங்காளிக மூலமா அங்க போய் கோயில் வேல பாத்தேன்.

அது வத்தலக்குண்டுக்கு பக்கத்து கரட்டுல இருக்க ஏரியா. வருசம் ஒருக்கா சாமி கும்புடப் போவம். ஒரு கூமாச்சியா மொளச்சு வந்த சுயம்பு தெய்வம் சின்ன அளவில தகரக் கொட்டாய் மட்டும் போட்டு கும்புட்டு வந்தது. மூணாம் வருசம் கோயிலக் கட்டிப்பிட்டாய்ங்கெ. புதுக்கோயில், கும்பாபிசேகம் முடிச்சுட்டு வந்துர முடியாதில்ல. நாப்பத்தெட்டு நாள் பூச பண்ணனும். மொட்டக் கரட்டுக்கு எவெ வருவான்? மலங்காட்டையே ஆண்ட ஆளு நாம, நா இருந்து பாத்து முடிச்சுக்கறேன்னு சவால் விட்டுத்தான் அங்கயும் இருந்தேன்.

(சுயம்பா முளைச்சு வரது எப்படிடா குலதெய்வத்தில சேரும்? பெட்டி உண்டா? பிடிமண் உண்டா? என்கிற

கேள்வியெல்லாம் இருந்தால் தயவுசெய்து உள்ளூக்குள் வைத்துக் கொள்ளவேண்டும்)

அங்கன பச்சத்தண்ணி கெடைக்காது. அப்பப்ப யாராச்சும் ஒரு குடும்பம் வந்து போகும். ஆனா அந்த நேரம் எம்மேல எரக்கப்பட்டு ஆத்தா எனக்குத் தொணைக்கு ஒரு மகான(?) அனுப்பிச்சு வச்சா!

மகானைப் பற்றிப் பேசுகிறபோது மெய்மறந்து நிற்பான். "சித்தர்னு சொன்னாரு." சதுரகிரி மலையிலிருந்து வந்தாராம். எங்கூடவே தங்குனாரு. அப்பத்தான். அவர்ட்ட வைத்தியம் பூராவும் கத்துக்கிட்டேன்(?). காளி பூச, செய்வின வைக்கிறது, எடுக்கறது வெலாவரியா சொல்லித் தந்தாரு. போகும்போது செம்புக்காப்பு, – ஒருமண்டலம் பூசகட்டி, உருவேத்தி எடுத்த காப்பு– ஒண்ணக் குடுத்து "ஒன்னய எவனும் தீண்டமுடியாதுடான்னு" ஆசீர்வாதம் குடுத்துட்டுப் போனார்."

சொல்லும்போதே தன் உடம்பு சிலிர்ப்பதை நம்மிடம் காட்டுவான்.

"கெடு முடிஞ்சதும் அங்க இருக்க முடியல. ஊருக்கு வந்து வீட்டில் காளிக்கு சொந்தமா பூடம் கட்டி பூச போட ஆரம்பிச்சேன்."

வீட்டில், மரத்தால் பீடமெழுப்பி ஆளுயரத்தில் காளிதேவியின் படமொன்றைக் கண்ணாடிச் சட்டம் போட்டு நிறுத்தியிருந்தான். இமைகளே இல்லாததுபோல கண்களை உருட்டிக்கொண்டு கழுத்தில் மண்டையோடு கோர்த்த மாலையும், காலில் மிதிபட்டு அலறும் அரக்கனும், கூடுதலாய் வாயிலும் கையிலும் ரத்தம் வழியும் கோரத்தோற்றமும் கொண்ட சித்திரம்.

"எப்பிடி, கந்தா? வீட்ல பிள்ளகுட்டிக பயமில்லா இருக்குதுகளா?"

மௌடீகமாய்ச் சிரித்தான். "இருக்கக்கூடாதுல்ல! குறிப்பா பெண்வாடை ஆகாது. அதனால பொண்டாட்டி பிள்ளியல ஊருக்கு அனுப்பிச்சுட்டேன்(?)"

இப்போதுவரையும் தனி ஆளாகத்தான் வாழ்கிறான். "அவெங்கூட மனுசி குடும்பம் நடத்துவாளா? வேலம்பட்டைய உரிச்சுவந்து வாரம் ஒருக்கா ஊறல் போட்டுக்கூடப் பொழச்சுக்குவேண்ணே. அவெ ஒராள்னு" வேப்பங்காய் கடித்ததுபோல் ஓங்கரித்துப் பேசினாள், கந்தசாமியின் மனைவி.

கையில் காப்பு, நெத்தியில் குங்குமம். எதாச்சும் வேலைக்குப் போகும்போது (மாந்திரீகவேலை) சந்தனக் கீற்றுக்கு மத்தியில் கொஞ்சூண்டு கருப்பு மைப்பொட்டு. இழுகிக் கொள்வானாம். சுடுகாட்டுல மந்திரிச்சு எடுத்த மை. என ரகசியமாய்ச் சொல்வான்.

ஊரில் பார்க்கும்போதெல்லாம் காவி வேஷ்டியுடனும், பெருந் திலகமிட்ட குங்குமப் பொட்டுடனும், சந்தனக் கீற்றும் மின்ன, கையில் காப்பும் சமயத்தில் குமில் வைத்த பிரம்புடனும் ஐந்தடி உயரத்தில் அதற்கேற்ற பருமனும் சதைப்பற்று மிக்க புஜங்களும், மடித்துக் கட்டிய வேஷ்டிக்குக் கீழ் தெரியும் தொடைகளுமாய் கர்மசிரத்தையாய் நடந்து வருவான்.

அப்படியானவனை இந்தச் சூழலில் சந்திப்போம் என எண்ணவில்லை,

கடை வசூலின்போது அவனைப்பற்றியும் ஒருவார்த்தை விசாரிக்க நேர்ந்தது. விரிவாக்கம் ஆன பகுதி என்பதால் கோயிலின் ஸ்தல புராணத்தையே அறிய முடிந்தது. பாண்டி கோயிலின் பூசை உரிமை சம்பந்தமாக குறிப்பிட்ட இருதரப்பினரிடையே பெரிய அடிதடி நடந்து பிரச்சனை போலீஸ்டேசனில் நிலுவையில் இருக்கிறதாம். பேச்சு வார்த்தை இழுபறியாய் இருப்பதால் தற்காலிகமாக கந்தசாமி வந்து போய்க்கொண்டிருக்கிறானாம்.

திரும்புகாலில் கந்தசாமியே பார்த்துவிட்டான். குசல விசாரிப்புகளெல்லாம் முடிந்த பிறகு இங்கு வந்த காரணம் சொன்னான். ஏதோ ஒருநாள் கனவில் பாண்டி (நடப்பு கோயிலின் தெய்வம்) சின்னப்பிள்ளை போல வந்து தான் ஒண்டியாய் இருப்பதாகவும் பூசை செய்யவும் சரியான ஆள் இல்லை என அழைத்ததாம்

“வந்து பாத்தா அதேபோலத்தே இருக்கு. கோயில்ல ஒரு நாதி இல்ல. இப்பத்தேன் கட்டுன கோயிலு, ஒரே நூலாம்படையும் கரையானுமா அடிப்புடிச்சுக் கெடந்திச்சு.”

‘‘அதெப்பிடிய்யா? பாண்டி கோயில்னா வெள்ளி வெள்ளிக்கிழமைக்கி ஒன்றிரண்டு பேராச்சும் சனங்க வந்து போவாகளே! பூசாரி இல்லாமயா கோயில் இருக்கும்? ” என உடன் வந்த சீனித்தேவர் கேட்டார்.

‘இருக்கலாம்ணே, நா வாரப்ப இல்லயே, வார சனங்க தாங்களா சூடம் கொளுத்தி கும்புட்டுப் போவாங்க. மணியாட்ட

பூசாரி வேணுமில்ல. நா வந்து பூராத்தியும் அடிச்சுப் பேத்து துப்பரவு பண்ணி ஒக்காந்திருக்கேன்.” கோயில் சுவர்களில் நாலைந்து இடங்களில் கந்தசாமியின் பெயரும், போன் நம்பரும் எழுதப்பட்டிருந்தன.

“பாண்டி கோயில்னா பேயோட்டம்லாம் இருக்குமே! அதும் ஊருக்கு அவுட்டரு. உடுக்கையடிப்பீகளா?” சீனித்தேவர் கேட்டார்.

“இப்ப எங்க பேய் இருக்கு?“

“செய்வினை, வைப்பு எடுப்பு இதுமட்டும் உண்டு. அப்பிடித்தானே!”

“இங்க வந்தபெறகு அந்த வேலைக்கெல்லாம் போறதில்ல விட்டாச்சு. போதும் முடியல! ஆராச்சும் விரும்பி வந்து குறிகேட்டா முத்துப்போட்டு பதில் சொல்லுவேன். வெசகடி, நாள்பட்ட வியாதிக்கு கைமருந்து அரச்சுக் குடுப்பேன். சின்னப் பிள்ளைகளுக்கு மந்தரிக்க, தாயத்து கட்டிவிட, என்னத்தியோ ஓடுது.”

“வருமானம் எப்படி ?

“இன்னம் பிரபலியம் ஆகலீல. வீட்லருந்து வந்தா டெய்லி பத்து அம்பது செலவுதே ஆகுது. எண்ணை வாங்கணும், திரி வாங்கணும், போகவர, டீச் செலவு. வெள்ளி செவ்வாய்க்கி எதோ ஓரளவு வரும்படி வரும்.

கிளம்புகிறபோது “டீ சாப்பிடலாமா?” எனக் கேட்டான்.

“டீக்கடையே பக்கத்தில் இல்லியே!

“பரவால்ல கந்தசாமி, எதோ பெரிய பொறுப்புல எல்லாம் இருக்கபோல, நல்ல செல்வாக்குதே”

பாதி கேலியும், கேள்வியுமாய் கேட்டேன்.

“எது துணைத்தலைவரா? அட போப்பா, இங்க (பேரவையில்) செவப்புத் தோல்க்காரனுக்குத்தே மரியாத. நம்மளப் போல கருப்புத் தொலிக்காரன ஆள்ச்சேக்க, அடியாளாத்தான் வச்சிருக்காங்கெ!” என்ற கந்தசாமி, “ஓங் கட்சியில எதாச்சும் மாவட்டப் பொறுப்பு இருந்தா வாங்கிக் குடேன்” என்றான்.

சீனித்தேவர் குபுக்கெனச் சிரித்துவிட்டார். “அவக சங்கத்துல எல்லாம் வேல செஞ்சாத்தெ பொறுப்பு தருவாங்க.”

“பொறுப்பு குடுப்பா... வேல செய்வம்” அப்பாவியாய்க் கேட்டான்.

"நீ எதுக்கு அடுத்த சங்கத்துல பொறுப்பு கேக்கணும். கந்தசாமி ? பேசாம நீயே ஒரு சங்கத்த ஆரம்பி, தலைவரா ஆகிடலாம்ல" சீனித்தேவரது வார்த்தையை ரெம்பவும் பொறுப்பாய் வாங்கினான்.

"அட, ஆமால்ல, காளி கோயில் பூசாரிகள் பேரவைன்னு ஆரம்பிச்சிரலாமா."

"சூப்பரப்பு" சீனித்தேவர் கைதட்டி வரவேற்றார்.

"அப்ப, கௌம்பறோம் கந்தசாமி. காளிகோயில் பூசாரிகள் பேரவை மாவட்டத் தலைவருக்கு வாழ்த்துகள்" அவனது கைபிடித்து குலுக்கினேன்.

"சரி, வந்திட்ட, பாண்டியப்பெ பிரசாதம் வாங்கிட்டுப் போ" முகம் பூரிக்கச் சொன்னான்.

பதில் பேசும் முன் மளமளவென எழுந்தான். சட்டையைக் கழட்டி ஆணியில் மாட்டிவிட்டு சன்னதிக்குள் நுழைந்து விளக்குப்போட்டு சூடத்தட்டேந்தி மணியாட்டினான்.

தட்டில் ஐம்பது ரூபாய்த்தாள் ஒன்றைப் போட்டதும் இருவருக்கும் விபூதியும் ஒரு எலுமிச்சம்பழமும் பிரசாதமாய்த் தந்தான்.

கூடவே, அடிக்கடி வந்துபோகவும் சொன்னான்.

- செம்மலர், அக்டோபர்-2020.

*

இனி எப்பம்மா தீபாவளி?

“ஒரு ஊர்ல, ஒரு ராசா இருந்தாராம். அவரு அன்னிக்கி நல்லா எண்ணெதேச்சி, தல முழிகி வேட்டைக்கிப் பொறப்பட்டாராம். அப்ப...”

அம்மா நீள முழக்கி கதை சொல்லிக்கொண்டுக்கும்போதே ‘டம் டம் டடம்டபிர்ர்’ என்றபடி வெடித்த வெடி ஒன்று, சரேலென மேலே கிளம்பி சன்னலில் தெரிய, கதை கேட்டுக் கொண்டு படுத்திருந்த வெங்கடேசனுக்கு வெடிமேல் கவனம் திரும்பிவிட்டது. பரக்குபரக்கு என விழித்துக்கொண்டான். “யே யப்பா... எம்புட்டுச் சத்தம்! ஒருவேள அணுகுண்டா இருக்குமோ? காலைலகூட அய்யா அணுகுண்டு வாங்கித் தந்துச்சே இம்புட்டுச் சத்தம் வரல. ஒருக்கா இது பெரியவங்க அணுகுண்டா இருக்கும்.”

நேற்றிலிருந்து ஒவ்வொரு சம்பவமும் அவனது நினைவுக்கு வரலாயின. அதுவே வேலையாகவும் போனது. நேத்து, இந்நேரமே அய்யாகூட தேனிக்குப் போயி புதுச்சட்டையேல்லா தச்சு வாங்கிட்டு வெடிக்கடைக்கு வந்தப்ப, யப்பய்ப்பா அங்கதே எம்புட்டுக் கூட்டம்? ஆனா இந்த புழுவிணிப்பய குமாரு சொல்லிக்குவான், அவங்கய்யா வேல பாக்கற வெடிக்கடையிலதா ரொம்பக் கூட்டமா. அவெ அங்க வந்து பார்த்தாவுல்ல தெரியும். அதுக்குள்ளற அய்யாவும் முண்டி மொளஞ்சி வெடி வாங்கிட்டு வந்தப்ப சட்டவேட்டியெல்லா அசிங்கமா போயிடுச்சி.

அப்படியே வீட்டுக்கு வந்ததும் ஒரு வெடி விடனுன்னு கேட்டப்ப, இம்புட்டூண்டு பொட்டுக்கேப்புகூட தரமாட்டேனுருச்சு இந்த அம்மா. இப்ப அது சொல்ற கதயமட்டுங் கேக்கணுமாக்கும் என்று நொடித்துக்குக்கொண்டவனுக்கு கொஞ்சநேர சலனத்தின் பிறகு பலமாகச் சிரிப்பு வந்தது.

“காலைல அந்தத் தொர்ரிப்பய ராதா, ஆனவெடி விட்டாம் பாரு..!”

‘க்ஹஹஹ’ பல்லைக் கிட்டிக்கொண்டாலும் அவனையறியாமலே சிரிப்புப் பீரிட்டது. அம்மாவும்கூட தனது கதையைக் கேட்டுத்தான் சிரிக்கிறான் என எண்ணி ஒரு புன்னகையோடு ஆர்வம்படக் கதை சொல்லலானாள்.

“கடசியா வந்த குட்டிமானு நின்னு ஒரு நுமுசம் யோசுசிச்சாம். ராசாவும் இதக் கொல்லக் கூடாது, அரமனைல போயி வளக்கணும்னு நெனச்சு, அத நைசா புடிக்க ஒளிஞ்சு ஒளிஞ்சு போனாராம். அந்த மானு என்ன பண்ணுச்சாம்...”

“அவெ, அந்த தொர்ரி சேப்பு நெறைய வெடிய எடுத்து வந்து விட்டானா ப்பப்ப்ப் (மீண்டும் சிரிப்பு) ஒண்ணுகூட வெடிக்கல. பூராம் புஸ்சு. அடியே புஸ்சு அடியே புஸ்சுன்னதும் அவனுக்கு எம்புட்டுக் கோவம். அழுவிணிப்பய... ஒன்னு அழுதுட்டான்.”

அப்புறம் அந்த அய்யாவும் இப்பிடி செய்யக்குடாது. ஆமா! யாரு என்னா செஞ்சாலும் என்னயத்தாச் சொல்றது. அப்பவும் அதே மாதிரிதா.

அவெ ஏண்டா அழுவுறான்னு என்கிட்ட வந்துதேங் கேக்குறாப்ல, என்னமோ நாந்தே அவன அடிச்ச மாதிரி. அதுமில்லாம எனக்கு வச்சிருந்த சீனி வெடில மூனத்தூக்கித் தாராப்ல. அன்னிக்கி பள்ளியோடத்துல, “சிலேட்டுக்குச்சி காணமாப் போச்சிடா, கொஞ்சூண்டு ஒடிச்சுத்தாடா”ன்னு கேட்டப்ப அவெந் தந்தானாக்கும். இந்த அய்யாக்கு ஒண்ணுமே தெரியறதில்ல.

அப்பத்தாதேன் அய்யாவ நல்லா வையும், ‘லூசுப்பய லூசுப்பய’ன்னு. நல்லா வேணு அதுக்கு. ‘லூசுன்னா என்ன அப்பத்தா’ன்னு கேட்டதுக்கு தொரட்டிப் புடிச்சபய ஒன்னொன்னுக்கும் என்னாது நொன்னாதுன்னு கேப்பான் போடா...ன்னுருச்சு. அது ஒரு லூசு. அதுகூட இன்னிக்கி சிரிச்சுக்கிட்டேல்ல இருந்துச்சு.

பின்ன இருக்காதா... காலைலயே அம்மா இருட்டுல, வேலைக்குப் போறப்ப எந்திரிக்கிற மாதிரி அல்லாரையும் எழுப்பி குளிக்கச்சொல்லி... எப்பா எப்பா எம்புட்டு கூதடிக்குது. அதுலபோயி ஆராச்சும் குளிப்பாகளா? ஆனா அய்யாதே மல்லுக்கட்டி எண்ண தேச்சு, குளிக்க வச்சுடுச்சு. இல்லாட்டி

புதுச் சட்ட, வெடி எல்லா இல்லியாம். அதே இந்த அய்யா மோசம்னா இந்த முருகேஸ்வரி அக்காவுக்கு அய்யாதே உசுராம். கருவாச்சி. அதுக்கு மட்டும் காதுக்கு சிமிக்கி ஒண்ணாரூவாக்கி வாங்கி மாட்டிக்கிருச்சி. பொட்டக் கழுத!”

‘பொட்டக் கழுத’ என்று வெங்கடேசன் சொன்னது கடுமையாக வெளியில் விழ, அது பக்கத்தில் படுத்திருந்த முகேஸ்வரிக்குக் கேட்டுவிட்டது. சுரீரென அவனை கிள்ளியபடிச் சொன்னாள்...

“பாருமா... சும்மாருக்கும் போதே பொட்டக் கழுதங்கிறான், இந்த கொத்தலக் கொரங்கு!”

“ஏண்டா, அவள சும்மாருக்கும் போதே வையிற, ரப்பு ஏறிப்போச்சு?” என்று கதையை நிறுத்திவிட்டுச் சொன்னதும் வெங்கடேசன் கண்ணை இறுக்கமாக மூடி, தூங்குபவனைப் போல பாசாங்கு செய்தான்.

“கள்ளக் கொறப்பய, ஒடனே கொறச்சாலம் போட்டுடுவான். சரிசரி கேளு... எனக்கும் ஒறக்கம் வருது” என்றபடி விட்ட கதையினைத் தொடர்ந்தாள்.

“...அன்னைக்கிப் பொழுது சாயிற மட்டும் வேட்டையாடுன ராசா, காட்டுல அவருக்குன்னு போட்டிருந்த கூடாரத்துக்கு வந்தாரு...”

“ஆமா, அம்மா எப்பவும் இதுபோல கத சொல்லுமாக்கும்? எப்பவாச்சும் கேட்டம்னா கத... பெரிய்ய்ய கத. அலுத்து சலுத்து வந்தோம் ஒறங்குனோம்னு இல்லேங்கும்.”

அவனுக்கு கதை கேட்கும் சுவாரஸ்யம் கொஞ்சமும் இல்லை. மனசு முழுவதும் இன்றைக்கு நடந்த நிகழ்ச்சியையே சுற்றி வந்தது.

காலையில் கூதலோடும் கூதலாக, சுடச்சுட தண்ணீர் வைத்து தலைக்கு ஊற்றியதும் கையோடு வெடி விடவேணுமென இவன் கேட்டபோது, இந்தக் கருவாச்சி பெரிய மனுசி கணக்க புதுச்சட்ட போட்டு, சாமி கும்புட்டுத்தண்டா வேட்டு விடணும் என்றதும் அய்யாவும் அதை ஆமோதித்ததும் ஞாபகத்திற்கு வந்தது. அந்தக் கழுத நல்லா பெரிய மனுசி கணக்கா செல்லங் கொஞ்சிக்கறது. அப்புறம் நம்மளத்தே ரொம்ப செல்லங் கொஞ்சுறான்னு சொல்றது. காலைல பணியாரஞ் சுடும்போதும் அப்பிடித்தே. அம்மா பக்கத்திலெயே

ஒக்காந்துக்கிட்டு பெருச்சாளி கணக்கா ஒன்னொண்னா எடுத்து தின்னுக்கிட்டு, நா ரெண்டு பணியாரத்த சேப்ல வச்சிக்கிட்டு வெளிய போயி தொர்ரி, சீனிவாசே, ப்ரபு இவககிட்ட வக்கனங் காட்டி தின்னத அப்பவே சொல்லிருச்சு. ஒடனே அம்மாவும் சேந்துக்கிட்டு வையிது.

"ஏண்டா இப்பிடி காங்காதத கண்டமாதிரி ஊரேல்லாம் போயி 'எங்க வீட்ல பணியாரம், எங்க வீட்ல பணியாரம்'னு கொட்டு கொட்டுறே."

என்னமோ நெதமு சுடுற மாதிரி சொல்லிக்கும். ஏஞ் சொன்னா என்னவாம்? அந்த சீனிப்பய என்னையவிட ஒரு வோப்பு கம்மியா படிக்கிறானே, அவெ தெனமு அவகய்யா அந்த ஆப்பக்காரா அம்மாகிட்ட ரெண்டு பணியாராம் வாங்கித் தந்ததும், எம் முன்னாடியே கடிச்சு கடிச்சு தின்னு வக்கனங் காட்டுறானே. ஒருநாளாச்சும் இம்புட்டு தர்ரானா..? அதெல்லா இவகளுக்குத் தெரியாது. நாமட்டுந்தா தெரியும்.

இந்த அம்மாகிட்ட, எத்தினி நா அந்த அம்மாத்தாகிட்ட பணியாராம் வாங்கித்தான்னு கேட்டுருப்பேன். ஒரு நாளாச்சும் வாங்கித் தந்துச்சா? ஒரு நாளைக்குக் கேட்டா, புளிச்சுப்போன மாவுடாங்கும். இன்னொருக்கா மொளகா வாங்க காசில்ல நாளைக்கிக் கட்டாயமா வாங்கித் தர்றேங்கும். நாளக்கிக் கேட்டா தீபாவளிக்கு பத்து நாள்தான இருக்கு, சுடுவோங்கும். எப்பவாச்சும் அழுதா ரெண்டு அடிகுடுத்து வாங்கித்தரும்.

அன்னைக்கெல்லாமா அல்லார்கிட்டயுங் காமிச்சே? முருகேஸ்வரி அக்காவுக்குக்கூட இல்லேன்னுட்டேனே, இன்னிக்கு சேப்பு நெறையா எடுத்துக் காமிச்சதுக்கு வையிது. அது மட்டும் பொன்னுத்தாய் அத்தக்கிட்ட கொண்டு போயி, இன்னிக்கி எங்க வீட்ல பணியாரஞ் சுட்டுருக்கோம் மதினி, நல்லாருக்கான்னு பாருன்னு காமிக்கலாமாக்கும். அப்பிடிச் சொன்ன அம்மா, பின்ன எதுக்கு மத்தியானம் பொட்டுக்கேப்பு வெடிச்சிக் கிட்டிருக்கப்ப கூப்புட்டு, 'பொன்னுத்தாயத்த தந்துச்சு'ன்னு சொல்லி இட்டிலியும், காலைல சுட்ட பணியாரத்தையும் வச்சுச்சு 'ஸ்ஸ் ஆ' அப்ப கறிக்கொழும்புல்ல தந்துச்சு.

முக்கியமான ஒன்றை மறந்து விட்டவனாய், மனசுக்குள் அய்யாகூட போயி மந்தக்காட்லயில்ல கறி எடுத்து வந்தம்!

அய்யாவும் அம்மாவும் அவக தோட்டத்துலதான வேல பாக்குறாக. அங்க போயி அய்யா தண்ணிகட்டும். அம்மா

கொட்டத்தக் கூட்டிக் கழுவி வேலபாக்கும். ஒருக்கா அம்மாகூட கஞ்சிக்குச் சோளம் வாங்கப்போனப்ப அந்த மொதலாளியம்மா படப்புல இருந்த வைக்கோல எடுத்து கன்னுகுட்டிக்கு போடுடான்னுச்சு. செஞ்சதும் ரொம்ப சந்தோசமா, 'நல்லா வேல செய்யறானே. சீக்கிரமா நொப்பேங் கோத்தாளுக்கு ஒத்தாசயா வந்துரு'ன்னு சொன்னாங்களே. அங்க போய்த்தான எடுத்து வந்தம். அது ஓசியா குடுத்தாங்கன்னு அய்யா சொல்லிச்சு.

ஆனா, இன்னிக்கி தொர்ரிப்பய வீட்ல கறி இல்லியாம் பாவம்... நேத்துகூட 'அடியேய் எங்கவீட்ல நாளைக்கி கறி எடுப்பம்டீன்னா" இன்னிக்கி இல்லியாம். எல்லாரும் சேந்து 'கறிக்கேமாந்தி வண்ணாவீட்டு கஞ்சிக்கேமாந்தி'ன்னதும் ஓடியே போய்ட்டான்.

அதுவே அந்த கறிக்கேமாந்திப்பய இப்ப வந்து சொல்றான், ராத்திரி வரைக்கும் அவக வீட்ல இட்லி வச்சிருந்தாங்களாம்... எங்க வீட்ல மத்தியானம் வரைக்கும் பணியாரம் வச்சிருந்தம், கறி காலைலருந்து வச்சிருந்தம், அப்பத்தாகூட பணியரத்த கறிக்கொழம்புல தொட்டுத் தின்றா... அமிர்தங் கணக்கா இருக்கும்னு சொல்லித் தொட்டுத்தொட்டு தந்துச்சி.

'இடியாப்பத்த கறிக்கொழம்பு ஊத்தித் தின்னா எப்பிடி இருக்கும் தெரியுமா?'ன்னு அஞ்சாங் கிளாஸ் காமராசு கேட்டான்ல? நாளைக்கு அவங்கிட்ட 'பணியாரந்தின்னு பாரு'ன்னு சொல்லணும்னு இருக்கும்போதே கொட்டாவி தெறித்துக்கொண்டு வந்தது.

'நாளைக்கு பள்ளிகொடத்துக்குப் போய் புதுச் சட்டையையும், கறி தின்னதையும், பணியாரம் சுட்டதையும், இன்னமும் அணுகுண்டு விட்டதையும் சொல்லவேணும்' என்றவாறே உறங்கிப்போனான்.

கொஞ்சநேரத்தில் அவன் சட்டைச் சேப்பிலும், டவுசர் சேப்பிலும் பணியாரத்தை திணித்துக்கொண்டும், இரண்டு கை நிறைய பணியாரத்தை வைத்துக்கொண்டும் அவுக் அவுக்கென தின்றான். அப்பத்தா மடிநிறையப் பணியாரத்தை வைத்துக் கொண்டு பொக்கை வாயை அகல விரித்து சிரிக்கிறது. அம்மாவும் ஒவ்வொன்றாக தின்றுகொண்டு இருக்கிறாள்.

அய்யா ஒரு பை நிறைய கறியும், இன்னொரு பை நிறைய வெடியும் சுமந்துகொண்டு அவனிடம் தருவதற்காக அவனைக் கூப்பிடுகிறார். அதை வாங்குவதற்காகவும் அக்காள்

முந்திடுவாளோ என்பதற்காகவும் கையிலிருக்கும் பணியாரத்தை அவசர அவசரமாகத் தின்கிறான். பணியாரம் தொண்டையில் விக்கிக்கொள்கிறது.

'விக்... விக்... விக்'

"அம்மா தண்ணி குடும்மா... அம்மா தண்ணீ..." அய்யா விடமிருக்கும் பையை அக்காள் வாங்கி விடுவாளோ என்ற அவசரத்தில் அம்மாவிடம் தண்ணீர் கேட்டுக் கத்தினாள், "தண்ணி குடும்மா விக்கிக்கிருச்சு!"

"என்னாடா என்னாடா?" அய்யா பதறியவாறு எழுந்து வர, அம்மா தீபத்தைத் தூண்டுகிறாள். பசக்கென விழித்தான் வெங்கடேசன். வீடு, வீதி பூராவும் இருட்டாய்த் தெரிந்தது.

"அப்பாத்தா, அக்கா... பணியாரம் எங்க? அய்யா பைய எங்க?'' வெங்கடேசன் மிரள மிரள விழிக்க, அம்மாவும் அய்யாவும் ஒருத்தரை ஒருத்தர் பாக்க, அம்மா நிலையினை யூகித்து அவனை ஆதரவாக இழுத்துக்கொண்டு தண்ணீரைத் தந்தாள்.

"காலைல தானய்யா பணியாரந்தின்ன. இந்தா தண்ணி குடி" என்றவள், "ஏதோ கனாக் கண்டிருப்பாய் போல" என்றாள்.

தண்ணீர் குடித்து முடித்தான். இருள் வியூகமிட்ட வீட்டை மீண்டுமொருமுறை பார்த்தும், பகலின் பட்டாசும் பணியாரமும் நினைவில் எழ அம்மாவைத் தட்டினான்...

"இனி எப்பமா தீபாவளி?"

- புதிய நம்பிக்கை, 1988.

*

ம.காமுத்துரையின் பிற நூல்கள்

சிறுகதைத் தொகுப்பு:

1. விடுபட
2. நல்லதண்ணிக் கிணறு (திருப்பூர் தமிழ்ச் சங்க விருது)
3. காமுத்துரை கதைகள்
4. கப்பலில் வந்த நகரம்
5. நாளைக்குச் செத்துப் போனவன்
6. கண
7. பூமணி (கதை ஒன்று-களம் பத்து)
8. குல்பி ஐஸ் விற்பவனின் காதல் கதை
9. மிகினும் குறையினும் (மலேசிய பல்கலைக்கழக சிறப்பு வெளியீடு)
10. புழுதிச் சூடு (தமுஎகச மாநில விருது - 2015)
11. கருப்புக்காப்பி
12. இன்னுமொரு வாக்குமூலம்

நாவல்கள்:

1. முற்றாத இரவொன்றில்
2. மில் (ஆனந்தவிகடன், சுஜாதா அறக்கட்டளை விருது)
3. கோட்டை வீடு (தமிழ்நாடு முற்போக்கு கலைஇலக்கிய மேடை விருது)
4. அலைவரிசை (திருப்பூர் தமிழ்ச் சங்க இலக்கிய விருது)
5. குதிப்பி (பிரபஞ்சன் அறக்கட்டளை, சௌமா கல்விக் குழும விருது)
6. கடசல் (புதுமைப்பித்தன் விருது - 2022, ஜீரோ டிகிரி நாவல் போட்டி டாப் டென் வரிசை)